ஜே.சி. குமரப்பா

நிலைத்த பொருளாதாரம்

தமிழில்:
அ.கி. வேங்கட சுப்ரமணியன்

ரிதம்
ரிதம் வெளியீடு

நிலைத்த பொருளாதாரம்
தமிழில்: அ.கி. வேங்கட சுப்ரமணியன் ©

Nilaitha Porulatharam
Translate by *A.K. Venkada Subramaniyan* ©

1st Edition: Jan 2024
Pages: 168   Price: Rs. 175
ISBN: 978-81-963220-0-7

Published by:
Rhythm Veliyeedu
New No.58, Old No.26/1, 1st Floor,
Alandur Road, Saidapet,
Chennai - 600 015, Tamil Nadu, INDIA
Ph : (044) 2381 0888, 2381 1808, 4208 9258
E-mail : senthil@rhythmbooks.in
Web : www.rhythmbooksonline.com

Book Layout & Cover Design
Visual Vinodh - 9500149822

முன்னுரை

தொலைபேசி 41
சேவா கிராமம்
வார்தா (ம.மா)

அவரது 'ஏசுவின் நடைமுறையும் நற்போதனைகளும்' என்ற சிறு நூலைப் போல், டாக்டர் குமரப்பாவின் 'நிலைத்த பொருளாதாரம்' ஒரு சிறைப் படைப்பு. அதை எடுத்த எடுப்பிலேயே புரிந்து கொள்வது எளிதல்ல. அதை நன்கு முற்றிலுமாகத் தெரிந்து பாராட்ட இரண்டு அல்லது மூன்று முறை கவனமாகப் படிக்கவேண்டும். அதன் மூலப் பிரதியைக் கண்டவுடன் நான் அதில் என்ன இருக்கிறது என்று தெரிந்துகொள்ள ஆர்வமாக இருந்தேன். முதல் பகுதியே என்னுடைய ஆர்வத்தை நிறைவு செய்ததுடன் என்னைச் சிறிதும் களைப்படையச் செய்யாமல் மாறாக நல்ல பயன்தந்து இறுதிவரை இட்டுச் சென்றது. தற்சமயம் நம்மைச் சுற்றி நாம் காணும் கணத்தில் ஓடி மறையும் நிலைக்கு மாறாக நிலைத்த பொருளாதாரத்தைக் கிராமத் தொழில் மருத்துவர் எடுத்துக் காட்டுகிறார். ஆத்மாவை உடல் வெற்றி கொண்டு அதைத் திணறடித்துவிடுமா? அல்லது அழிவில்லாத ஆத்மாவின் குறிக்கோளை அடையப் பயன்படுமாறு உடலின் ஒரு சில தேவைகள் நல்லமுறையில் நிறைவு செய்யப்பட்டு விடுதலை பெற்று, அழியக்கூடிய அவ்வுடலின் மூலம் ஆத்மா தன்னை வெளிப்படுத்திக்கொண்டு வெற்றி பெறுமா? என்ற ஆதாரக் கேள்விகளை இதில் எதிர்கொள்கிறார் குமரப்பா. இதுதான், 'எளிய வாழ்க்கையும் உயர்ந்த எண்ணங்களும்'.

எம்.கே.காந்தி
பம்பாய் செல்லும் இரயிலில்
20-08-1945

முகவுரை

‘ஏன் கிராம இயக்கம்’ என்ற இதற்கு முந்தைய நூலில் இந்தியாவில் உள்ள சூழ்நிலையை முக்கிய மேலை நாடுகளில் உள்ள நிலையோடு ஒப்பிட்டு ஆராயப்பட்டது. இந்த நூலில் நம் நாட்டு மக்களின் அறிவாற்றலுக்கு ஏற்றபடி இருக்கும் ஓர் ஆக்கப்பூர்வமான பார்வையாகக் கொண்டுவர முயற்சி செய்யப்பட்டுள்ளது.

தற்சமயம் மதம் என்பது பொதுவாகச் சடங்குகளும் அமைப்புகளுமே, மனிதனின் ஒவ்வொரு செயலின் மீதும் அது தன் பிடிப்பை இழந்துள்ளது. எனவே, பலர் அதன்மீது நம்பிக்கை இழந்து, அதை ஒதுக்கித் தள்ளவேண்டிய ஒரு மூடப்பழக்கம் எனக் கருதுகின்றனர். வாழ்க்கையிலிருந்து மதத்தை நீக்கிவிட்டதன் இயற்கையான விளைவாக, வியாபாரம் வியாபாரந்தான் என்ற அடிப்படையில் பொருளாதாரம் தார்மீக எண்ணங்களிலிருந்து விடுபட்டுப்போய்விட்டது. மரபுவழி அறிவு ஆவணச் சாலையில் மதம், சமூக இயல், பொருளாதாரம் இவையெல்லாம் ஒன்றுக்கொன்று தொடர்பற்றுத் தனித்தனி இடம் பெற்றுள்ளன. மனிதனும் பல்வேறு தனித்தனிக் கூறுகளாக செயற்கையாகப் பிரிக்கப்பட்டுள்ளான். வலது கை செய்வது, இடது கை அறியக் கூடாது. ஆனால், இயற்கை அத்தகைய பிரிவினைகளை ஏற்றுக்கொள்வதில்லை. வாழ்க்கையை அது முழுமையானதாகவே ஏற்றுச் செயல்படுகிறது. எனவே, இந்தச் சிறிய நூலில் வெவ்வேறு துறைகளை நெறிப்படுத்தவும் பல்வேறு கோட்பாடுகளை ஒருங்கிணைத்து, அவற்றைப் பிரிவுபடாத முழுமையான ஒரு அலகாக மனிதனை எடுத்துக்கொண்டு, அவனது அன்றாட வாழ்க்கையில் ஏற்படும் பலவிதமான பிரச்சினைகளின் மீது ஒரு முகமாகச் செலுத்திப் பார்க்கும் ஒரு முயற்சி செய்யப்பட்டுள்ளது.

இந்த நூலின் நோக்கம், நம்முடைய ஆன்மீக மற்றும் உயர்ந்த தன்நிலையை மீண்டும் வாழ்க்கையோடு

உறவுகொள்ள வைப்பது ஆகும். அப்படிச் செய்வதால், நமது அன்றாட உலக வாழ்வு நமது மேலான தன்நிலையின் ஆணைகளுக்கு இணங்க நெறிப்படுத்தப்படும். மேலும், அன்றாட நடைமுறை வாழ்வை விட்டுவிட்டு வேறுலகத்தைப் பற்றியே கவலை கொள்கிறது என்ற காரணத்தினால், தற்கால மரபுவழி மதத்தினால் பலருக்கு எந்தவிதப் பயனும் இல்லை. அவர்களுக்கும், உயிரோடிருப்பவர்களுக்கும் ஒரு குறிக்கோள் அளிக்கும் வாழ்க்கை முறையைக் கண்டறிவதும் இந்த நூலின் நோக்கமாகும். வாழ்க்கையின் எல்லாப் பகுதிகளையும் அனைத்துலகளாவிய ஒழுங்கினையொட்டிக் கொண்டு வரும் முயற்சியும் இங்குச் செய்யப்பட்டுள்ளது. மதச் சான்றோர் 'நிலைத்த பெருவாழ்வு' என்றும் 'கடவுளிடம் ஐக்கியமாதல்' என்றும் கூறுவதை மனிதனின் அன்றாட வாழ்வோடு இணைத்து நூலின் தலைப்பில் 'நிலைத்த பொருளாதாரம்' எனச் சுட்டிக்காட்டப்பட்டுள்ளது.

அணுகுமுறை புதியது. ஆனால், இது அடையவேண்டிய இலக்கு என இங்குச் சுட்டிக்காட்டப்பட்டதை அடையத் தேவையான வழிவகைகளைப் பற்றி மற்றவர்களைச் சிந்திக்க வைத்தாலே, இந்த முயற்சி வெற்றி பெற்றுவிட்டது எனலாம்.

இந்த நூலின் முதற்பகுதி நான் ஜபல்பூர் மத்திய சிறைச்சாலையில் இருந்தபொழுது எழுதப்பட்டது. இரண்டாம் பகுதியை எழுத முயலும் முன், உடல்நிலை காரணமாகச் சிறையிலிருந்து விடுதலை செய்யப்பட்டேன்.

தனது முன்னுரையில் கூறியுள்ள விமர்சனத்திற்கும் ஆலோசனைகளுக்கும் காந்திஜிக்கு என் நன்றி.

மூல நூலில் சில பகுதிகளில் விளக்கங்களை ஓவியமாக அளித்துள்ள ஓவியர் மாதவ் சத்வலேகருக்கும் நான் நன்றிக்கடன்பட்டுள்ளேன்.

ஜே.சி.குமரப்பா
24 ஆகஸ்ட் 1945
மகன்வாடி வார்தா
மத்திய மாகாணம்

மொழிபெயர்ப்பாளரின் முகவுரை

இந்திய ஆட்சிப் பணியில் சேர்ந்து பணியாற்றுகிறவர்களுக்கு அவர்களது பணிக்காலத்தில் பல்வேறு வகையான பொறுப்புகளையும் பதவிகளையும் ஏற்கும் வாய்ப்பு கிடைக்கின்றது. அந்த வகையிலே எனக்குக் கிடைத்த பல்வேறு வகைப் பதவிகளில், 1975-77ஆம் ஆண்டுகளில் தமிழ்நாடு கதர் கிராமத் தொழில் வாரியத்தின் தலைமைச் செயல் அலுவலராக இரண்டு ஆண்டுகள் பணியாற்றும் வாய்ப்புக் கிடைத்தது. பொதுவாக, இந்தப் பதவி பெரும்பாலான அலுவலர்களால் நாடப்படாத ஒன்றாகும். ஏனெனில், இதில் பெரும்பாலோர் எதிர்பார்க்கும் கவர்ச்சியும் கீர்த்தியும் கிடையாது. ஆனால் வாழ்க்கையின் அடித்தளத்தில் இருக்கின்ற மக்களுக்குப் பணியாற்ற இதிலே வாய்ப்புகள் அதிகம். இந்தப் பதவியிலிருக்கும் பொழுதுதான் எனக்கும் தமிழகத்தின் ஆயிரக்கணக்கான கிராமங்களில் நூற்பு, நெசவு, மண்பாண்டம் செய்தல், தோல் பதனிடுதல், பாய் முடைதல், பனைத் தொழில் போன்ற பல்வேறு கிராமத் தொழிலில் ஈடுபட்டிருக்கும் இலட்சக்கணக்கான மக்களின் வாழ்க்கை முறையை நேரில் கண்டறியும் வாய்ப்புக் கிடைத்தது. ஆக்கப்பூர்வமான ஒரு தொழிலில் ஆற்றலும் அனுபவமும், ஆர்வமும் அவர்களுக்கு இருந்தும் தற்கால இயந்திர யுகம் அவை அனைத்தையுமே தேவையற்றதென ஆக்கிக் கொண்டிருக்கும் நிலையும், தேவைப்பட்ட புதிய ஆற்றல்களையும் அனுபவங்களையும் அவர்களோ அவர்களது சந்ததியினரோ பெற இயலாத சமூகப் பொருளாதாரச் சூழ்நிலையும் புலனாயிற்று.

இந்தப் பதவிக்கு வருமுன், நான் இராமநாதபுர மாவட்ட ஆட்சித் தலைவராக இருந்தபொழுது அந்த மாவட்டம் அதுவரை கண்டிராத வறட்சிக்கு ஆளானது. விவசாயம் அறவே இல்லாத நிலையில் இலட்சக்கணக்கான மக்கள் தங்கள் பஞ்சத்தையும் பட்டினியையும் தீர்க்க வேலை வாய்ப்பைத் தேடி ஓடிக்கொண்டிருந்தார்கள். வறட்சி நிவாரணப் பணிகளில் சாதாரணமாக மூன்று மாதம் எடுக்கும் வேலைகளெல்லாம் ஒரு வாரத்தில் முடிந்துவிட்டன. அவ்வளவு தூரம் மக்கள் வேலை செய்ய வெள்ளமெனத் திரண்டு எழுந்தனர்.

இந்த அனுபவத்தையும், கதர் கிராமத் தொழில் வாரிய அனுபவத்தையும் இணைத்துப் பார்க்கையில் நம் நாட்டிலுள்ள கோடிக்கணக்கான மக்களின் ஏழ்மை நிலைக்குக், காந்திய நெறியே பயனளிக்கும் என்ற எண்ணம் படியத் தொடங்கியது. கதர் வாரியத்தில் பணியாற்றும்பொழுது காந்திஜி இது பற்றி எழுதியதை முழுதும் படிக்கும் வாய்ப்புப் பெற்றேன். அப்பொழுது திரு. குமரப்பாவின் நூல்களையும் படிக்கும் வாய்ப்புக் கிட்டியது. இந்த வாய்ப்புகளின் பாதிப்புப் பின் நான் வகித்த பதவிகளில் பணியாற்றும் பொழுது தொடர்ந்து இருந்துவந்துள்ளது.

சில ஆண்டுகளுக்குப் பிறகு நண்பர் திரு. பத்மநாபன் மூலம் காந்திகிராம வெளியீடான குமரப்பாவின் வாழ்க்கை வரலாறு பற்றிய புத்தகம் கிடைக்கப் பெற்றேன். அதன்பின் ஒருமுறை டில்லி விமான நிலையத்தில் நாங்கள் இருவரும் விமானத்திற்காகக் காத்துக்கொண்டிருக்கும் பொழுது குமரப்பாவின் நூறாவது பிறந்த தினம் அண்மையில் வருவதைப் பற்றிப் பேசிக்கொண்டிருந்தோம். அப்பொழுது அதையொட்டி அவரது வாழ்க்கை வரலாற்றைத் தமிழில் வெளியிடலாம் என்ற எண்ணம் ஏற்பட்டது. பின்னர் அவரது முக்கியப் படைப்பான, 'நிலைத்த பொருளாதாரம்' என்ற நூலைத் தமிழாக்கம் செய்தால் நல்ல பயன் விளையும் என்று தோன்றியது. ஏனெனில், ஆங்கிலத்தில் இந்த நூலை வெகுசிலரே படித்திருக்கக்கூடும். தமிழில் படித்தவர்கள் அதைவிடக் குறைந்த எண்ணிக்கையில் இருக்கலாம். இந்த நூலில் கூறப்பட்டுள்ள கருத்துக்கள் பெரும்பாலான மக்களின் கவனத்திற்குக் கொண்டுவரப்படவேண்டும். அவர்கள் அதைப் பற்றி ஆழ்ந்து சிந்திக்க வேண்டும்; அப்பொழுதுதான் மேலோட்டமாக ஏற்றுக்கொள்ளப்பட்டுவிட்ட பல்வேறு நடைமுறைகள், மதிப்புகள், மதிப்புகளின் தரங்களை நிர்ணயிக்கும் அடிப்படைகள் ஆகியவற்றின் உண்மையான படிவமும், தாக்கமும் அனைவருக்கும் புலனாகும். பெரும்பாலான மக்களைக் குமரப்பாவின் கருத்துக்கள் சென்று அடைய தமிழிலேயே இந்த நூல் வரவேண்டும் என்ற ஆசையால் செய்யப்பட்ட முயற்சி இது.

காந்திஜியே இந்த நூலைப் பற்றிக் கூறும்பொழுது அதை எடுத்த எடுப்பிலேயே புரிந்துகொள்வது எளிதல்ல. அதை நன்கு முற்றிலுமாகத் தெரிந்து பாராட்ட இரண்டு அல்லது மூன்று முறை கவனமாகப் படிக்க வேண்டுமென்று கூறியிருக்கின்றார். அத்தகைய ஒரு நூலைப் படித்துப் புரிந்து, மொழிபெயர்த்தல் எளிதல்ல. என்னால் இயன்றவரை இதனை மூலப் படிவத்தை ஒட்டி, அதன் சிறப்புக்

குறையாமல் இருக்கும்படியும், அதே சமயம் எளிதில் மக்கள் புரிந்து கொள்ளும்படியாகவும் மொழி பெயர்க்க முயன்று இருக்கிறேன். சிக்கலான ஆங்கிலப் பதங்களுக்கேற்ற தமிழ்ச்சொற்களைச் சென்னைப் பல்கலைக்கழகத்தால் பதிப்பிக்கப்பட்ட ஆங்கிலம் தமிழ் அகராதியைப் பயன்படுத்திக் கையாண்டுள்ளேன். இதில் உள்ள குற்றங்குறைகளுக்கு என்னுடைய குறைந்த தமிழ் அறிவும் ஆற்றலும்தான் காரணம். இந்த மூல நூலை மொழிபெயர்க்கும் உரிமை தந்த சர்வசேவா சங்கத் தலைவர் அவர்களுக்கு முதலில் நான் நன்றி சொல்ல விரும்புகிறேன்.

நூலை மொழிபெயர்க்கும் முன்பே இதைக் 'காந்தி கிராமம்' வெளியிடும் என்று கூறி, என்மேல் நம்பிக்கை வைத்து எனக்கு உற்சாகம் ஊட்டி நூலை வெளியிட முன் வந்த காந்தி கிராமம் அறக்கட்டளையின் நிர்வாக அறங்காவலர்திரு. பத்மநாபன் அவர்களுக்கு நான் தனியே நன்றி சொல்ல வேண்டும்.

இந்த நூலை மொழிபெயர்த்து வெளியிட எனக்கு அனுமதி அளித்த தமிழக அரசுக்கும் நன்றி.

திரு. குமரப்பாவின் நூறாவது பிறந்தநாளன்று தினமணியில் நான் எழுதிய, 'ஜே.சி.குமரப்பா நூற்றாண்டு அஞ்சலி' என்ற கட்டுரை வெளியிடப்பட்டுள்ளது. அதனை இந்த நூலோடு வெளியிட இசைவு தந்த தினமணி ஆசிரியருக்கும் என் நன்றி.

இந்த நூலில் ஒரு பகுதி, நான் திட்டக் குழுவில் பணியாற்றிய பொழுது என் நேர்முக உதவியாளராகப் பணியாற்றிய திரு. கிருஷ்ணகுமார் அவர்களாலும், எஞ்சிய பெரும் பகுதியைத் தற்போது என்னுடன் நேர்முக உதவியாளராகப் பணியாற்றும் திரு. பழனி அவர்களாலும் தட்டச்சு செய்யப்பட்டது. விடுமுறை நாட்களிலும் அலுவலகம் வந்து எனக்கு உதவி செய்த அவர்களுக்கும் எனது உளமார்ந்த நன்றியைத் தெரிவித்துக்கொள்கிறேன்.

அ.கி.வேங்கட சுப்ரமணியன்.
சென்னை
20-11-1991

பசுமைப் பொருளியல் அறிஞர்

இன்றைய உலகத்தின் தேவையாகப் பசுமைப் பொருளியல் என்ற கோட்பாடு உருவாகி வருகிறது. பண்டைய பழங்குடி மக்களின் கண் கொண்டு இயற்கையைப் பார்க்க வேண்டும் என்ற தெளிவு ஏற்பட்டு வருகிறது. மையப்படுத்தப்பட்ட அல்லது நடுவப்படுத்தப்பட்ட உருவாக்க முறை மட்டுமல்லாது, அதிகார முறையும், வாழ்க்கை முறையும் கூட தீங்கானது என்பதை அண்மைக்கால இயற்கைப் பேரிடர்கள் சுட்டிக்காட்டுகின்றன.

புத்தியப் (modern) பொருளியலின் தந்தை என்று அழைப்படும் ஆடம்சுமித் கட்டுப்பாடற்ற பொருளியலை உலகிற்குப் பரிந்துரைத்தார். அப்போது ஏற்பட்டிருந்த தொழில்புரட்சியும் அதன் பின்னணியில் உருவான முதலீடுகளின் குவியலும் அவரது நெறிமைகளைப் பெரிதும் விரும்பி ஏற்றுக்கொண்டன. அதன் பின்னர்க் காரல் மார்க்சு கட்டற்றுத் திறந்து விடப்பட்ட பொருளியல் திரட்சியால் உருவான முதலம் (capital), அதன் பெருக்கம் இதனால் ஏற்பட்ட சுரண்டல் இவற்றைக் கணக்கில் கொண்டு கட்டற்ற பொருளியலை மாற்றியமைக்கும் நெறிமைகளை உருவாக்கினார். ஆடம்சுமித் மறைந்து ஏறத்தாழ 100 ஆண்டுகளுக்குப் பிறகு தமிழகத்தில் பிறந்த குமரப்பா பொருளியலில் உலகச் சிந்தனையாளர்கள் வியக்கும் அளவிற்கு அழுத்தமான கருத்துக்களை, நெறிமைகளை வகுத்துக் கொடுத்துச் சென்றுள்ளார். இன்று மிக ஆழமான முறையில் பேசப்பட்டு வருகின்ற நீடித்த மேம்பாடு (sustainable development) என்பது பற்றியும் திணையவியல் பொருளியல் (ecological economy) பற்றியும் மிகநுட்பமான வரையறைகளைவிட்டுச் சென்றுள்ளார். புத்தியத் திணைப்பொருளியலின் (Father of model eco-economics) தந்தை என்று இவரை எவ்விதத் தயக்கமின்றியும் அழைக்கலாம்.

தஞ்சையில் வாழ்ந்துவந்த ஒரு கிறித்தவக் குடும்பத்தில் 1892ஆம் ஆண்டு சனவரி மாதம் 4ஆம் நாள், ஒன்பதாவது பிள்ளையாகப் பிறந்தார். இவரது பாட்டனார் மதுரையில் தேவாலயத்தில் பாதிரியாராக இருந்தவர். அரசுப் பணியின் காரணமாகக் குடும்பம் தஞ்சைக்கு இடம்பெயர்ந்தது. தஞ்சை, சென்னை என்று கல்வியைப் பெற்று தனது 21ஆம் அகவையிலேயே இலண்டன் சென்று

கணக்கியலில் பணியாற்றத் தொடங்கினார். இவரது தந்தை கல்வியின் முதன்மையை உணர்ந்து, தனது அனைத்துச் சொத்துகளையும் விற்று, பிள்ளைகளை நன்கு படிக்க வைத்துள்ளார். குமரப்பாவின் பெற்றோர் இட்ட பெயர் ஜோசப் செல்லத்துரை கொர்னீலியஸ், அவரது நண்பர்களும் உறவினர்களும் 'செல்லா' என்றே செல்லமாக அழைப்பர். ஆனால், அவர் பின்னர்த் தனது மரபுவழித் தமிழ்ப் பெயரான குமரப்பா என்றே அழைத்துக் கொண்டார். அவ்வாறே புகழும் பெற்றார்.

குமரப்பாவின் காலத்தில் இரண்டு பெரும் பொருளியல் சிந்தனைப் பள்ளிகள் முட்டிமோதிக் கொண்டிருந்தன. கட்டற்ற பொருளியலை முன்வைத்த முதலாளியம் ஒருபுறம் முதலியத்தை அரசு கட்டுப்படுத்தி ஓரிடத்தில் குவியும் முதலத்தைப் பகிர்ந்து கொடுத்துச் சமத்துவத்தை உறுதி செய்ய வேண்டும் என்று பேசிய பொதுவுடமை ஒருபுறம். ஆனால், இந்த இரண்டு கோட்பாடுகளும் உருவாக்க முறைபற்றிப் பெரிதும் கவலை கொள்ளவில்லை. அறிவியல் நுட்பவியல் முன்னேற்றங்களால் பெருகும் பொருளாக்கம் சிக்கல்களுக்கெல்லாம் தீர்வாகிவிடும் என்று கருதினர். அதாவது, பொருளாக்கத்தில் முதலீடு + மூலப்பொருள் + உழைப்பு என்ற மூன்றை மட்டுமே கருத்தில் கொண்டனர். ஆனால், வரையறுக்கப்பட்ட இயற்கை வளங்களைப் பற்றி அவர்கள் கவலைப்படவில்லை. அத்துடன் பொருளாக்க முறை (mode of production) பற்றியும் அவர்கள் கலைப்படவில்லை. ஆனால், குமரப்பா அந்த இரண்டு கூறுகளையும் கணக்கில் கொண்டார். இயற்கை வளங்கள் தொடர்ந்து கிடைப்பதரிது என்றும் பெருமளவு பொருளாக்கம் தவறு, பெருமளவு மக்களால் பொருளாக்கம் நடக்க வேண்டும் என்று கூறினார். வழமையான ஆடம்சுமித்தின் கோட்பாடுகளில் உள்ள குறைபாடுகளைச் சுட்டிக்காட்டி, அதற்கான மாற்றுகளையும் முன்மொழிந்தார். 'மக்களின் பொருளியல் நடவடிக்கைகள் சொத்துச் சேர்க்க வேண்டும் என்ற ஒரே பேராவலிலேயே உள்ளன'.

'வணிகத்திலுள்ள தன்னலப்பண்பு என்ற 'அருவக் கை' (invisible hand) பொதுமக்களின் நலனுக்காகச் செயலாற்றுகிறது' போன்ற ஆடம்சுமித் சிந்தனைகளில் இருந்து குமரப்பா முரண்பட்டார். அவர் மக்களிடம் உள்ள அறப்பண்புகளை முன்னிறுத்தினார். அவற்றை விரிவான முறையில் பெரிதாக்க வேண்டும் என்றார். ரிக்கமிர்டா என்ற பொருளியல் அறிஞரின் சிந்தனைகள் அன்று

ஆடம்சுமித்தைப்போலவே புகழ்பெற்று இருந்தன. அவர் உழைப்பு என்பதும் பொருளைப்போல வாங்கவும் விற்கவும் கூடிய ஒன்றுதான் என்றார். சந்தையின் போக்கை வைத்து உழைப்பைக் கூட்டிக்கொள்ளவோ, குறைத்துக்கொள்ளவோ முடியும் என்றார். இதன் அடிப்படையில் அவர் பிரிட்டானிய நாடாளுமன்றத்தில் உழைப்பாளிகளின் குழந்தைகளுக்கு நாட்பராமரிப்பு நடுவங்களை (daycare centres) அமைப்பதை எதிர்த்து வாக்களித்தார். மக்கள் தொகையைக்கட்டுப்படுத்துவதற்கான வழியைத் தடுப்பது இதுவாகும் என்றார்! அதாவது, பட்டாளி வகுப்பு அதிகமாகிவிடும் என்பது அவரது கவலை. இவரது கருத்துக்களுக்கு மாற்றான சிந்தைனைகளும் உருவாயின. குராபோட்கின், லியோ டால்ஸ்டாய் ஆகிய அறிஞர்களின் வன்முறையற்ற பொருளியல் குமரப்பாவின் சிந்தனைகளில் தாக்கத்தை ஏற்படுத்தின. காந்திக்கு டால்ஸ்டாயின் தாக்கம் அதிகம் உண்டு. அவருடனான கடிதப் போக்குவரத்து, அவரது பெயரில் உருவாக்கிய பண்ணை போன்றவை குறிப்பிடத்தக்கன. காந்தி உணவுக்கான உழைப்பு (Bread labour) என்று பொருளாக்க முறையை வரையறுத்தார். குராபோட்கின் கூற்றுப்படி நல்வாழ்க்கை எனப்படும் உடலியல், அறவியல், அழகியல் தேவைகள் ஒருவருக்கு நிறைவு செய்யப்படும் போது அவரது உழைப்பு உச்ச அளவாக இருக்கும். எனவே, ஒரு குமுகம் அனைவரது நலத்தையும் முன்னிறுத்தி இயங்குமானால் அங்குத் தன்னார்வமாகவே வேலைகள் நடைபெற்றுவிடும் என்கிறார். இது அடிமை உழைப்பு, வலுக்கட்டாய உழைப்பு இவற்றுக்கு மாற்றானது.

குமரப்பா இன்னும் ஒருபடி மேலே சென்று விளையாடும்போது நமக்குக் களைப்பு ஏற்படுவதில்லை, உழைக்கும்போது தான்களைப்புத் தோன்றுகிறது. எனவே, உழைப்பை விளையாட்டாக மாற்றிவிட்டால் அதாவது, விருப்ப மிக்க ஒன்றாக விளையாட்டை மாற்றிவிட்டால் அது அதிக விளைச்சல் திறன் மிக்கதாயும் மகிழ்ச்சியூட்டக் கூடியதாகவும் இருக்கும் என்கிறார். மார்க்சின் அயன்மையாதல் என்ற கருத்தாக்கம் குமரப்பாவின் சிந்தனைக்கு வித்தாக இருந்துள்ளது. உழைப்பவன் தனது உழைப்பில் இருந்து கிடைக்கும் விளைச்சலை நுகர முடியாமல் போகும்போது, அதன்மீது அவன் அயன்மைப்பட்டுப் போகிறான். இளம் மார்க்சின் எழுத்துக்களில் இந்தக் கருத்து மிக ஆழமாக இருந்தது. தொழிற்சாலைமயமாகும் பொருளாக்கத்தில் அயன்மையாகுதல் அதிகமாகிறது. யாருக்காவோதான் உழைப்பதாக உழைப்பாளி

நினைக்கிறான், நுகர்பவனுக்கோ யார் உருவாக்கியது என்றே தெரியவில்லை. இதைப் பரவல்மயப்படுத்தப்பட்ட பொருளாக்கத்தின் மூலம் தீர்க்க முடியும் என்பது குமரப்பாவின்கருத்து.

குமரப்பாவின் கருத்துக்களில் தாக்கத்தை ஏற்படுத்தியவர்களில், அவரின் ஆசிரியரான எட்வின் செலிக்மென் முதன்மையானவர். அமெரிக்காவின் வரி விதிப்புக் கொள்கைகளைத் தீர்மானித்தவர்களில் முதன்மையானவர். துணித்தொழில் பணியாளர்களுக்காகப் போராடியவர். அறப்பண்பாட்டுச் சங்கத்தின் (Society for Ethical Culture) தலைவராகப் பணியாற்றிவர். கொலம்பியா பல்கலைக்கழகத்தில் போராசியராக இருந்த இவர் குமரப்பாவை இந்தியாவின் பொருளியல் வறுமை பற்றிச் சிந்திக்கத் தூண்டியவர். இவர் அம்பேத்கரின் ஆசிரியரும் ஆவார். இதில் சுவையான செய்தி என்னவெனில், பிரிட்டானிய இந்தியாவின் நிதியியல் பரிணாமத்தைப் (The Evolution of Provincial Finance in British India) பற்றிய ஆய்வை 1916ஆம் ஆண்டிலேயே அம்பேத்கர் செய்து முடித்துள்ளார். இதற்கு அறிமுக உரை கொடுத்தவர் பேராசிரியர் செலிக்மன். அமெரிக்காவில் படிக்கச் சென்ற குமரப்பாவை, அவருடன் படித்த நண்பர்கள், "ஏன் இந்தியா அடிமைப்பட்டது?" என்ற வினாவை எழுப்பியதன் பயனாக அது பற்றிய ஆய்வைக் குமரப்பா மேற்கொண்டார். குமரப்பா சமுதாயத் தேவாலயம் ஒன்றில் பிறகு, "ஏன் இந்தியா ஏழ்மையில் உள்ளது?" (Why then is India Poor?) என்ற தலைப்பில் பேசியதைச் செலிக்மன் கேள்வியுற்று குமரப்பாவைப் பொருளியல் ஆய்வில்நுழையுமாறு நெறிப்படுத்தியுள்ளார். குமரப்பா தனது ஆய்வுப் பொருளாகப் 'பொது நிதியும் இந்தியாவின் வறுமையும்' (Public Finance and India's Poverty) என்ற தலைப்பை எடுத்து, ஆய்வு செய்தார். இதன் விளைவாக அவர் பல்வேறு உண்மைகளைக் கண்டறிந்தார். பிரிட்டானிய அரசு எவ்வாறு இந்தியாவைச் சுரண்டுகிறது என்பதைப் பல்வேறு புள்ளியியல் தரவுகளோடு விளக்கினார். இந்தியாவில் விதிக்கப்படும் வரிகள் யாவும் பிரிட்டனின் படைக் குவிப்பிற்குப் பயன்படுத்தப்பட்டது. 1925-26ஆம் ஆண்டளவில் அமெரிக்கா தனது போர்ப்படைக்காக 48.8 விழுக்காடு செலவு செய்தபோது, பிரிட்டன் அடிமை நாடான இந்தியா 93.7 விழுக்காடு செலவிடப்பட்டது. இதனால், பொதுப்பணிக்கான செலவினங்கள் மிகவும் குறைவாக இருந்தன. இதன் தொடர்ச்சியே பஞ்சங்கள் என்பதைப் புரிந்து கொள்ள முடியும். இவரது இந்த ஆய்வேடு காந்தியை வெகுவாகக் கவர்ந்ததும், குமரப்பாவும் காந்தியும் இணைந்து பணியாற்ற

உதவியதும் இதுவே ஆகும். நோபல் பரிசு பெற்ற அமர்த்தியா சென் தனது நலன்மைப் பொருளியல் (welfare economics) என்ற கருத்தாக்கத்தைக் குமரப்பாவிடம் இருந்து பெற்றிருக்க வேண்டும். ஏனெனில், காந்தியப் பொருளியல் பற்றி இவர் பேசுகிறார். இந்தியாவில் பஞ்சங்கள் வந்தபோதெல்லாம் உணவுப் பொருள் ஏற்றுமதியாகியிருந்ததைச் சென்குறிப்பிட்டுள்ளார். இது குமரப்பா பிரிட்டானிய இந்தியா பற்றிய ஆய்வின் எதிரொலிபோல் இருப்பதை மறுப்பதற்கில்லை.

மிகப் பகட்டான மேற்கத்திய உடையாளராக இருந்த குமரப்பா காந்தியைச் சந்தித்த பின்னர், நான்கு முழ வேட்டியில் உருவாக்கிய ‘தோத்தி ஜாமா’ (வடநாட்டார் பைஜாமா எட்டு முழுத்தில் இருக்கும்) என்ற எளிய உடையை அணிந்து, வாழ்நாள் முழுவதும் இருந்தார். இவரது காந்தியுடனான சந்திப்பு மிகவும் உணர்ச்சிமயமானதும் சுவையானதுமாகும். இந்தி மொழியோ குசராத்தியோ தெரியாத குமரப்பா குசராத்தில் உள்ள மடார் வட்டத்தில் தனது பொருளியல் கணக்கெடுப்பை நடத்தி, வறுமையின் உண்மையான உருவத்தை வெளி உலகிற்குக் காட்டினார். பெரும்பாலான பொருளியல் அறிஞர்கள் அறைகளுக்குள் அமர்ந்து கொண்டு செய்தித்தாள்களில் வரும் தரவுகளை வைத்துத் தலைவருமானம் போன்ற தரவுகளை நிறுவுவார்கள். இதன்படி அன்றைய காலகட்டத்தில் ஆண்டுத் தலைவருமானம் என்பது 60 ரூபாய்களுக்கு மேல் என்று கருதிக் கொண்டிருந்தபோது, உண்மையில் ஆண்டுக்கு 12 ரூபாய்க்கும் குறைவாக மக்களின் தலைவருமானம் உள்ளதை நேரடிக் களஆய்வு மூலம் நிறுவினார். நாட்டின் மிகப் பெரிய பணக்காரரின் வருமானத்தையும், எண்ணற்ற ஏழைகளின் வருமானத்தையும் நிரவை (சராசரி) போட்டுப் பார்க்கும் தவறான கணக்கீட்டை மறுதலித்தார். நடைமுறை சார்ந்த பொருளியல் மேதையாக இருந்ததால் மக்களின் நேரடிச் சிக்கல்களைக் கண்டறிய முடிந்தது.

குமரப்பாவைப் பல மேலை அறிஞர்கள் பொருளியல் மெய்யியலாளர் என்றே குறிக்கின்றனர். இவரது பொருளியல் சிந்தனைகள் வன்முறையற்ற, நீடித்த வாழ்வுக்கு வழிகாட்டும் இயக்கியல் தன்மை கொண்டதாக இருக்கிறது. ஆடம்சுமித், ரிக்கார்டோ போன்றவர்கள் பணக்காரர்கள் எவ்வாறு மேலும் பணத்தை உருவாக்கிக் கொள்ள முடியும் என்பதற்கான சிந்தனைகளையே முன்வைத்தனர். குமரப்பா அறத்தைத் தனது முதல் மதிப்பீடாக வைத்துக் கொண்டார். தமிழகத்தின்திருக்குறள், சங்க இலக்கிய மரபு

போன்றவை அறத்தை வலியுறுத்தும் கூறுகளைக் கொண்டவை. இந்த மரபில் வந்த குமரப்பாவிற்கு அறம் பற்றிய பார்வையும் ஈர்ப்பும் இயல்பாகவே இருந்தது. வழமையான கருத்தாக்கங்களான வேலையின் தன்மை, உழைப்புப் பிரிவினை, அரசின் பங்கு, சொத்துரிமை, பரிமாற்றத்தில் பணத்தின் பங்கு போன்றவன்றில் இவர் புதிய சிந்தனைகளைப் புகுத்தினார். பணத்தின் ஆளுமையைக் குறைத்துக் கொள்ள வேண்டும் என்பது இவரது கருத்து. பண்டமாற்று என்பதே பெரிதும் ஊரகப் பகுதிகளில் நடைபெற வேண்டும். தாளில் அச்சடித்த பணத்திற்கு முன்னுரிமை அளிக்கக்கூடாது என்றார். கிராம உத்யோக் பத்திரிகா இதழில் 1942ஆம் ஆண்டு 'உணவுக்காகக் கல்' (stone for bread) என்ற கட்டுரையில் பிரிட்டானிய அரசு சேமவங்கி (Reserve Bank) வெளியிட்ட பண மதிப்பிற்கும், உண்மையான பொருளுக்கும் உள்ள வேறுபாட்டை விளக்கினார். மார்க்சும் அச்சடித்த பணத்தின் தீமைகளை விளக்கியுள்ளதைக் குறிப்பிட்டாக வேண்டும். அரசு அதிகாரத்தின் குவியலைக் கொண்ட நடுவப்படுத்தப்பட்ட அமைப்பாக இருக்கக் கூடாது. பரவல்மயமான குறைந்த அதிகாரங்களைக் கொண்டதாக இருக்க வேண்டும் என்றார். வேலையின் தன்மையானது கடுமையைக் குறைத்து முழுமையாக உழைப்பாளியின் படைப்பாற்றலை வெளிக் கொணரும் வகையில் இருக்க வேண்டும். முந்தைய பொருளியல் சிந்தனையாளர்கள் வேலையைப் பிரித்துக் கொடுத்துத் திரும்பத் திரும்ப ஒரே வேலையைச் செய்ய வைத்தால் பொருளாக்கம் அதிகரிக்கும் என்றனர். ஆனால், அதில் எந்தவிதமான ஈடுபாடும், படைப்பாற்றல் திறனும் இருக்காது என்பது குமரப்பாவின் ஆழமான கருத்து. தனது 'ஏன் சிற்றூர் இயக்கம்' (why village movement) என்ற நூலில் இதை விளக்ககிறார். இதைக் 'காந்தியப் பொருளியலின் கொள்கை அறிக்கை' என்றே கூறலாம். காந்தியின் எண்ணங்களுக்கு இலக்கண வடிவம் கொடுத்துக் 'காந்தியப் பொருளியல்' என்றே குமரப்பா அழைத்தார். என்னிடம் வரும்போதே குமரப்பா அணியமாகி விட்டிருந்தார் (ready made) என்று காந்தி கூறியுள்ளார். ஆனாலும், தனது தலைவருக்குச் சற்றும் பிறழாது தனது ஆய்வுகள் யாவற்றையும் காந்தியப் பொருளியல் என்றே அழைத்தார். ஆகக் குமரப்பாயியல் என்பது காந்தியப் பொருளியல் என்று ஆகிவிடுகிறது.

குமரப்பாவின் ஆய்வுகளில் முத்தாய்ப்பானது 'மன்னுமைப் பொருளியம்' (Economy of Permanence). இது இன்றைய உலகிற்கான கருத்தியலாக உள்ளது. சூழலியல் சீர்கேடுகளும், இயற்கை வளங்களின் பற்றாக்குறையும், அழிமானமும்

உருவாகியுள்ள இச்சூழலில் பசுமைச் சிந்தனையை முன்வைத்த பெரும் மேதையாகக் குமரப்பா திகழ்கிறார். எந்த ஒரு பொருளாக்க முறையும் இயற்கையின் சுழற்சியில் தன்னை இணைத்துக் கொள்ள வேண்டும். அதற்குப் புறம்பாகப் போகும்போது பெரும் தொல்லைகள் உருவாகும்.

அவர் கூறுகிறார்: நிலக்கரி, கன்னெய், இரும்பு, செம்பு, தங்கம் ஆகியவற்றைப் பெரிதும் சார்ந்து இன்றைய உலகம் உள்ளது. இவை ஒரு குறிப்பிட்ட அளவே இருக்கக்கூடியவை, குறைந்தகாலத்திற்கு மட்டுமே கிடைக்ககூடியவை. ஆனால், ஆற்றில் ஓடும் நீரும், காட்டில் வளர்ந்து கொண்டு இருக்கும் மரமும் தொடர்ச்சியாகக் கிடைக்கக் கூடியவை. இவை மன்னியமானவை அதாவது, நிரந்தரமானவை. தொடர்ந்து மக்களுக்குக் கிடைக்கக்கூடியவை.

கன்னெய் (பெட்ரோல்) வளம் பெருமளவு இருந்த காலத்திலேயே அதன் போதாமையைப் பற்றிச் சிந்தித்தவர் குமரப்பா. இவருக்குப் புதுப்பிக்கக் கூடிய வளங்களைப் பற்றியும், புதுப்பிக்க இயலாத வளங்களைப் பற்றியும் (Renewable and Non-renewable Resources) தெளிவான பார்வை இருந்துள்ளது. இவர் இதைத் தேக்கப் பொருளியம் என்றும் ஓட்டப் பொருளியம் என்றும் பிரிக்கிறார். அதுமட்டுமல்ல, சூழலைக் கெடுக்காத வளர்ச்சி அமைதிக் கொடுக்கும். அவ்வாறு இல்லாமல் வரைமுறையற்று இயற்கை வளங்களைக் கொள்ளையடித்தால் முடிவற்ற போட்டி, குழப்பம் மற்றும் உலகப்போர்களுக்கே வழிவகுக்கும்.

சூமேக்கர் எழுதிய, சிறியதே அழகு (small is beautiful) என்ற நூலில் குமரப்பாவின் சிந்தனைகளை விளக்கியுள்ளார். ஆனால், அவர் புத்தவியப் பொருளியல் என்ற தலைப்பின்கீழ் குமரப்பாவின் கருத்துக்களைப் பேசியுள்ளார். குமரப்பாவைப் பொறுத்த அளவில் அவர் கிறித்தவராக இருந்தபோதிலும் தம்முடைய பொருளியல் கொள்கைகளில் எந்த மதத்தையும் முன்னிறுத்தவில்லை. உடலுக்குள் சரியான முறையில் எடுத்துக் கொள்ளப்படும் உணவு எவ்வாறு உடலை வளர்த்தெடுக்கின்றதோ அதேபோல வேலையின் தன்மையும் மதிக்கப்பட்டுச் செயல்படுத்தப்பட்டால் மிக உயரிய பயனைக் கொடுக்கும் என்று குமரப்பா விளக்குகிறார். மாந்தனிடத்தில் இருக்கும் விலங்குத்தன்மை அகன்று, உயிரியப் பண்புகளும் உச்சமட்ட உழைப்பின் பயன்களும் கிட்டும். பெரும்பாலான கருத்துக்களைக் குமரப்பாவிடம் இருந்து கையாளும் சூமேக்கர், அவரைத் தனது நூலின் ஒரே இடத்தில் மட்டும் குறிப்பிடுகிறார்.

குமரப்பா தனது பொருளியல் கோட்பாடுகளை விளக்க வரும்போது, ஐந்துவகையான மாதிரிகளை முன்வைக்கிறார்.

ஒட்டுண்ணிப் பொருளியம், கொள்ளைப் பொருளியம், முனைவுப் பொருளியம், கூட்டிணக்கப் பொருளியம், தொண்டுப் பொருளியம் என்று வரிசைப்படுத்தி, ஒவ்வொன்றின் தன்மைகளைக் குறிப்பிடுகிறார். உழைக்கும் மக்களிடம் இருந்து உறிஞ்சிக் கொழுக்கும் முறை முதல் வகையாகும். பல கொடுங்கோன்மை அரசுகள் இதைச் செய்து வந்தன. அதைப் போலவே கொள்ளைப் பொருளிய முறை மக்களிடம் கடும் வன்முறையைப் பயன்படுத்தி, அவர்களது உழைப்பைச் சுரண்டுவதாகும். இந்த இரண்டிலும் வன்முறை மிகக் கடுமையாக இருக்கும். முனைவுப் பொருளியம் என்பது சில சட்டதிட்டங்களுக்கு உட்பட்டு ‘யார் திறமையாளர்களோ’ அவர்கள் செல்வத்தைத் திரட்டிக் கொள்ளும் முறை. பல மக்களாட்சி நாடுகளில் இது நடைமுறையாக உள்ளது. கூட்டிணக்கப் பொருளியம் முற்றிலும் பகிர்வை அடிப்படையாகக் கொண்டது. தேனீக்கள் எவ்வாறு தனக்காக மட்டும் உழைக்காமல், தனது கூட்டமைப்பில் உள்ள யாவருக்காகவும் உழைக்கின்றது. பொதுவுடமைச் சிந்தனையாளர்கள் இம்மாதிரியான முறையையே கனவு கண்டார்கள். இறுதியாக உள்ளது பிறருக்காக உழைப்பது. தனது தேவைகளைக் குறைத்துக்கொள்வது. தன்னார்வ வறுமை இதன் அடிப்படை. பொதுவாகக் காந்தி தனது தேவைகளைப் பெரிதும் குறைத்துக் கொண்டார். இந்தியாவின் கடைசி ஏழைக்கு மின்சாரம் கிடைத்த பின்பே தனது குடிசைக்கு மின்சாரம் வர வேண்டும் என்றார். இந்த முறை மாந்தனின் பண்பாட்டு வளர்ச்சியை மிக உயர்ந்த சான்றாண்மையை அடிப்படையாகக் கொண்டது. வள்ளுவர் இதைச் செந்தண்மை என்று கூறுகிறார். உயர்ந்த விழுமியங்களை உள்ளடக்கியது. பொருளை உருவாக்குபவர்களுக்கும் நுகர்வோர்களுக்கும் இடையில் அறம் இருக்க வேண்டும். பட்டினப்பாலை என்ற சங்க இலக்கியம் ‘கொள்வதூஉ மிகைகொளாது கொடுப்பதூஉங் குறைகொடாது’ என்று தனது கருத்தைப் பதிவு செய்கிறது. இப்படிப்பட்ட அறத்தை, விழுமியத்தை வலிறுத்துகிறார் குமரப்பா. இன்று மிகப் பரவலாகப் பேசப்படும் உணவுத் தொலைவு (food mile) சூழலியல் மாசுபாட்டுக்குக் காரணமாக இருப்பதை அறிவியலாளர்கள் குறிப்பிடுகின்றனர். அதாவது, இந்தியாவில் விளைவிக்கப்படும் தேயிலை அமெரிக்காவிற்குக் கொண்டு செல்லப்படும்போது, அதற்காகச் செலவிடப்படும் எரிபொருள் மாசுபாட்டை உருவாக்கும்.

எனவே, அந்தந்தப் பகுதியில் விளைவிக்கப்படும் பொருள்கள் அங்கேயே நுகரப்பட வேண்டும். இந்தக் கருத்துக்கு முன்னோடி குமரப்பா அவர்களே என்றால் மிகையாகாது. உள்ளூர்மயம் என்பதை மிகவும் அழுத்தமாகப் பரிந்துரைக்கிறார் குமரப்பா. இன்றைய உலகமயம் என்ற பன்னாட்டு வணிகமயத்திற்கு மாற்றாக அவர் கூறிய உள்ளூர்மயம் (localisation) மிக இன்றியமையாதது.

நிலத்தைப் பொறுத்த அளவில் நீர், காற்றைப்போலப் பொதுவானதாக இருக்க வேண்டும் என்பது குமரப்பாவின் கருத்து. உழுபவர்களுக்கு நிலத்தை உரிமையாக்குவது இவரது அடிப்படை நோக்கமாக இருந்தது. இவரது தலைமையில் 1948ஆம் ஆண்டு அமைக்கப்பட்ட நிலச்சீர்திருத்தக் குழுவில் இவர் கொடுத்த பரிந்துரைகள் மிக முற்போக்கானவை. ஆனால், இவை முறையாக நிறைவேற்றப்படாதது குறித்து மிகுந்த மன வருத்தம் அடைந்தார். குத்தகை முறையை நீக்கி, உழுபவர்கள் நேரடியாக நிலத்தில் இருந்து கிடைக்கும் பயனைப் பெற வேண்டும். ஆனால், பல்வேறு மாநிலங்களில் காங்கிரஸ் கட்சி ஆட்சியில் இருந்தும் இதன் சாரம் நீர்த்துப்போகச் செய்து, உழுபவர்களின் கைகளுக்கு நிலம் போவது கைநழுவிப் போனது. குமரப்பாவை இந்தியாவின் முதல் நிதி அமைச்சராக ஆக்க வேண்டும் என்று காந்தி விரும்பினார், ஆனால், அது நடக்கவே இல்லை. கெடுவூழாகக் காந்தியின் மறைவு மிக வேகமாக 1948ஆம் ஆண்டிலேயே நடந்தேறிவிட்டது.

வேளாண்மையில் வேதி உரங்களின் வரைமுறையற்ற பயன்பாட்டை அன்றே எதிர்த்தார் குமரப்பா. இவரது மறைவுக்குப் பின்னர் வெளியான ராய்ச்சல் கார்சனின் ‘மௌன வசந்தம்’ பூச்சிக்கொல்லிகளின் தீமைகளை விரிவாகக் கூறியது. இவரது நூலகத் தொகுப்பில் ருடால்ஃப் ஸ்டெய்னரின் உயிரித்துணைமப் பண்ணையம் (Biodynamic Farming) பற்றி நூல் இருந்துள்ளது. உழவர்கள் தற்சார்பு உள்ளவர்களாக இருக்க வேண்டும் என்பதில் குமரப்பா அழுத்தமாக இருந்துள்ளார். உழவர்களின் கைகளில் வேதியுரங்களைக் கொடுப்பது அடிமுட்டாள்தனம் (sheer folly) என்று எழுதினார். (Gram Udyog Patrika, 9(9),9(10), September and October 1947)

வேளாண்மை என்பது தொழிற்சாலை மயப்படுத்தப்பட்டதன்று. அது வாழ்தொழில் முறையானது (Industry Vs Occupation) என்றார். உணவுப் பொருள் விளைச்சலில் அதிகம் கவனம் செலுத்துவது, மண்ணை மட்கு உரம், தொழுவுரம் இவற்றால்

செழிப்பூட்டுவது என்று வேளாண்மைக்கான திட்டத்தை முன்வைத்தார். அதுமட்டுமல்ல மக்களுக்கான ஊட்டம் மிக்க உணவை உருவாக்கக் கூடிய சாகுபடித் திட்டத்தைப் பரிந்துரைந்தார் என்பதைக் பார்க்கும்போது, அவரது நெடிய ஆழமான பார்வை வியக்க வைக்கிறது. இதை அவர் சமத்துவச் சாகுபடி (Balance cultiation) என்று குறிப்பிட்டார். குறிப்பிட்ட பகுதியில் உள்ள மக்களுக்கான தவசங்கள், பருப்புகள், காய்கறிகள், பால் இவற்றை உள்ளடக்கிய 2800 கலோரியைக் கொடுக்கும் வகையிலான சாகுபடியும் அவர்களுக்குத் தேவையான துணியைத் தரக்கூடிய அளவிலான பருத்தியும் விளைவிக்க வேண்டும் என்று விவரித்தார். அதுமட்டுமல்ல பண்ணையாளரின் விருப்பத்திற்கான சாகுபடிக்கு மாற்றாக உள்ளூர் மக்களின் தேவைக்கான சாகுபடியே வேண்டும் என்றார். கியூபாவில் முதலில் ஒட்டுமொத்தமாகக் கரும்பை விளைவித்ததும் பின்னர்க் கடும் நெருக்கடியைச் சந்தித்து இப்போது பரவல்மயப்படுத்தப்பட்ட ‘குமரப்பா பாணி’ வேளாண்மையில் ஈடுபட்டுச் சிக்கலில் இருந்து மீண்டதையும் நாம் அறிவோம். இவரது கணக்குப்படி ஆளொன்றிற்கு 14 செண்ட் பரப்பளவில் போதுமான உணவை விளைவித்துக் கொள்ள முடியும்.

பரவல்மயப்பட்ட பொருளாக்கமுறைதான் இந்தியாவிற்கு ஏற்றது என்பதை அறிவியல் வகையில் குமரப்பா விளக்கினார். செல்வம் = உழைப்பாளிகள் + முதலீடு, செல்வ வளம் உழைப்பாளிகளின் உழைப்பாலும் அதில் போடப்படும் முதலீடு கருவிகள் முதலிய இதர ஏதுக்களாலும் உருவாவது. இந்தியாவைப் பொறுத்த அளவில் உழைப்பாளிகள் அதிகம். ஆனால், எந்திரங்கள் குறைவு. எனவே, திட்டமிடும்போது அதிக அளவில் உழைப்பாளிகள் ஈடுபடுத்தப்படுவதாடு குறைந்த அளவு முதலீடும் எந்திரங்களும் பயன்படுத்தப்பட வேண்டும் என்றார். இன்று பல்லாயிரம் கோடிகளை முதலீடு செய்து சில ஆயிரம் பேர்களுக்கு வேலை தரும் போக்கு உள்ளது. அதற்காக அவர் பெரும்பாடுபட்டார். அனைத்திந்திய சிற்றூர்த் தொழில்கள் இணையத்தை (All India Village Industries Association) ஏற்படுத்தி அதில் செலயளராக இருந்து பணியாற்றினார். இதன் தலைவராகக் காந்தி இருந்தார். இதில் இவர் எண்ணற்ற ஆராய்ச்சிகளைச் செய்து பொருள்களை உருவாக்கினார். மராட்டிய மாநிலத்தில் உள்ள வார்தாவில் மகன்வாடி என்ற இடத்தில் அவரது ஆய்வுகள் நடந்தன. சேவாகிராம ஆசிரமத்தில் காந்திக்காகக் கட்டப்பட்ட வீட்டைவிடவும் மிக எளிமையாக குறைந்த விலையில் (அன்றைய மதிப்புப்படி 150 ரூபாயில்)

கட்டியுள்ள வீடு இன்றும் உள்ளது. மண்ணெண்ணைக்கு மாற்றாகத் தாவர எண்ணெயில் எரியும்படியான விளக்கு, எளிமையாக நெல் அரைக்கும் திரிகைகள், பந்துப்பொருத்திகள் (ball bearing) இணைக்கப்பட்ட மாட்டுவண்டி என்று எத்தனையோ கண்டு பிடிப்புகள். இதை அவர் தனது கிராம உத்யோக் பத்திரிகா இதழில் வெளியிட்டும் வந்தார். இவரது நூல்கள்யாவும் கையால் செய்யப்பட்ட தாளில் அச்சானது என்பதோடு இன்றைய தாள்களின் தரத்திற்குச் சற்றும் குறைவின்றி அவை இருந்தன என்பதைப் பார்த்தால் வியப்பு மேலிடுகிறது.

அயல்நாட்டுப் பொருள்களைப் புறக்கணிக்கும் போரில் அனைவரும் காந்தி அழைத்தார் என்பதோடு உள்நாட்டில் எந்திர ஆலைகளில் உருவான துணிகளையும் குமரப்பாவும் காந்தியும் மறுத்தார்கள். தற்சார்பிற்கான விளக்கமாக நமது உழைப்பும் விளைவிப்பும் நமது அண்டை மக்களுக்கு முதலில் பயன்படுமாறு இருக்க வேண்டும். அதிகத் தொலைவில் உள்ளவர்களுக்காக இருக்கக் கூடாது. அத்துடன் உள்ளூர்ப் பொருள்களை ஒதுக்கி, வெளிநாட்டுப் பொருள்களை வாங்குவது இந்தியாவின் வறுமைக்கானகாரணமாக இருந்தது. உள்ளூர்ப் பொருள்களை உருவாக்கவும் அவற்றைச் சந்தைப்படுத்தவும் முனையும்போது வறுமை நீங்குகிறது என்று தொலைநோக்குடன் சிந்தித்தார் குமரப்பா. இன்று அமெரிக்காவே தனது நாட்டு மக்களை உள்ளூர்த் தொழில்களுக்கு முதன்மை கொடுக்க முன்வந்ததைக் கவனிக்க வேண்டும். மூலப் பொருள்களை ஏற்றுமதி செய்யும் ஒவ்வொரு ஏற்றுமதியாளரும் அதனால் எண்ணற்ற உள்ளூர் மக்கள் வேலையிழப்பார்கள் என்பதைப் புரிந்துகொள்ள வேண்டும் என்று வலியுறுத்தினார்.

ஊரக மேம்பாட்டின் குறியீடு என்ன என்பதைக் குமரப்பா விளக்குகிறார்: ‘சாலைகள் அமைப்பதோ கிணறுகள் தோண்டுவதோ வேதியுரங்களை வழங்குவதோ அல்ல. திட்டங்களைச் செயல்படுத்துவதற்கு முன்பு சில ஏழை உழவர்களை அழைத்து அவர்களது விலா எலும்புகளை எண்ண வேண்டும். திட்டங்களைச் செயல்படுத்திய பின்னர், அவர்களை மீண்டும் அழைத்துப் பரிசோதிக்கையில், அவர்களின் விலா எலும்புகளை மூடும்படியான சதை வளர்ந்து இருக்குமேயானால் அதுதான் திட்டத்தின் உண்மையான வெற்றி’.

இங்கிலாந்தின் அரசியல் முற்றாளுமையில் (imperialism) இருந்து விடுபட்டு, அமெரிக்கப் பண முற்றாளுமைக்குள் இந்தியா

விழுந்து விடலாகாது குமரப்பா மிகத் தெளிவாக எச்சரித்தார். ஆனால், நேருவின் விருப்பங்களும் அணுகுமுறைகளும் இந்தியாவை முழுமையாக அமெரிக்கப் பொருளியல் முற்றாளுமைக்குள் தள்ளிவிட்டது. அது இன்னும் தொடர்கதையாகி வருகிறது. இந்தியா மட்டுமல்லாது கொரியா, சீனா, ஈராக் போன்ற நாடுகளின்மீது பல்வேறு வகையில் அவற்றின் உள்ளார்ந்த வளர்ச்சியைத் தடுக்கும்பொருட்டுப் போர், உதவி, தொண்டு என்று தலையிட்டு வருவதை 1953ஆம் ஆண்டிலேயே உத்யோக் பத்திரிகாவில் எழுதினார். சோவியத் நாட்டுடன்தான் இந்தியாவிற்கு நட்புறவு உண்டு என்று கருதியபோது அமெரிக்காவுடன் நேரு அரசாங்கம் கொண்டிருந்த 'நட்பைப் போட்டு உடைத்தார் குமரப்பா' என்றே கூற வேண்டும். குறிப்பாக உணவு தவசங்களையும், நிதியையும் கொடுத்துத் தனது ஆளுமையைத் திணித்தது அமெரிக்கா. அதன் விளைவாகவே இந்திய உழவர்களை ஓட்டாண்டியாக்கிய பசுமைப் புரட்சி இந்தியாவினுள் நுழைந்தது. இந்தியாவில் 'சிவப்புக் காய்ச்சல்' வந்துவிடக் கூடாது என்று போலியாக அச்சுறுத்தி, அன்றைய இந்தியாவிற்கான அமெரிக்கத் தூதரான செஸ்டர் பவுலசு மூலம் பரப்புரைகள் நடந்தன. அதன் பின்னணியில் இந்தியாவிற்கு 'உதவி'யாக ஒரு பெரும்பேராயிரம் டாலர்கள் (பில்லியன் - 100 கோடி) கொடுக்கப்பட்டன. இதைக் குமரப்பா இந்தியாவின் கழுத்தில் அமெரிக்கா மாட்டும் சுருக்குக் கயிறு என்றே எழுதினார். நேரு சோவியத்தின் நண்பர் அமெரிக்காவின் எதிர்ப்பாளர் என்று எண்ணிக்கொண்டிருக்கும் அறிவாணர்களுக்கு அது சற்று அதிர்ச்சி தரும் தகவலாக இருக்கக்கூடும். அதிக உணவுப்பயிர் வளர்ச்சி (Grow-More-Food) என்ற பெயரில் ஆல்பெர்ட் மேயர் என்ற அமெரிக்கரைக் கொண்ட திட்டத்தை நேரு அனுமதித்தது குமரப்பாவிற்கு மிகுந்த வேதனையைக் கொடுத்தது. இத்திட்டம் 1948-52ஆம் ஆண்டளவில் உத்திரபிரதேச எடாவா என்ற இடத்தில் செயல்படுத்தப்பட்டது. ஏற்கனவே, மிகச் தெளிவாக இந்திய ஊரகப் பகுதிகளுக்கானதிட்டங்கள் காந்தியப் பொருளியல் முறையில் தீட்டப்பட்டு இருந்தன. இதற்காகக் குமரப்பா கடுமையாக உழைத்து, மக்களின் உண்மையான நிலைமைகள் என்ன என்பது பற்றிய தரவுகள் திரட்டி உருவாக்கி இருந்தார். ஆனால், அதற்கு மாற்றாக அமெரிக்கப் பொறியாளர் ஒருவரைக் கொண்டு சமுதாய மேம்பாட்டுத் திட்டத்தை முன்மொழிந்ததை குமரப்பாவால் ஏற்றுக் கொள்ள முடியவில்லை. அமெரிக்க 'வல்லுநர்'களின் வருகையால் இந்தியா தனது தற்சார்பான வளர்ச்சியை இழந்ததோடுத்

தம் சிக்கல்களைத் தானே தீர்த்துக்கொள்ளும் திறனையும் இழந்துவிட்டதை வேதனையுடன் குறிப்பிட்டார். (*Gram Udyog Patrika*, 14(9), September 1952).

அவர் அச்சப்பட்டதுபோலவே நடந்தது. முதல் மூன்று ஐந்தாண்டுத் திட்டங்களில் சமுதாய மேம்பாட்டிற்காக 15% குறைவாகவே செலவிடப்பட்டது. குமரப்பாவினால் வளர்த்தெடுக்கப்பட்ட அனைத்திந்திய சிற்றூர்த் தொழில்கள் இணையமும் நூற்போர் இணையமும் அரசாங்கத்தினால் 'எடுத்துக்கொள்ளப்பட்டது'. குமரப்பா கிட்டத்தட்ட ஒரு வெளியாள் போலவே ஆக்கப்பட்டுவிட்டார். ஒருமுறை புதியதாக உருவாக்கப்பட்ட அனைத்திந்திய காதி மற்றும் சிற்றூர்த் தொழில்கள் கூட்டத்தில் கலந்து கொள்ளச் சென்றிருந்தார். அப்போது அங்கே ஃபேபர் கம்பெனியின் பென்சில் கொடுக்கப்பட்டது. அதைத் தூக்கி எறிந்து, பெருந்தொழிற் சாலையில் உருவாக்கப்பட்டு வெளிநாட்டில் இருந்து தருவிக்கப்பட்ட அப்பொருளைப் பயன்படுத்துவதைப் பற்றிச் சினத்துடன் பேசினார். அப்போதைய அமைச்சர் அரேகிருஷ்ணா மகதாப், 'நீங்கள் சொல்வது சரிதான். ஆனால், அரசாங்கம் இதைத்தானே விரும்புகிறது. நீங்கள் வேண்டு மென்றால் தெருக்களில் கறுப்புக்கொடியுடன் ஊர்வலம் போங்கள்' என்றார். நேரு மற்றும் அவரது உடன் ஆட்சியாளர்களின் அணுகுமுறை குமரப்பாவிற்குப் பெரும் அதிர்சியையும் வருத்தத்தையும் அளித்தது. 'எனது பழைய தோழர்கள் இன்று (விடுதலைக்குப் பிறகு) அரசாங்கத்தையும் தில்லி அரண்மனைகளையும் எடுத்துக் கொண்டுள்ளார்கள். அதைப் பெருமைப்படுத்துவதிலும், கொண்டாடுவதிலும் ஈடுபட்டுள்ளார்கள். விரக்தியும் வேதனையுமே மிஞ்சுகிறது' என்று எழுதினார். நேரு ஒரு அரசரைப் போலவே வாழ்ந்தார். இந்திய அரசின் கொழுத்த அதிகாரத்தைச் சுவைப்பதில் மகிழ்ந்தார் என்று கூடச் சொல்லலாம். ஏனெனில், காந்தியின் கனவான அதிகாரப் பரவலைச் சற்றேனும் செய்யவில்லை. நடுவப்படுத்தப்பட்ட பெருந்தொழில்களுக்கே முதன்மை கொடுத்தார். ஏற்கனவே கூறியதுபோலச் சோசலிச விரும்பியாகக்காட்டிக் கொண்டேஅமெரிக்காவின் திட்டங்களுக்குச் சிவப்புக் கம்பளம் விரித்தார். அதன் தொடர்ச்சியாக இந்திராகாந்தி,ராசீவ் காந்தி, மன்மோகன் என்று விரிவாகி வந்துள்ளது. 1950 முதல் 1966ஆம் ஆண்டுக்கால இடைவெளியில் நுகர்வுப் பொருள்களின் ஆக்கம் 68 விழுக்காட்டில் இருந்து 34 விழுக்காடாக விழுந்தது. அதுமட்டுமல்லாது அந்தக் காலகட்டத்தில்

இந்தியாவின் கடன் சுமை ரூ. 3200 லட்சம் கோடியில் இருந்து ரூ. 603000 லட்சம் கோடியாக உயர்ந்தது.

முதலாளியமுறைப் பொருளாக்கமும் பொதுவுடமைமுறைப் பொருளாக்கமும் ஒருவகையாகவே உள்ளதாகக் குமரப்பா கருதினார். தனிமுதலாளிகளின் கட்டுப்பாட்டில் பெருந்தொழில்கள் இயங்குவதைப் போலவே பொதுவுடமை அரசிலும் நடுவப்படுத்தப் பட்டகட்டுப்பாட்டில் பெருந்தொழில்கள் அமைந்துள்ளதைச் சுட்டிக்காட்டினார். குறிப்பாகச் சோவியத் நாட்டின் பொருளியல்முறையை திறனாய்வுக்குள்ளாக்கினார். அங்குச் சில கட்சித்தலைவர்களிடம் மட்டும் அதிகாரம் குவிவதைச்சுட்டிக் காட்டினார். அதன் விளைவாகவே சோவியத் நாடு வீழ்ந்ததை அறிய முடிகிறது. 1950களில் குமரப்பா சீனாவிற்கும் சோவியத் ருசியாவிற்கும் சென்று வந்தார். அது பற்றித் தொடர்ச்சியான கட்டுரைகளை எழுதினார். அந்நாடுகளில் எழுந்து வரும் தற்சார்பு உணர்வுகளைப் பெருமையுடன் பதிவு செய்தார். சோவியத்தில் உள்ள பொதுவுடமையைத் தாண்டிய ‘உண்மையான பொதுவுடமை’ வர வேண்டும் என்று எழுதினார். இதனால் இவரைக் ‘கம்யூனிஸ்ட்’ என்றும் கூறினார்கள்.

தமிழகத்தில் மதுரை மாவட்டம் தே.கல்லுப்பட்டியில் தம் கடைசி நாட்களில் பணியாற்றினார். தொடர்ந்து பயிற்சி வகுப்புகள், கூட்டங்கள் என்று சோர்ந்துவிடாது பணியாற்றினார். அவரின் தம்பி பரதன் குமரப்பாவின் மறைவும் இந்திய அரசியலின் போக்கும் அவரது உடல்நிலையில் கடும் தாக்கத்தை ஏற்படுத்தியது. கடுமையான இரத்த அழுத்த நோயால் துன்பமுற்றார். புதிய உலகிற்கான மாற்றுப் பொருளியலை முன்வைத்ததோடு மட்டுமல்லாமல், அதை நடைமுறைப்படுத்தியும் காட்டிய இந்தப் பேரறிஞர் தான் பிறந்த தமிழ் மண்ணில் பெரிதும் ஆரவாரமின்றி 1960ஆம் ஆண்டு சனவரி 30ஆம் நாள் தனது தலைவரான காந்தி சுட்டுக்கொல்லப்பட்ட அதே நாளில் மறைந்தார்.

- பாமயன்

நிலைத்த பொருளாதாரம்
முன்னுரை

எது நிலைத்தது? எது நிலையில்லாதது?

நிலைத்தது என்று சொல்வதற்கு கடவுளைத் தவிர வேறு ஒன்றும் இல்லை. அவர் ஒருவர் தான் ஆரம்பமும், முடிவும் இல்லாதவர். மனித அறிவு ஒரு வரம்பிற்கு உட்பட்டதால் அதனால் என்றும் நிலைத்திருக்கும் ஒரு பொருளை முழுவதுமாக உணர்ந்துகொள்ளமுடியாது. அத்தகைய ஒரு கோட்பாடு காலத்தையும், இடத்தையும் கடந்துள்ள நிலையைக் குறிக்கின்றது. கடவுளின் சட்டங்கள், சத்தியம், அன்பு இவையெல்லாம் மாறுதல் இல்லாத முழுமையான பொருட்களாகும்.

காலத்திற்கும் இடத்திற்கும் உட்பட்டு நிலைத்த பொருள் என்று ஒன்றும் இல்லை. எல்லாமே எங்கோ ஆரம்பித்து எங்கோ முடிகின்றது. இவ்விரண்டு கணத்திற்கும் இடைப்பட்ட காலமும் மாறுபடுகின்றது. சிலவற்றில் இக்காலம் குறைவாக இருக்கும். வேறு சிலவற்றில் அதிகமாக இருக்கும். ஒரு பூ காலையில் மலர்கின்றது; மாலைக்குள் வாடி வதங்கிப்போய்விடுகிறது. அதனுடைய வாழ்க்கையே ஒரு சில மணி நேரம்தான். மாறாகக் கடல் ஆமைகள் நூற்றுக்கணக்கான ஆண்டுகள் உயிர் வாழ்கின்றன. பிரபஞ்சத்தின் காலத்தைக் கணக்கிடுவது என்றால் இலட்சக்கணக்கான ஆண்டுகள் கொண்ட ஒரு அளவுகோல் தேவைப்படுகிறது. பூவோடு ஒப்பிட்டால் கடல் ஆமை வெகு நீண்ட வாழ்க்கை உடையதாகவும் உலகம் நிலைத்ததாகவும் தோன்றுகிறது. இதெல்லாம் ஒன்றையொன்று சார்ந்து ஒப்பிடுவதைப் பொறுத்துள்ளது.

இயற்கை (கடவுள் என்பதற்கு மாற்றாக இதைக் கொள்ளாவிடில்) காலத்தாலும் இடத்தாலும் வரையறுக்கப்பட்டுள்ளது. மிக மிகத் தொன்மையான காலத்தில் அது உருப்பெற்றது; எதிர்காலத்தில் எப்பொழுதாவது அது முடிவடையும். தனி மனித வாழ்க்கை நூறு ஆண்டுகள் எய்துவது அரிதாக உள்ளது. ஆனால், இயற்கையின் வாழ்க்கையை அளவிட மிகமிகப் பெரிய அலகு தேவையாக உள்ளது. எனவே, நிலைத்த இயற்கையுடன் ஒப்பிடும்போது மனித வாழ்வு நிலையற்றது எனக்கூறலாம். இந்த ஒப்பீட்டு நோக்கும் பொருளிலேயே நாம் "நிலைத்த பொருளாதாரத்தைப்" பற்றிக் கூறப்போகிறோம்.

உள்ளே...

1. இயற்கை 27
2. இயற்கையில் உழைப்பும் ஊதியமும் 29
3. இயற்கையில் உள்ள வெவ்வேறு வகையான
   பொருளாதாரங்கள் 32
4. தனி மனிதன் 35
5. சுதந்திரம் 39
6. மனித வளர்ச்சியில் பல்வேறு கட்டங்கள் 46
7. மதிப்புகளின் அளவுகோல் 58
8. மதிப்பீடு 68
9. வாழ்க்கையும், வாழும் வகையும்
   உயிரோடு இருத்தலும் 81
10. வாழ்க்கைத் தரங்கள் 103
11. வேலை 123
12. உழைப்பைப் பங்கீடு செய்தல் 131
13. முடிவுரை 147
14. திட்டமிடுதல் 149
15. காந்தியப் பொருளாதாரப்
    பேராசிரியர் டாக்டர். ஜே.சி. குமரப்பா
    (1892-1960 நூற்றாண்டு அஞ்சலி) 151
16. காந்தியச் சிந்தனைகள் 165

இயற்கை

இயற்கையில் உயிரற்றும், வளர்ச்சியும், பெருக்கமும் இல்லாத பல பொருட்களை நாம் காணலாம். நமது தொடர்ந்த உபயோகத்தால் அவை படிப்படியாகக் குறைந்து பின் ஒரு காலத்தில் முற்றிலுமாக மறைந்து விடுகின்றன. நிலக்கரி, பெட்ரோலியம், இரும்பு, செம்பு, தங்கம் போன்ற உலோகத் தாதுக்கள் ஒரு குறிப்பிட்ட அளவிலேயே இருப்பதால் இவற்றை நிலையற்றவை எனக் கூறலாம். ஆனால், ஒரு ஆற்றிலே ஓடுகின்ற தண்ணீரையோ அல்லது காட்டில் தொடர்ந்து வளர்கின்ற மரங்களையோ நிலைத்தவை எனக் கருதலாம். ஏனெனில், நீரோட்டத்தை மட்டுமோ அல்லது ஆண்டுக்காண்டு அதிகரிக்கும் வளர்ச்சியை மட்டுமோ நாம் பயன்படுத்தினால் இவை தொடர்ந்து நமக்குப் பயனளித்துக் கொண்டிருக்கும்.

உயிரின வாழ்க்கை தொடர்ந்து நடைபெற இயற்கையின் வெவ்வேறு கூறுகள் ஒன்றுக்கொன்று நெருங்கி ஒத்துழைத்து மீண்டும் மீண்டும் தொடர்ந்து வரக்கூடிய ஒரு வாழ்க்கைச் சூழலை உருவாக்குகின்றன. இந்த வாழ்க்கைச் சூழல்தான் இயற்கையின் நிலைத்த தன்மைக்குக் காரணம். தாய்ச்செடியில் இருந்து ஒரு தானிய மணி தரையில் விழுகின்றது. அது நிலத்தில் வேர்கள் விட்டு இவ்வேர்கள் மூலம் ஈரப்பசை, சூரிய வெப்பம் இவற்றின் துணையோடு தேவையான ஊட்டச்சத்தைப் பெறுகின்றது. பின் அது முளைவிட்டுச் செடியாகிறது. பின் செடியிலிருந்து இலைகள் தோன்றி,

முன்பு நிலத்தில் வேர்கள் செய்தது போல், காற்றிலிருந்தும் ஒளியிலிருந்தும் தேவையான ஊட்டச்சத்தைச் சேகரிக்கின்றன. செடியிலிருந்து ஒரு சில இலைகள் வாடி நிலத்தில் விழும்போது அவை நிலத்தோடு மக்கித் தாய்ச்செடி முன்பு நிலத்திலிருந்தும், காற்றிலிருந்தும், வெளிச்சத்திலிருந்தும் எந்தச் சத்தைப் பெற்றதோ, அந்தச் சத்தாக மாறுகின்றது. இது அடுத்த தலைமுறைச் செடிகளை வளர்க்க உதவுகின்றது. இச்செடிகளின் பூக்களிலிருந்து தேன் எடுக்கும் தேனீக்கள், தங்கள் தன்னலத்திற்கென்றே இதைச் செய்தாலும், அதே நேரத்தில் இப்பூக்களைக் கருக்கொள்ளச் செய்கின்றன. இவ்வாறு, கருவுற்றபின் கிடைக்கும் தானிய மணி மீண்டும் அடுத்த தலைமுறை உருவாக ஆதாரம் ஆகிறது. சரியான பருவம் வந்தவுடன், இந்த மணி நிலத்தில் மீண்டும் விழுகின்றது. இந்த நிலம், முந்தைய தலைமுறைச் செடிகளின் விழுந்த இலைகளால் ஏற்கனவே, வளம் பெற்றுள்ளதால், கீழே விழுந்த மணி உயிர் பெற்று மீண்டும் முளைக்கின்றது. இப்படியாக மீண்டும் ஒரு புதிய வாழ்க்கைச் சக்கரம் சுழலத் தொடங்குகிறது. இயற்கையின் இந்தச் சுழற்சிக்குத் தடையேதும் ஏற்படாவிடில் உயிர் வாழ்க்கை முடிவில்லாமல் தொடர்ந்து, இயற்கையை நிலைத்த தன்மை உடையதாக ஆக்குகிறது.

~

இயற்கையில் உழைப்பும் ஊதியமும்

இயற்கையில் உழைப்பு என்பது வாழ்க்கைச் சூழலை முழுமையடையச் செய்ய, இயற்கையில் உள்ள புலனறிவு பெற்றதும், புலனறிவில்லாததுமான பல்வேறு கூறுகளின் முயற்சியாகும். இந்த வாழ்க்கைச் சூழல், தெரிந்தோ தெரியாமலோ எப்பொழுதாவது தடை செய்யப்பட்டால் வன்முறையே விளையும். வன்முறை இவ்வாறு குறுக்கிடும்போது வளர்ச்சியும் முன்னேற்றமும் தடைப்பட்டு, வீணாகி, இறுதியில் அழிவே எஞ்சி நிற்கும். இயற்கை சிறிதும் இரக்கமற்றது; கடுமையானது. நமது தன்னலமும், தற்காப்பும் இயற்கையின் நிலைத்த தன்மையைப் பேணிப் பாதுகாக்க வேண்டும் என வற்புறுத்திக் கோருகின்றன. அவ்வாறு பாதுகாத்திட வன்முறையைக் கைவிட்டு இயற்கையோடு இணைந்து ஒத்துழைத்து அதன் வாழ்க்கைச் சுழலில் குறுக்கிடாமல் இருப்பதே ஏற்றதாகும்.

புலனறிவுள்ள பிராணிகளும் அவை உயிர்வாழ வேண்டுமானால் இத்தகைய கட்டுப்பாட்டுக்கு உட்பட்டே தங்களது வாழ்க்கையை அமைத்துக்கொள்ள வேண்டும். ஒரு மண்புழு நிலத்தில் தன்னுடைய இயக்கத்தால் மண்ணைத் தளர்த்தி, அதைக் காற்றையும் ஏற்கும்படி செய்கின்றது. தாவரப் பொருளை உள்ளடக்கிய மண்ணை அது உண்ணும்போது அதிலுள்ள பலவித உட்பொருட்களைத் தனது வயிற்றில் நன்றாகக் கலந்து ஊட்டச்சத்து மிகுந்த மண்ணை வெளியே தள்ளுகிறது. இவ்வாறு, வெளியேற்றப்பட்ட மண்ணிலிருந்து

தங்களுக்குத் தேவையான ஊட்டச்சத்தைச் செடிகள் எளிதில் பெறுகின்றன. மண், செடி, உயிர் வாழ்க்கை இவற்றுக்கிடையில் உள்ள முக்கியமான கூட்டுறவுக்குச் செடியில் உள்ள மலர்களைக் கருவுறச் செய்யும் தேனீக்கள் போல், மண்புழுவும் ஓர் எடுத்துக் காட்டாகும்.

இவ்வாறு செய்த தேவைக்காக, உழைத்த உயிரினங்களுக்கு உணவு வழங்கப்படுகின்றது. நீர், நிலம் மற்றும் காற்றில் உள்ள புலனறிவு பெற்ற மற்றும் பெறாத பல்வேறு கூறுகளுக்கிடையே ஒருங்கிணைப்பையும், ஒத்துழைப்பையும் அடைவதற்காகத் தான் பெற்ற ஒவ்வொரு உதவிக்கும் கைம்மாறாக, இயற்கை இந்த உயிரினங்களுக்கு உணவையும் ஊட்டச்சத்தையும் நியாயமான ஊதியமாக அளிக்கிறது.

தாவர உலகில் உயிர் வாழ்க்கை ஒரே இடத்தில் உள்ளது. இருக்கும் இடம் விட்டு வேறு இடத்திற்குச் செல்லும் இயக்கம் அங்கில்லை. செடியிலிருந்து தானாக உதிரும் விதைகள் நேராகக் கீழேதான் விழ வேண்டும்; தாய்ச்செடிக்கு அருகில்தான் விழ வேண்டும். எல்லா விதைகளும் நேராகக் கீழே விழுந்து தாய்ச்செடிக்கு அருகில் முளைவிட்டால், அது மூச்சுவிடக் கூட முடியாதபடி நெருக்கடியை ஏற்படுத்தும். எனவே, அவற்றைத் தொலைதூரத்திற்குக் கொண்டு செல்வது அவசியம். இதைச் செய்ய இயற்கை, பறவைகளையும் மிருகங்களையும் இந்தப் பணியில் ஈடுபடுத்துகிறது. இடம் விட்டு இடம் செல்லும் உயிரினங்கள் ஒரு தனிப் (விசேஷப்) பணியைச் செய்கின்றன. ஒரு செடியில் உள்ள பழத்தை ஒரு பறவை சாப்பிட்டு அதன் விதையைப் பல மைல்களுக்கு அப்பால் வெளியேற்றலாம். இவ்வாறு, அது செய்வது தன்னுடைய கட்டாயத்திற்கு உட்பட்டு செய்யவில்லை. தன்னுடைய பசியைத் தீர்ப்பதற்கு அது உண்கின்றது. இவ்வாறு, தன்னுடைய அடிப்படைப் பணியைச் செய்யும் போது அது வாழ்க்கைச் சூழலில் தனக்குரிய பங்கையும் செய்து முடிக்கின்றது. இவ்வாறு, இயற்கையானது தன்னுடைய எல்லாவிதக் கூறுகளையும் ஈடுபடுத்தி அவற்றின் ஒத்துழைப்பை உறுதி செய்கின்றது. ஒவ்வொரு கூறும் தனக்கென உழைக்கும்போதே மற்றவற்றிற்கும் உதவுகின்றது. இயங்கக் கூடியவை, இயங்காதவற்றிற்கும், புலனறிவு பெற்றவை அவ்வறிவு இல்லாததற்கும் உதவுகின்றன. எனவே, இயற்கையின் எல்லாக் கூறுகளும் ஒரு பொதுக் குறிக்கோளுக்காக ஒன்றுடன் ஒன்று சங்கிலி போல் தொடர்பு கொண்டுள்ளன. இயற்கை தனக்காகவே

இயங்குகிறது. வன்முறை தலைதூக்கி இந்தச் சங்கிலியைத் துண்டிக்காமல் இந்த இயக்கம் இசைந்து தொடர்ந்தால் நிலைத்த பொருளதாரம் உருவாகின்றது.

~

இயற்கையில் உள்ள வெவ்வேறு வகையான பொருளாதாரங்கள்

வாழ்க்கையின் எல்லாப் படிமங்களிலும் வெவ்வேறு கூறுகளுக்கிடையில் மேற்கூறியபடி வன்முறையற்ற முழு ஒத்துழைப்பு இருப்பதில்லை. இயற்கையின் சில கூறுகள், படிப்படியாக வெவ்வேறு நிலைகளைக் கடந்து சென்று, தங்களுக்குத் தேவையான வாழ்க்கை ஆதாரங்களை நீர், நிலம், காற்று ஆகியவற்றிலிருந்து பெற்றுக்கொள்வதைத் தவிர்த்து, குறுக்கு வழியில் பலன் அடையத் தங்களது சக உயிரினங்களையே இரையாக்கிக் கொள்கின்றன. இங்கும் வன்முறைக் குறுக்கிட்டு அழிவிற்கு வழிகோலுகிறது.

புல்லுருவிப் பொருளாதாரம்

சில செடிகள் மற்றவை மேலேயே வாழ்ந்து புல்லுருவிகள் ஆகின்றன. புல்லுருவிகள் மூலச் செடிக்குத் தேவையான ஊட்டச்சத்தை உறிஞ்சி விடுவதால் செடியின் வெவ்வேறு பாகங்கள் ஊட்டம் பெறாமல், அச்செடி மடிந்துவிடுகின்றது. இது வன்முறைக்கும், அழிவிற்கும் இட்டுச் செல்கிறது. மிருகங்களில் ஆடு, புல்லைத் தின்று தண்ணீரைக் குடித்து வன்முறையின்றி வாழ்கின்றது. ஆனால் புலி, இயற்கையின் வழியைக் குறுக்குப் பாதையில் கடந்து, ஆட்டையே தனக்கு இரையாகக் கொள்கிறது. வன்முறையை உருவாக்கித், தனது வாழ்க்கைக்கு அதையே அடிப்படையாக ஆக்கிக் கொண்டுவிடுகின்றது. புலியின் வாழ்க்கையில் வன்முறை ஒரு இன்றியமையாத பகுதி ஆகிவிடுகின்றது.

கொள்ளைப் பொருளாதாரம்

இயற்கையில், ஒரு கூறு தான் மட்டுமே பயனடைந்து மற்றொரு கூறுக்கு எந்தவொரு பயனையும் அளிக்காவிட்டால், அந்தக் கூறினை நாம் கொள்ளையடிக்கும் தன்மை வாய்ந்தது என்றே கருத வேண்டும். மாந்தோப்பிலே நுழையும் குரங்கொன்று அந்தத் தோப்பு உருவாவதற்கெனக், குழி தோண்டியோ, செடி நட்டோ அல்லது தண்ணீர் விட்டோ, எந்த வகையிலும் உழைக்காமல் மரங்களின் பழங்களை அனுபவிக்கின்றது. தன் உழைப்பின் பங்காக ஒன்றையும் அளிக்காமல் தன் நலத்திற்காக அவ்வாறு செய்கிறது. இத்தகைய பொருளாதாரம் முந்தைய வகைப் பொருளாதாரத்தைவிட வன்முறையில் குறைந்திருக்கலாம்; ஆயினும் இதுவும் அழிவிற்கே அடிகோலுகிறது.

துணிவும் முயற்சியும் கொண்ட பொருளாதாரம்

சில உயிரினங்கள் தமக்கு வேண்டியவற்றை எடுத்துக் கொள்ளும் பொழுது, யாரிடமிருந்து அதை எடுத்துக் கொள்கின்றதோ, அவற்றிற்குக் கைம்மாறாக ஏதாவது தொண்டாற்றித் தங்களுக்குத் தேவையானவற்றைத் தங்களுடைய உழைப்பின் மூலம் பெற்றுக் கொள்கின்றன. தேனீக்களை எடுத்துக் கொண்டால் அவை பூக்களைக் கருவுறச் செய்கின்றன. அவ்வாறு செய்யும்போது பூவிலுள்ள மகரந்தத்தைச் சேகரித்தும், உட்கொண்ட தேனை தம்முடைய உடலிலிருந்து வெளியாகும் மெழுகினாலும் தம்முடைய உழைப்பாலும் கட்டப்படுகின்ற தேன் அடைகளில் சேகரிக்கின்றன. இப்பிராணிகள் புல்லுருவிகள் அல்ல; ஏனெனில் யாரிடமிருந்து அவை பயன்பெறுகின்றனவோ அவற்றிற்கு இவை உதவி செய்கின்றன. அவைகளை ஒழிக்கவில்லை. இவைகளைக் கொள்ளையிடுவோர் என்றும் சொல்ல முடியாது. ஏனெனில், தங்களுக்குத் தேவையானவற்றை எடுத்துக் கொள்ளும்போது இவைகள் தங்கள் பங்காக உதவியளிக்கின்றன. மேலும், தங்களது உழைப்பாலேயே இவை பயன்பெறுகின்றன. இந்த உழைப்பை இவைகள் உணராமல் இருக்கலாம். தேனீக்கள் சுறுசுறுப்பான ஆக்கப்பூர்வமான இயற்கைக் கூறுகள்.

இணைந்து வாழும் பொருளாதாரம்

தேனீக்கள் தங்களுடைய தனித்தனிச் சொந்த இலாபத்திற்கு என்று உழைக்காமல் முழுக் கூட்டத்தின் பொது நலனுக்கென்றே

உழைக்கின்றன. தன் நலத்திலிருந்து விடுபட்டுக் குழு நலத்திற்கென்று உழைப்பதையும், தற்சமயத் தேவைகளை உடனே நிறைவேற்றிக்கொள்ள வேண்டும் என்ற உந்துதலில் இருந்து மாறுபட்டு, எதிர்காலத் தேவைகளுக்குத் திட்டமிடுவதையும் இங்கே காணலாம்.

சேவைப் பொருளாதாரம்

இயற்கையில் உள்ள பல்வேறு வகைப் பொருளாதாரத்தில் மிகவும் உயர்ந்தது சேவையின் அடிப்படையில் உள்ள பொருளாதாரம் ஆகும். தாய்ப்பறவைக்கும் அதன் குஞ்சுகளுக்கும் இடையில் உள்ள உறவில் இதைத் தெளிவாகக் காணலாம். தம் குஞ்சுகளுக்கென இரை தேடத் தாய்ப்பறவை காடெங்கும் திரியும். எதிரிகளிடமிருந்து தன் குஞ்சுகளைக் காப்பாற்ற தனது உயிரையும் பணயம் வைக்கும். தனது உடனடித் தேவைக்காகவோ அல்லது எதிர்காலத் தேவைக்காகவோ அது இவ்விதம் செய்யவில்லை. எந்தவிதப் பிரதிபலனையும் எதிர்பார்க்காமல் தனது அடுத்த தலைமுறைக்காகவும் இனி வருகின்ற தலைமுறைகளுக்காகவும் அது தனது பணியைச் செய்கின்றது. துளியும் சொந்த லாபம் கருதாமல் தாய்ப்பாசத்தால் அது தனது பங்கைச் செய்கின்றது. வன்முறை இல்லாத நிலைத்த பொருளாதாரத்திற்கு நெருங்கிய ஒரு எடுத்துக்காட்டு என்றால் இதைத்தான் கூற வேண்டும். மேற்கண்ட வெவ்வேறு வகையான பொருளாதாரங்கள் வன்முறையற்ற நிலைத்த தன்மையின் அடிப்படையில் ஏறுமுகமாகச் சுட்டிக்காட்டப்பட்டுள்ளன. மேற்கண்ட ஐந்து எளிய சுலபமான வகைகளிலிருந்து வெவ்வேறு சேர்க்கையால் சிக்கலான பொருளாதார வகைகளை நாம் உருவாக்க முடியும்.

~

தனி மனிதன்

மனிதனும் அவனது விருப்பப்படி செயலாற்றும் சுதந்திரமும்

நமது ஆராய்ச்சியைத் தொடர இயற்கையிலுள்ள இதரக் கூறுகளின் பொருளாதார வாழ்க்கையைத் தேடிப்போக வேண்டாம்; மிருக இனத்தில் உள்ள ஒரே ஒரு பிராணியை மட்டும் எடுத்துக் கொண்டால் போதும். அந்தப் பிராணி மனிதன் தான். அவனுக்குத்தான் சீராகத் தொடர்ந்து வரும் இயற்கையின் இயக்கத்தை ஆக்கவோ அல்லது அழிக்கவோ சக்தி இருக்கிறது. இயற்கை மிகவும் வலிமை உள்ளது தான்; மனிதனுக்கு எதிராக அது எளிதில் இயங்க முடியும்; இறுதியில் அது தன்னுடைய விருப்பப்படியே இயங்கும். இருந்த போதிலும் சில சமயங்களில் மனிதனது குறுக்கீடு இயற்கையின் சீரான இயக்கத்தைத் தடைப்படுத்துகிறது. தற்சமயம் மூண்டிருக்கும் உலகப் போரை இதற்கு எடுத்துக்காட்டாகக் கூறலாம். மேலும், நுணுக்கமான ஆராய்ச்சியின்மூலம், இயற்கையோடு வெற்றிகரமாக ஒத்துழைக்க என்ன வழிமுறைகள் தேவை என்று கண்டறிய முடியும். இவ்வாறு செய்தால், தேவையற்ற வன்முறையை ஒதுக்கிவிட்டு, நிலைத்த பொருளாதாரத்தை அடைய முடியாவிட்டாலும் அதை அடைவதற்கான வழியில் சென்று எல்லோருக்கும் மகிழ்ச்சியான வாழ்க்கை கிடைக்க உதவி செய்யலாம்.

ஏனைய பிராணிகள் இயற்கையின் விதிகளுக்குக் கண்டிப்பாகக் கட்டுப்பட்டே ஆகவேண்டும். தங்களுடைய விருப்பம்போல் செயலாற்றும் சுதந்திரம் அவைகளுக்கு இல்லை. அவைகள் தங்களது உணர்ச்சிகளின் ஆணைக்குக்கட்டுப்பட்டே இயங்குகின்றன. இவ்வுணர்ச்சிகள் இயற்கையின் வழிகளை அவைகளுக்கு அறிவிக்கின்றன. அவைகளின் வாழ்க்கைநெறி இரயில் வண்டி செல்வதுபோல் உள்ளது. இரயில் செல்லும் பாதையையும் திசையையும் தண்டவாளங்கள் நிர்ணயிப்பது போல் உணர்ச்சிகள் அவற்றின் வாழ்க்கையை நிர்ணயிக்கின்றன. ஏதாவதொரு சக்தியினால் திசை திருப்பி விடப்படாமலோ அல்லது எதிர்பாராத விதமாக ஏதாவது நிகழாமல் இருந்தாலோ, இரயில், இரவு பகலாகக், காடும் மேடும் கடந்து, இருப்புப் பாதையின் மேலேயே சென்று தனது இலக்கை அடையும்.

முட்டை ஓட்டை உடைத்துக் கோழிக்குஞ்சு வெளிவந்தவுடனேயே அது உணவுக்காக அங்கும் இங்கும் அலைந்து, தனது வளர்ச்சிக்கு உதவும் தானியங்களைக் கொத்தித் தின்கிறது. அதன்பின் தனது தாயை அடைந்து அதன் சிறகின்கீழ் அண்டித் தனக்கு வேண்டிய வெதுவெதுப்பைப் பெறுகின்றது. ஏதேனும் அபாயம் நெருங்கினால் அதனை உடனே உணர்ந்து பாதுகாப்பிற்காக ஓடுகின்றது. அது எப்போதும் தனது தேவைக்கு மீறி அதிக உணவை உண்பதில்லை, இதரப் புலன்களின் இச்சையைத் தீர்ப்பதற்கு சுகத்தை நாடிப் போவதுமில்லை. இத்தகைய வாழ்க்கை உணர்ச்சிகளால் ஆட்டுவிக்கப்படுகிறதே ஒழிய அறிவார்ந்த சொந்த விருப்பங்களின் அடிப்படையில் அமைவதில்லை.

இயற்கையோடு ஒட்டிவாழும் பிராணிகள் நோயுறுவதில்லை. எப்பொழுதாவது செரிமானம் ஆகாமல் அவதிப்பட்டால் அவை உணர்ச்சிகளால் உந்தப்பட்டுச் சில வகைச் செடிகொடியைச் சாப்பிட்டுச் செரிமானக் கோளாறிலிருந்து தம்மை விடுவித்துக் கொள்கின்றன. மனிதனுக்குள்ள முக்கிய பிரச்சினை எல்லாம் அவன் விருப்பப்படி செயலாற்றும் சுதந்திரம் இருப்பதும் அது செயல்படுவதற்கு விரிந்த பகுதி இருப்பதும்தான். இந்தச் சுதந்திரம் அவனுக்குக் கிடைத்திருக்கும் ஒரு அரிய பரிசு. அதை ஒழுங்காகப் பயன்படுத்தினால், மற்ற எந்தப் பிராணியையும்விட இயற்கையோடு ஒட்டி ஒத்துழைத்து வாழமுடியும். இதற்கு மாறாக அதைத் தவறாகப் பயன்படுத்தி, இயற்கையின் பொருளாதாரத்தில் பெருத்த அளவில் ஊறு செய்து இறுதியில் அழிந்துவிடவும் முடியும்.

இரயில் வண்டியைக் குறிப்பிட்ட பாதையிலிருந்து விலகவிடாமல், தவறாது குறித்த இடத்திற்கு இட்டுச் செல்லும் தண்டவாளங்களுக்கு உணர்ச்சிகளை ஒப்பிட்டோம். மனிதனுக்குக் கிடைத்திருக்கின்ற சுதந்திரம் என்ற பரிசு அவனைத் தன் விருப்பப்படி இயங்கும் சக்தியை அளித்திருக்கின்றது. ஆனால், அவனது எல்லா இயக்கமும் எவ்வித ஆபத்துமின்றி இருக்க முடியாது. அவன் செல்வது சைக்கிளில் செல்வது போலாகும். சைக்கிளில் செல்பவன் தன் இஷ்டப்படி எங்கு வேண்டுமானாலும் செல்லமுடியும் என்று தோன்றலாம். சைக்கிள் கைப்பிடி உறுதியாகக் கையில் இருக்கும்போது நினைத்தபடி அதைத் திருப்பமுடியும் என்று தோன்றலாம். இருந்தபோதிலும் அவனது இயக்கம் ஓரளவிற்குள்ளேயே இருக்கும். ஆனால், காற்றினில் பறக்க முடியாது; நீரினில் மிதக்க முடியாது. தரையிலும் தன் விருப்பப்படி எங்கு வேண்டுமானாலும் போக முடியாது. பழகின பாதை அல்லது சாலை இவற்றுக்குள்ளேயே அவன் தன் இயக்கத்தை கட்டுப்படுத்திக் கொள்ளவேண்டும். உழுதுவிடப்பட்ட நிலத்தின் குறுக்காக அவனால் போகமுடியாது. மீறிச்சென்றால் கீழே விழவேண்டும். முள்செடியின் மேல் செல்ல முயன்றால் அவனது டயர் பழுதுபடும். எனவே, தன்விருப்பப்படி அவன் எங்கும் செல்லலாம் என்று தோன்றிய போதும் அவனது சுதந்திரத்திற்கு வரம்புகள் உள்ளன. சைக்கிள் விடுபவன் புத்திசாலியாக இருந்தால் இந்த வரம்புக்குள்ளே தான் செல்வான். இவ்வாறு, தானே தன்னை ஒரு வரம்பிற்குள் கொண்டுவரக் கட்டுப்பாடும், அறிவும் தேவை. இவ்விரண்டும் இல்லாவிட்டால் அவனுக்கு உதவுவதற்கென்று உருவாக்கப்பட்ட இயந்திரம் அவனது அழிவிற்கும் அடிகோலிவிடும். பழகிய பாதையில், பகல் நேர வெளிச்சத்தில் செல்லும் சைக்கிள்காரன், நடந்து செல்லும் வேகத்தைவிடப் பலமடங்கு வேகத்தில் செல்ல முடியும்.

இதுபோலவே மனிதனும் தனது சுதந்திரத்தை முறையான வழியில் செலுத்தித் தனது புலன்களையும் இச்சைகளையும் அவை தன் விருப்பம் போல் இயங்குவதற்கு அனுமதிக்காமல் கட்டுப்பாட்டுடன், வாழ்ந்தால் வெறும் உணர்ச்சிகளால் மட்டுமே உந்தப்பட்டு வாழும் பிராணிகளைவிட பலவகையிலும் மேலாக வாழமுடியும். தனது விதியைத் தானே அவனால் நிர்ணயம் செய்யமுடியும். அவனுக்குள்ளே இருக்கும் அறிவும் ஆன்மீகப் பொறியும் இணைந்து அவனால் தன்னுடைய விதியைத்தானே, வெற்றிக்கு அல்லது அழிவுக்கு என முடிவு செய்யமுடியும். இயற்கை தன்னை மதிப்பவர்களிடம் நேசமும் பாசமும் காட்டுகிறது.

ஆனால், தனது கட்டளைகளையும் தேவைகளையும் அலட்சியம் செய்து தங்களது விருப்பம்போல் இயங்குபவர்கள்மீது கடுமையான தண்டனையை விதிக்கின்றது. சாவும் அழிவுமே இத்தகைய தண்டனைகளாகும். இதற்கான எடுத்துக்காட்டுகளை அடுத்த அத்தியாயத்தில் காணலாம்.

~

சுதந்திரம்

தன் விருப்பப்படி செயலாற்றும் சுதந்திரத்தை முறையாகவும் முறையற்ற வகையிலும் பயன்படுத்துதல்:

இன்றைய மனிதனின் வாழ்க்கை மிகவும் சிக்கலாகிவிட்டது. அவன் தனது சுதந்திரத்தினால் செய்யும் அனைத்துச் செயல்களையும் இந்தப் புத்தகத்தில் கொண்டுவர இயலாது. எனவே பசி, தாகம் போன்ற அடிப்படைத் தேவைகளின் பொருட்டுச் செய்யும் ஒரு சில செயல்களை மட்டுமே இங்கு நாம் சுட்டிக்காட்ட விரும்புகிறோம். மற்ற உணர்ச்சிகளையொட்டி எழக்கூடிய செயல்களை வாசகர்களே செய்து பார்க்கலாம். அதன்பின், மனிதனது சுதந்திரத்தைப் பயன்படுத்தும் முறை என்ன? அதனை முறையற்ற வழியில் பயன்படுத்தினால் என்ன விளைவு ஏற்படும்? என்பதையும் அவர்களே தீர்மானிக்கலாம்.

பசி

முதலாவதாக மிக முக்கியமான அடிப்படை உணர்ச்சியான பசியை எடுத்துக் கொள்ளலாம். ஒரு பிராணியின் பூத உடல் இயந்திரம் போல் உள்ளது. அது சரிவர இயங்க அதற்கு எரிபொருள் தேவை. அதை அடிக்கடி செப்பனிட வேண்டும். உபயோகத்தால் தேய்ந்துவிட்ட பாகங்களைப் புதுப்பிக்க வேண்டும். அதன் வெவ்வேறு பாகங்கள் உராய்வின்றி ஒழுங்காக இயங்க எண்ணெய் இட வேண்டும். இந்தத் தேவைகளைத்தான் பசி சுட்டிக்காட்டுகிறது. இந்தத் தேவைகளைப் பூர்த்தி

செய்யும் பொருட்களைச் சுவையின் மூலமும் வாசனையின் மூலமும் பிராணிகள் அறிகின்றன. அவ்வுணர்ச்சிகள் அப்பிராணிகளை இப்பொருட்களுக்கு இடுச்செல்கின்றன.

பொதுவாக, இயற்கையையொட்டி வாழ்க்கை வாழும் பிராணிகள் இந்த உணர்ச்சிகளைப் பின்பற்றிச் செல்கின்றன. வாழ்வதற்காக மட்டும் உண்டு, ஆரோக்கியமாக இருக்கின்றன. மனிதனும் அவ்வாறே இருக்கமுடியும். ஆனால், துரதிருஷ்டவசமாக அவன் தனது விருப்பப்படி செயலாற்றும் சுதந்திரத்தைத் தனது பசியைத் தீர்ப்பதற்காக மட்டுமே உண்ணாமல் ருசிக்காகக் காரசாரமான, தேவையான பக்குவத்திற்கு மேலும் சமைக்கப்பட்ட உணவு வகைகளை உண்கின்றான். ருசிக்காக என உண்ணும்போது தேவைக்கு அதிகமாக உண்டு, உண்பதற்காகவே வாழ்கிறான். நாவுக்கு அடிமையாகி இவ்வாறு தனது சுதந்திரத்தை முறையற்ற வழியில் பயன்படுத்துவதே நவீனக்கால மனிதனின் பலவித நோய்களுக்கும் காரணமாக உள்ளது. தேவைக்கு மீறி உண்ணுவது செரிமான சக்தியை மட்டும் பாதிக்கவில்லை. ஊட்டச்சத்துள்ள உணவுகூடத் தேவைக்கு அதிகமானால் விஷமாக மாறி ஆபத்தை விளைவிக்கும். பல்வேறு நோய்களுக்குக் காரணமாகி விரைவிலேயே மரணம் நிகழவும் காரணம் ஆகலாம்.

தாகம்

உணவு செரிக்கப்பட்டபின் அது திரவ நிலையில் ஈர்த்துக் கொள்ளப் படுகிறது. உணவில் உள்ள ஊட்டச் சத்துப்பொருட்கள், அவை எங்குத் தேவைப்படுகின்றதோ அங்கு இரத்த ஓட்டத்தின் மூலம் எடுத்துச் செல்லப்படுகின்றன. உடல் திசுக்களிலிருந்து வெளியாகும் கழிவுப் பொருட்களும் இதுபோலவே நுரையீரல்களுக்குக் கொண்டு செல்லப்பட்டு அங்குக் காற்றிலிருந்து நாம் சுவாசிக்கும் பிராண வாயுவின் மூலம் எரிக்கப்பட்டு வெளியேற்றப்படுகின்றன. இந்நிகழ்ச்சியினால் இரத்தத்தில் உள்ள நீரில் பெரும்பகுதி ஆவியாக மாறி நாம் வெளிவிடும் மூச்சுக் காற்றின் மூலம் வெளியே செல்கிறது; மற்றொரு பகுதி, நமது தோலின் மூலம் வியர்வையாக வெளியாகி உடலின் வெப்பநிலையைச் சீராக இருக்க உதவி செய்கிறது. இவ்வாறு இரத்த ஓட்டத்தில் உள்ள நீர் வெளியாகி இரத்தம் உலர்ந்து போவதை நமது உடல் தாகம் மூலம் நமக்கு அடையாளம் காட்டுகின்றது. இத்தாகத்தைத் தணிக்கச் சுத்தமான நீரை அதிக அளவில் பருகுவது இன்றியமையாததாகிறது. இவ்வாறு நாம் பருகும் நீர் உடலின் வெவ்வேறு பகுதிகளுக்கு ஊட்டச்சத்தை

எடுத்துச் செல்லவும், இரத்தத்தைத் தூய்மைப்படுத்தவும் அதிலுள்ள மாசுகளைச் சிறுநீர் மூலம் வெளியேற்றவும், தோல் மூலம் உடலின் வெப்ப நிலையைச் சீராக வைத்துக் கொள்ளவும் பயன்படுகிறது.

ஆனால், தன்னுடைய சுதந்திரத்தைத் தவறான வழியில் பயன்படுத்துவதன் மூலம், மனிதன் இயற்கைவழிக்கு மாறாகத் தனது தாகத்தைத் தணிக்கும் போதையேற்றும் மது வகைகளை அருந்தித் தனது உடலில் பல்வேறு வகையான விஷத்தை உட்செலுத்துகிறான். இவை உடலின் நரம்பு அமைப்பைச் செயலிழக்கச் செய்து, மனோசக்தியையும் மந்தமாக்குகிறது; இறுதியில் ஆரோக்கிய வாழ்வுக்கு ஒரு பெரும் இடையூறாகவும் ஆகிவிடுகின்றது. இக்குடிப்பழக்கம் பொதுவாக மனிதனின் தன்மானம், மரியாதை ஆகியவற்றைக் குலைத்து, அவனது குடும்பத்தின் அழிவுக்கும் காரணமாகிவிடுகிறது. நவீனச் சமூகத்தின் பல்வேறு குற்றங்களுக்கும் தீய ஒழுக்கத்திற்கும் குடிப்பழக்கமே அடிப்படைக் காரணமாக உள்ளது.

முகர்வு உணர்ச்சி

இது போலவே, பிராணிகளை அவற்றின் உணவிற்கு இட்டுச் செல்லும் முகர்வு உணர்ச்சியும் புகையிலை, பொடி போன்றவற்றைப் பயன்படுத்துவதன் மூலம் தவறான வழியில் இட்டுச் செல்லப்படுகின்றது. இவை தற்காலிகமாகக் கிளர்ச்சியையோ அல்லது சுகத்தையோ தந்தாலும் மூளையையும் இதயத்தையும் பாதிக்கக்கூடிய பின் விளைவுகளை ஏற்படுத்துகின்றன.

பால் உணர்ச்சி

மிருக வாழ்க்கையில் மற்ற எல்லா உணர்ச்சிகளையும்விட வலிமை மிக்கது, இனத் தொடர்ச்சிக்காகவும் பெருக்கத்திற்காகவும் இயற்கையால் உருவாக்கப்பட்ட ஒன்றே கூடல் உணர்ச்சி ஆகும். பெரும்பான்மையான பறவைகளும், மிருகங்களும் தங்களது வாழ்க்கையை இந்த உணர்ச்சிகளைச் சுற்றியே அமைத்துக் கொள்கின்றன. அவை ஜோடியாக இணைந்து, பொருந்திக் கூடி வாழ்ந்து, தங்களது குஞ்சு குட்டிகளைப் பேணி வளர்க்கின்றன. இயற்கையில் பறவைகளும் பிராணிகளும் ஆணும் பெண்ணுமாக இனப்பெருக்கத்திற்கென்றே குறிப்பிட்ட பருவங்களில் இணைகின்றன.

ஆனால், மனிதனோ தனக்கு இருக்கும் சுதந்திரத்தினால் மிருகங்களுக்கும் கீழான நிலையில் இறங்கிப் பால் உணர்ச்சியை இனப்பெருக்கம் என்ற எண்ணம் இல்லாமல் வெறும் உடலின்பத்திற்காகப் பயன்படுத்துகின்றான். இதனால், ஆணும் பெண்ணும் கூடுவது நன் மக்களைப் பெற என்ற நிலைமை போய், குழந்தைகள் கூடலின் ஒரு உபரி உற்பத்திப் பொருளாகவோ அல்லது விரும்பாத ஒரு விபத்தாகவோ மாற்றிவிட்டார்கள். இயற்கை தன்னுடைய வழிமுறைகளிலிருந்து இவ்வாறு விலகிச் செல்பவர்களுக்குக் கொடிய நோய்களை அளிப்பதன் மூலம் தனது பழியைத் தீர்த்துக் கொள்கிறது. குற்றம் செய்தவர்களை மட்டுமின்றிச் சில சமயங்களில் ஏதுமறியா வருங்காலச் சந்ததிகளுக்கும் இந்தத் தண்டனை தொடர்கின்றது.

கற்பனைத் திறன்

பிராணி வகையில் கண்ணால் கண்டிராத பகுதிகளைக் கற்பனை செய்து பார்க்கக்கூடிய திறனும், அதன் மூலம் கலைச் செல்வங்களைப் படைக்கக்கூடிய ஆற்றலும் மனிதனுக்கு மட்டுமே உள்ளது. இந்த ஆற்றலையும் இயற்கையான முறையில் பயன்படுத்தாமல் மனிதன் கிளர்ச்சியைத் தூண்டுவதற்காகப் பல்வேறு வகையான போதைப் பொருட்களைப் பயன்படுத்துகின்றான். இவை தற்காலிகமாகச் செயற்கையான ஒரு உற்சாகத்தைத்தான் கொடுக்கும். போதைப் பழக்கம் குடிப்பழக்கத்தைப் போலவே அவனை வேறு எந்தத் தொழிலுக்கும் லாயக்கற்றதாகச் செய்துவிடுகிறது; பின் அவனையும் அவனைச் சார்ந்தவர்களையும் முற்றுமாக அழித்துவிடுகிறது.

படைப்பாற்றல்

மனிதன் தன்னுடைய மூளை பலத்தின் மூலம் பல்வேறு சக்திகளைத் தனக்குப் பயன்படுமாறு மாற்றும் போது கடவுளுக்கு நிகராகிறான். ஆனால், இவ்வாறு மாற்றுவது அழிவிற்காக இல்லாமல் ஆக்கத்திற்காக இருக்க வேண்டுமானால் அவன் இயற்கையின் நெறிமுறைகளைக் கவனமாகப் பின்பற்ற வேண்டும். நம்முடைய விருப்பு வெறுப்பு அடிப்படையில் மட்டுமே இயற்கையின் ஒத்துழைப்பைப் பெற முடியாது. இவ்வாறு, முயற்சி செய்வது கொடிய அழிவிற்கே அடிகோலும்.

சூரியனிலிருந்து வெளிவரும் இயற்கையான வெப்பம் கடல் நீரை ஆவியாக மாற்றுகின்றது. பின் உப்பை வெளிக்கொணர்ந்து, நீர்த்

திவலைகள் ஆவியாகிக், கதிரவனிலிருந்து பெற்ற சக்தியுடன், உயரே சென்று மேகமாக மாறி, பின் மழைத் துளியாக உருவெடுக்கின்றது. மலை முகட்டில் விழுகின்ற மழை பூமியின் ஈர்ப்புச் சக்தியினால் கீழிறங்கி, நிலத்தில் ஓடி இறுதியில் கடலை அடைகின்றது. ஆறாக உருவெடுத்து அது கடலை நோக்கிச் செல்லும்போது மனிதன் தனது அறிவாற்றலால் ஆற்றிலுள்ள சக்தியைத் தன் வசப்படுத்திப் பயன்பெறமுடியும். ஆற்றின் குறுக்கே அணைகட்டி, நீரைத் தேக்கி, எங்கு எப்பொழுது வேண்டுமோ அங்கு அப்போது பயன்படுத்திக் கொள்ளமுடியும். மேலும், நீரோட்டத்தின் மூலம் எளிதாக இயந்திரங்களை இயக்கி நம் நாட்டிலேயே மலைவாழ் மக்கள் செய்வது போல் அந்த இடத்திலேயே மாவரைத்தல் போன்ற தொழில்களைச் செய்யலாம். தவிர மிகப்பெரிய அளவில் மின் நிலையங்களை நிறுவி, நீரோட்டத்தில் உள்ள சக்தியை மின்சக்தியாக மாற்றி, மின்கம்பிகள் மூலம் நூற்றுக்கணக்கான மைல்களுக்கு அப்பால் உள்ள நகரங்களுக்கும் கிராமங்களுக்கும் மின்சாரம் வழங்கிப் பல்வேறு தொழிற்சாலைகளை ஏற்படுத்தலாம். இவை எல்லாவற்றையும் செய்த பிறகும் நீரோட்டத்தைக் கால்வாய்களின் மூலம் நெறிப்படுத்தி, அவற்றைப்படகு மூலம் போக்குவரத்திற்கும், விளை நிலங்களில் பாசனத்திற்கும் பயன்படுத்தலாம். இவ்விதமாக நீரிலும் அதன் ஓட்டத்திலும் குறுக்கிட்டு நூற்றுக்கணக்கான மக்களுக்குச் செல்வத்தையும், மகிழ்ச்சியையும் இயற்கைக்கு எந்தவித ஊறுமின்றி வழங்கலாம்.

இவ்வாறு செய்வது மனிதன் தனது சுதந்திரத்தைப் பாராட்டும் வகையில் பயன்படுத்துவதாகும். இயற்கையை அதன் போக்கிலேயே செல்லவிட்டு, அதன் ஒத்துழைப்பைப் பெற்றுத் தன்னை மேம்படுத்திக் கொள்வதற்கு இது ஒரு எடுத்துக்காட்டாகும். இவ்வாறு, செய்தால் இயற்கை அன்னையும் மனிதனுக்கு நிறைவான வாழ்க்கை அமைய வாழ்த்துவாள். ஆனால், மனிதன் தனது சுதந்திரத்தை இயற்கையின் இயக்கத்தைத் தடுப்பதற்காகவே பயன்படுத்துகிறான். இயற்கை விதிகளைச் சிறிதேனும் மதியாமல் தனது சொந்தச் சுகத்திற்காக இயற்கை வகுத்த பாதையில் இருந்து விலகிச் செல்கின்றான். எடுத்துக்காட்டாக, இயந்திரங்களைக் கொண்டு அரிசியையும், கோதுமையையும் வெண்முத்து போல் ஒளி விடுவதற்காகத் தீட்டுகின்றான். இதன் மூலம் தனது அழகு உணர்ச்சியை நிறைவு செய்வதாகக் கருதுகின்றான். ஆனால், இவ்வாறு செய்யும்போது இயற்கையால் உருவாக்கப்பட்ட இசைவான சமநிலையைச் சிதைக்கின்றான். இயற்கை, ஒரு

தானிய மணியில் வெகு கவனமாக ஊட்டச்சத்து அளிக்கக்கூடிய ஒரு பகுதியையும், எளிதில் செரிக்கப்படுவதற்காக அதற்கு மேல் தவிட்டுப்பகுதியையும் வைத்திருக்கின்றது. ஆனால், தானியத்தைத் தீட்டும் போது இந்த இன்றியமையாத பொருட்கள் நமக்குக் கிடைக்காமல் போய்விடுகின்றன. இவ்வாறு, வெள்ளை வெளேர் என்று தீட்டப்பட்ட தானியங்களை உண்டு இயற்கையின் வழியிலிருந்து விலகிச் செல்பவர்களை, அது பெரிபெரி போன்ற நோய்களை, அளிப்பதன் மூலம் தண்டிக்கின்றது.

இது போலவே இயற்கை மனிதனுக்குச் சத்து நிறைந்த ஆப்பிள், திராட்சை, ஆரஞ்சு போன்ற பழ வகைகளை அளித்துள்ளது. ஆனால் அவற்றை அப்படியே உண்ணாமல் மனிதன், அப்பழங்களின் சாறிலிருந்து பல்வேறு மது வகைகளைச், செயற்கையான முறையில் உள்ளக் கிளர்ச்சி பெறுவதற்காகத் தயாரிக்கிறான். முன்பு கூறியது போல் இங்கும் இயற்கை தன் விதிகளுடன் விளையாடுபவர்களைக் கடுமையாகத் தண்டிக்கிறது.

பல்வேறு உயிர் வகைகள் தொடர்ந்து வாழ்ந்து வர இயற்கை வழிவகை செய்துள்ளது. ஆனால் அவ்வாறு நிறைவேறாது தடுக்க மனிதன் தன்னுடைய படைப்பாற்றலை, தன்னுடைய இன்பத்திற்காகக் கருத்தடை சாதனங்களை உற்பத்தி செய்யப் பயன்படுத்துகின்றான். இயற்கை இதையும் தண்டிக்கிறது. அளவிற்கு மீறி இந்தச் சுகத்தை அனுபவிப்போர் முடிவில் சந்ததி விருத்தி செய்யும் சக்தியையே இழந்து விடுவதோடு, மனநிலை பாதிக்கப்பட்டு, நாடி நரம்புகளும் செயலிழந்து போய்விடுகின்றனர்.

இயற்கையிலிருந்து மாறுபட்டு மனிதன் செய்கின்ற தவறுகளை மேலும், மேலும் அடுக்கிக் கொண்டே போக வேண்டிய அவசியமில்லை. நவீன நாகரிக வாழ்வில் இத்தவறுகள் மலிந்து காணப்படுகின்றன. மனிதன் தன்னுடைய அறிவையும் ஆற்றலையும் தற்காலிகக் கணநேரச் சுய நலத்திற்காகப் பயன்படுத்தி, அழிவென்னும் பாதாளத்தை நோக்கி வெகு வேகமாகப் போய்க் கொண்டிருக்கிறான். அவனுடைய சுதந்திரம் இவ்வாறு தவறான வழிகளில் பயன்படுத்தப்பட்டு அழிவை நோக்கிப் போய்க் கொண்டிருக்கையில், வாழ்க்கையும் நிலையற்றதாகி விடுகிறது. இது இயற்கையின் நிலையான குறிக்கோள்களுக்கு மாறாக உள்ளது. இயற்கையின் நிலைத்த அமைப்புகளை இறுதியில் வன்முறைக்கு இலக்காக்குகிறது.

மனிதனிடம் இருக்கும் மிக உயர்ந்த சக்தி பிறரிடம் அன்பு செலுத்தி அந்த அன்பைச் சிறிதும் சுயநலமின்றிப் பிறருக்காக வெளிப்படுத்துவதுதான். இதில் ஒரு துளியை இயற்கையன்னையின் அன்பில் பார்க்கிறோம். பிறருக்காகச் சேவை செய்யும் பொழுது, மனிதன்தன்வாழ்வில் மிக உயர்ந்த நிலையில் இயங்குகின்றான். அப்பொழுது அவனிடமிருக்கும் தெய்வீக ஒளியினை மண்ணுக்குக் கொண்டு வருகின்றான். தன்னிடம் உள்ள மிதமிஞ்சிய சக்தியைத், தன்னுடைய உதவியும் சேவையும் நாடுபவர்களின் நல்வாழ்வென்றும், மகிழ்ச்சியென்றும் மாற்றுகின்றான்.

தன்னுடைய சுதந்திரத்தைத் தவறாகப் பயன்படுத்தும்போது, இந்த உயர்ந்த சக்தியும் அன்பு நெறியிலிருந்து விலகி சுயநலமாகவும் பேராசையாகவும் உருவெடுத்து வெறும் பொருள் சேர்க்கும் ஆசையாக மாறிவிடுகின்றது. அப்பொழுது அது சுயநலத்திற்காகச் செல்வமாகக் குவிக்கப்படுகிறது. ஆடம்பர வாழ்க்கைக்கும் சுகபோக அனுபவத்திற்கும் அடிமையாகும் போது இந்தச் செல்வம் அவனது அழிவிற்குக் காரணமாகிறது. அத்தகைய செல்வம் வாரிசுகளுக்கென விட்டுச் செல்லப்படும் போது, சொந்தச் சகோதரர்களுக்கிடையே சண்டைக்குக் காரணமாகிறது. மேலும், வாரிசுதாரர்களின் அழிவிற்கும் அது பெரும்பாலும் ஒரு கருவியாகின்றது.

~

மனித வளர்ச்சியில் பல்வேறு கட்டங்கள்

தனி மனிதர்கள்

தாவர மற்றும் விலங்கு, உலகில் உள்ள உயிரினங்களிடையே காணப்படும் வெவ்வேறு வகைப் பொருளாதாரங்களை முந்தைய பகுதிகளில் பரிசீலித்தோம். இந்தப் பகுதியில், மேற்கூறிய பரிசீலனை எந்த அளவிற்கு, மனிதனுக்குப் பொருந்துகின்றன என்பதைப் பார்ப்போம்.

மற்ற எல்லா உயிரினங்களும் தங்களது உணர்ச்சிகளால் நெறிப்படுத்தப்பட்ட வாழ்க்கை முறைக்குள் கட்டுப்படுத்தப்பட்டுள்ளன. அவற்றால் தங்களது சுயமுயற்சியால் ஒருவகைப் பொருளாதாரத்திலிருந்து அதனிலும் மேம்பட்ட மற்றொரு பொருளாதார நிலைக்கு உயரமுடியாது. அவற்றின் வாழ்க்கை, பிறப்பு முதல் இறப்பு வரை ஒரு குறிப்பிட்ட வகைக்குள்ளேயே அடங்கிவிடுகின்றது. புல்லுருவி வகையைச் சார்ந்த ஒரு உயிரினம் தன் வாழ்நாள் முழுவதும் புல்லுருவியாகவே இருக்கிறது. அதனால், தன்னை மாற்றிக்கொள்ள இயலாது. சிறுத்தைப் புலியினால் தன் உடலில் உள்ள புள்ளிகளை எவ்வாறு மாற்றிக்கொள்ள முடியாதோ அதேபோல் தன்னுடைய குணத்தையும் மாற்றிக்கொள்ள முடியாது. அது மற்ற பிராணிகளை வேட்டையாடியே ஆக வேண்டும். ஆனால், இத்தகையதொரு வாழ்க்கையை நடத்துவதற்கு அது பொறுப்பாகாது. வேட்டைப் பொருளாதாரத்தை விட்டு விட்டு, துணிவும் முயற்சியும் கொண்ட பொருளாதார

நிலைக்கோ அல்லது இணைந்து வாழும் பொருளாதார நிலைக்கோ அதனால் தன்னை உயர்த்திக்கொள்ள முடியாது.

மனிதன் தன் விருப்பப்படி செயலாற்றும் சுதந்திரத்தைப் பெற்றிருப்பதாலும், அந்தச் சுதந்திரத்தைத் தனக்கு இயற்கையாக அளிக்கப்பட்ட புத்தி மூலம் பயன்படுத்தித் தனது சுற்றுப்புறச் சூழ்நிலையை மாற்ற முடிவதாலும் மற்ற பிராணிகளிலிருந்து எவ்வாறு வேறுபட்டுள்ளான் என்பதை முன்பே பார்த்தோம். மனிதனுக்கும் மற்ற பிராணிகளுக்கும் உள்ள வேறுபாடே இதில்தான் உள்ளது.

ஒரு கொள்ளைக்காரனோ அல்லது வழிப்பறி செய்பவனோ, தான் சார்ந்திருக்கும் புல்லுருவிப் பொருளாதாரத்தை விட்டுத், தன்னுடைய வாழ்க்கை முறையை மாற்றிக்கொள்ள முடியும். வன்முறையை ஓரளவுக்கு விட்டுவிட்டு, ஊரில் குடியிருந்து, தானே நேரிடையாக நிலத்தில் உழைக்காமல் அதில் வரும் வருமானத்தை மட்டும் நகரத்திலிருந்து அனுபவித்துக் கொண்டிருக்கும் ஒருநிலப்பிரபுவாக அவன் உருவெடுக்கலாம். அப்படிச் செய்யும்போது, அவன் புல்லுருவிப் பொருளாதாரத்திலிருந்து அதற்கு அடுத்த நிலையான கொள்ளைப் பொருளாதாரத்திற்கு உயருகிறான்.

அல்லது மாறாக, அவன் ஒரு நேர்மையான விவசாயியாகவோ அல்லது தொழிலாளியாகவோ, தன்னுடைய சொந்த உழைப்பின் மூலமாகவோ வாழும் ஒரு வாழ்க்கை முறையை அமைத்துக் கொள்ளலாம். அப்படிச் செய்யும்பொழுது, அவன் துணிவும் முயற்சியும் கொண்ட மூன்றாவது வகைப் பொருளாதார நிலைக்கு உயர்கிறான்.

அல்லது அவன் இந்த கூட்டுக் குடும்பத்தில் ஒரு பொறுப்பு மிகுந்த உறுப்பினராகிக், குடும்பத்தை நம்பி இருக்கும் மற்ற உறுப்பினர்களுக்காக உழைத்து, அந்த உழைப்பினால் வருகின்ற வருமானத்தை மற்ற உறுப்பினர்களுடன் பகிர்ந்து கொண்டு வாழ்க்கை நடத்தலாம். அப்பொழுது, அவன் இணைந்து வாழும் பொருளாதாரநிலையை எய்துகிறான்.

இதர மனிதர்களிடம் நேசமும் பாசமும் வளர்த்து, எளிய சிக்கனமான வாழ்க்கை முறையைக் கையாண்டு, தனது உழைப்பை எல்லாம் ஒரு உயரிய பணிக்கு ஈந்து, அவன் ஒரு தேசத்தொண்டனாக மாறலாம். அப்பொழுது அவன் எல்லாவற்றிலும் உயர்ந்த சேவைப் பொருளாதார நிலையை எய்துகிறான். தேவையான

சுயக்கட்டுப்பாடும், தன்னடக்கமும் இருக்குமேயானால், மனிதன் தன்னுடைய இயல்பான நெறிக்குத் தன்னை ஆட்படுத்திக் கொண்டு, மிக உயர்ந்த நிலையை அடையும் நோக்கத்தோடு தன்னுடைய விருப்பத்தின் சக்தியினால் சுதந்திரத்தைப் பயன்படுத்துவானேயானால், மேற்கூறிய அனைத்துவகைப் பொருளாதார நிலையும் அவனால் எய்த முடியும்.

வெவ்வேறு பொருளாதாரங்களின் சிறப்பு இயல்புகளை அவை மனிதனுக்குப் பொருந்தும் வகையில் சுருக்கமாக எடுத்துக் கூறுவது இப்பொழுது பயனுள்ளதாக இருக்கும்.

புல்லுருவிப் பொருளாதாரம்

எடுத்துக்காட்டு:

ஒரு சிறு குழந்தையை அதன் நகைக்காகக் கொல்லும் ஒரு கொள்ளைக்காரன்.

சிறப்பு இயல்புகள்:

1. பேராசையால் உந்தப்பட்ட சுயநலம்.
2. மற்றவர்களுக்குத் தன் செயலால் ஏற்படும் அழிவைப் பற்றி எண்ணாது, தன்னுடைய இலாபத்தை மட்டுமே எண்ணும் நோக்கம்.
3. தன் நன்மைக்கான ஆதாரத்தை முற்றிலும் அழிக்காவிட்டாலும், அதற்கு ஊறு செய்தல்.
4. தன்னுடைய உரிமையை மட்டுமே வலியுறுத்தல்.
5. தன்னுடைய கடமையைப் பற்றிச் சிறிதும் எண்ணாமல் இருத்தல்.
6. பொதுநலத்தைப் பற்றிச் சிறிதும் எண்ணாமல் இருத்தல்.
7. வன்முறையை உருவாக்குதல்.

முக்கிய அடையாளம் - நலன் விளைவிக்கும் ஆதாரத்தையே அழித்தல்.

கொள்ளைப் பொருளாதாரம்

எடுத்துக்காட்டு:

மற்றவர் பையிலிருந்து பணத்தை அவர் அறியாமல் எடுக்கும் ஜேப்படிக்காரன் (பிக் பாக்கெட்)

சிறப்பு இயல்புகள் :

1. இச்சையினால் உந்தப்பட்ட சுயநலம்.
2. முடிந்தால் மற்றவர்களுக்கு அதிக ஊறு விளைவிக்காமல் தன்னுடைய நன்மையை நாடும் நோக்கம்.
3. தன்னுடைய உரிமையை மட்டுமே வலியுறுத்துதல்.
4. தன்னுடைய கடமையைப் பற்றிச் சிறிதும் உணராமல் இருத்தல்.
5. பொதுநலத்தைப் பற்றிச் சிறிதும் எண்ணாமல் இருத்தல்.
6. வன்முறையை உருவாக்குதல்.

முக்கிய அடையாளம் - தன் பங்காக எதையும் செய்யாமல், செலுத்தாமல், இலாபம் அடைய முயற்சி செய்தல்.

துணிவும், முயற்சியும் கொண்ட பொருளாதாரம்

எடுத்துக்காட்டு:

நிலத்தை உழுது, உரமிட்டு, நீர் பாய்ச்சி, விதைத்து, பயிரைக் காத்து, பின் அறுவடை செய்து ஆனந்தப்படும் விவசாயி.

சிறப்பு இயல்புகள் :

1. உயரிய சுயநலத்தாலும், முன்னேற வேண்டும் என்ற ஆர்வத்தாலும் உந்தப்படுதல்.
2. தன்னுடைய சொந்த உழைப்பு, எண்ணம், முயற்சி ஆகியவற்றின் மூலம் விளையும் நலத்தை மட்டுமே அனுபவிக்க வேண்டும் என்ற சுயமரியாதை எண்ணம்.
3. அபாயங்களை எதிர்கொண்டு துணிந்து முடிவெடுக்கும் தன்மை.
4. தன்னுடன் உழைக்கும் தொழிலாளர்களும் முடிந்தால் மற்றவர்களும் பயனடைய விரும்புதல்.
5. எல்லோருடைய உரிமையையும் சமச்சீராக எண்ண முனைதல்.

6. மற்றவர்களுக்குத் தான் ஆற்ற வேண்டிய கடமையை உணருதல்.

7. நேர்மை, நீதி பற்றிய உணர்வு அடிப்படையாக இருத்தல்.

8. வன்முறை எப்பொழுதாவது தோன்றலாம்.

முக்கிய அடையாளம் - உழைப்புக்கேற்ற ஊதியம் இருப்பதும், அபாயத்தை எதிர்கொள்ளும் துணிவும் ஆகும்.

இணைந்து வாழும் பொருளாதாரம்

எடுத்துக்காட்டு:

குடும்பத்தின் மொத்த நலனுக்காகப் பாடுபடும் கூட்டுக்குடும்பத்தின் ஓர் உறுப்பினர். தங்கள் உறுப்பினர்களுக்காகப் பாடுபடும் ஊராட்சி மன்றம் அல்லது கூட்டுறவு சங்கம் போன்றவை.

சிறப்பு இயல்புகள்:

1. தனிநபரின் சுயநலத்தால் அல்லாமல் குழுவின் பொதுநலத்தால் உந்தப்படுதல்.

2. குழுவின் ஒட்டுமொத்த விருப்பத்திற்கு உட்படுதல்; சில நேரங்களில் இதனால் சொந்த நலத்தையும் விருப்பு வெறுப்புகளையும் தியாகம் செய்ய நேரிடும்.

3. குழுவிற்கு ஆற்ற வேண்டிய கடமையை வலியுறுத்துதல்.

4. ஒரு உறுப்பினரின் சொந்த இலாபத்தைவிட அவர் குழுவின் பொது நலத்திற்காக ஆற்ற வேண்டிய பொறுப்பை வலியுறுத்துதல்.

5. பொதுநலத்தை ஆதாரமாகக் கொண்டிருத்தல்.

6. குழுவைச் சாராதவர்கள் குழு உறுப்பினர்களானால் வன்முறைக்கு இலக்காகலாம்.

முக்கிய அடையாளம் - தனிநபர் நலனைவிடக் குழுவின் நலத்தை முக்கியமாகக் கருதுதல்.

சேவைப் பொருளாதாரம்

எடுத்துக்காட்டு: நிவாரண ஊழியர்

சிறப்பு இயல்புகள்:

1. தன்னுடைய சுயநலத்திற்கு ஊறு விளைவிப்பதாக இருந்தாலும், அதைப் பொருட்படுத்தாது, பிறர்நலம் பேணும் பண்பினால் உந்தப்படுதல்.
2. தன்னுடைய உரிமைகளைப் பற்றிச் சிந்திக்காமல் கடமைகளை ஆற்ற முன் வருதல்.
3. கைம்மாறு கருதாமல், அன்பு, பிறர் நலம் பேணும் பண்பு ஆகியவற்றை அடிப்படையாகக் கொள்ளல்.
4. வன்முறையை முற்றிலும் அகற்றி, அமைதியையும் நிலைத்த தன்மையையும் உருவாக்குதல்.

முக்கிய அடையாளம் - எந்தப் பிரதிபலனையும் பெறாமல் தன் பங்கையும், பொறுப்பையும் நிறைவேற்றுதல்.

எந்தவொரு மனித குழுவிலும், அல்லது தேசத்திலும் மேற்கண்ட வகைப் பொருளாதார நிலையில் உள்ள மனிதர்களை நாம் காணலாம். நம்முடைய நாட்டில் பழைய வர்ணாசிரமத் தர்ம முறை இத்தகைய வெவ்வேறு வகை மானிட இயல்புகளை உணர்ந்து, அதன் அடிப்படையிலேயே உருவானது. தங்களுடைய அடிப்படை உணர்ச்சிகள் மட்டுமே நிறைவு செய்யப்பட்டு ஒரு சமச்சீரான வாழ்க்கை அமையப்பெற்றால் அதனால் மட்டுமே மகிழ்ந்துவிடக்கூடிய மனிதர்கள் முதல் இருவகைப் பொருளாதார நிலையில் உள்ளவர்கள். அபாயங்களைத் துணிவோடுச் சந்தித்து பொருளீட்டுபவர்கள், துணிச்சலும் முயற்சியும் கொண்ட பொருளாதாரத்தில் உள்ளவர்கள். நாட்டின்நலனைப் பெரிதெனக் கருதும் வீரர்கள். இணைந்து வாழும் பொருளாதார நிலையில் உள்ளவர்கள். தங்களுடைய சொந்த இலாபத்தை எண்ணாமல், பிறருக்காகவும் சமூகத்திற்காகவும் சிறந்த லட்சியங்களைக் கைக்கொண்டு சேவை செய்பவர்கள் மிக உயர்ந்த நிலையிலுள்ள சேவைப் பொருளாதாரத்தில் உள்ளவர்கள்.

தற்காலச் சாதிமுறை பழங்காலத்திலிருந்த உயரிய இலட்சியங்களிலிருந்து பெரிதும் விலகிச் சென்றுவிட்டது. பழங்காலத்தில் குறிப்பிட்டுள்ள ஒவ்வொரு வகுப்பினருக்கும் என நிச்சயிக்கப்பட்ட குணநலன்களை அக்காலத்தில் அக்கால சாதிப்பெயரைக் கொண்ட வகுப்புகளில் கண்டுபிடிப்பது அரிது. தற்காலத்தில் ஒரு பிராமணன் உயர்நீதி மன்ற நீதிபதியாகவோ அல்லது ஐ.சி.எஸ். அதிகார வர்க்கத்தில் ஒரு உறுப்பினராகவோ இருந்து கொண்டு, உயர்ந்த சம்பளம் வாங்கிக்கொண்டு ஒரு

அரசனைப் போல் வாழலாம். ஆனால், அப்படிப்பட்ட ஒருவர், அவர் தம்முடைய பணியை எவ்வளவுதான் திறமையாகவும், நியாயமாகவும் செய்தாலும், அவர் நிரந்தரமாக எந்தவித அபாயத்தையும் எதிர்நோக்க வேண்டிய அவசியமின்றிப் பணியில் நிரந்தரமாக இருந்து ஊதியம் பெற்று வருவதால் அவர் பழங்காலத்தில் வகுக்கப்பட்ட நான்காவது பிரிவில்தான் அடங்குவார். அவர் ஒரு தொழில் அதிபராக இருந்தால் அவர் ஒரு வைசியர். தன் நலம் கருதாது மக்கள் விடுதலையையே இலட்சியமாகக் கொண்டு, திலகரைப் போன்ற ஒருவர் இருந்தால் அவர் எந்த சாதியைச் சேர்ந்தவராக இருந்தாலும் அவர் ஒரு இணையில்லாத சத்திரியர் ஆவர். விளைவுகளைப் பற்றிக் கருதாமல், முடிவை மட்டுமே எண்ணாமல், வழிமுறைகளிலும் நேர்மையை வலியுறுத்தி, உயர்ந்த இலட்சியங்களை நாடிச் செல்லும் காந்திஜியைப் போன்ற ஒருவரைத்தான் உண்மையான பிராமணன் என்று கூறமுடியும்.

அப்போதிருந்த சூழ்நிலைக்கு ஏற்ப வர்ணாசிரமத் தர்மத்தை ஏற்படுத்தியவர்கள் அதைப் பரம்பரையின் அடிப்படையில் மிகுந்த இறுகிய ஒரு கட்டமைப்புக்குள் உருவாக்கியிருக்கலாம். ஒரு குறிப்பிட்ட வகுப்பில் பிறந்த காரணத்தால், ஒரு மனிதன் தன்னுடைய சொந்தச் சிந்தனையின்படி இயங்கி தனக்கென ஒரு தொழிலையோ அல்லது வாழ்க்கையையோ அமைத்துக்கொள்வது ஒரு வரம்புக்குள் ஒடுக்கப்பட்டுத் தடுக்கப்பட்டது. எனவேதான், பல்வேறு வகை வேலைவாய்ப்பும், தொழில்முறையும் பெருகி, இறுகியக்கட்டமைப்பு இல்லாத நெகிழ்ந்த கட்டமைப்பு கொண்ட, தொழிலாளர்கள் ஓரிடம்விட்டு ஓரிடம் செல்லும் தன்மையுள்ள பல்வேறு தொழில் நுணுக்கங்களைக் கற்றுக் கொள்ள வாய்ப்பும் வசதியும் கிடைக்கப் பெற்ற, கல்வி முறை பரவலாக்கப்பட்ட, தகவல் தொடர்பு மேம்பட்ட, தற்கால உலகத்திற்கு மேற்சொன்ன வர்ணாசிரம முறை முற்றிலும் ஏற்புடையதாகாத ஒன்றாக ஆகிவிட்டது. எந்தவிதமான சமூக அமைப்பு இருந்தாலும், மனிதர்கள் மேற்சொன்ன குணநலன்களின் அடிப்படையில் பிரிவுப்பட்டுத்தான் இருப்பார்கள். எனவே, கீழான குணாதிசயங்கள் கொண்ட பொருளாதார நிலையிலிருந்து, மேலான ஒரு பொருளாதார நிலைக்கு வருவதற்கு அனைவருக்கும் எல்லாவித வாய்ப்பும் வசதியும் அளித்து ஊக்குவிக்க வேண்டும்.

மேற்கண்ட வெவ்வேறு குணாதிசயங்கள் ஒவ்வொன்றும் தனித்தனியே ஒன்றுக்கொன்று தொடர்பில்லாமல் நடைமுறையில்

காணப்படுவதில்லை. ஒரே மனிதன் வெவ்வேறு காலங்களில், வெவ்வேறு நோக்கங்களால் உந்தப்பட்டு வெவ்வேறு வகையில் செயல்படலாம். மனிதர் களிடையில் உள்ள பொதுவான பிரிவுகள், அவர்களது ஒட்டுமொத்தமான செயல்களாலும், வாழ்க்கையில் அவர்கள் கொண்ட குறிக்கோள்களாலும், அக்குறிக்கோள்களுக்கு அடிப்படையான எண்ணங்களாலும், நோக்கங்களாலும் அமையப்பெறுகின்றனர்.

குழுக்களும் நாடுகளும்

தனி மனிதன் ஒருவகையான பொருளாதார நிலையிலிருந்து மற்றொன்றிற்கு மாறுவது போலவே பல்வேறு மனிதர்களை உள்ளடக்கிய ஒரு குழுவோ அல்லது மனித குலம் முழுவதுமோ, ஒட்டு மொத்தமாக ஒருவகைப் பொருளாதாரத்திலிருந்து மற்றொரு வகைக்கு மாறலாம். அவ்வாறு மாறும் பொழுது அந்தந்தப் பொருளாதார நிலைக்கு ஏற்ற குணாதிசயங்கள் அக்குழுவின் பொதுவாழ்வில் வலியுறுத்தப்படும். எனவே, ஒரு குறிப்பிட்ட ஒரு குழுவோ அல்லது தேசமோ மனித வளர்ச்சியில் எந்தப் பொருளாதார நிலையில் உள்ளது என்பதை அதன் பொதுவாழ்வில் உள்ள குணாதிசயங்களைக் கொண்டும், இதரக் குழுக்களுடனும் அல்லது தேசங்களுடனும் எத்தகையதொரு தொடர்பு வைத்துக் கொண்டிருக்கிறது என்பதைக் கொண்டும் நிர்ணயிக்கலாம். நமது ஆய்விற்கு மனித நாகரிகம் நடந்து வந்த பாதையை மூன்று கட்டமாகப் பிரிக்கலாம்.

1. நாகரிகமற்ற அல்லது மிருக நிலை. 2. நவீனக் கால நிலை. 3. மனித மேம்பட்ட ஆன்மீக நிலை. முன்பு விளக்கப்பட்ட ஐந்து வகையான பொருளாதாரநிலைகளைக் கருத்தில் கொண்டால், முதல் இரண்டு வகைப் பொருளாதார நிலைகள். அதாவது, புல்லுருவிப் பொருளாதாரம், கொள்ளைப் பொருளாதாரம் இவ்விரண்டும் நாகரிகமற்ற மிருக வாழ்க்கையின் நிலையைக் குறிப்பதாகும். அடுத்த இரண்டு வகைப் பொருளாதார நிலைகள் அதாவது, துணிவும் முயற்சியும் கொண்ட பொருளாதாரம், இணைந்து வாழும் பொருளாதாரம் இவ்விரண்டும் தற்கால மனித வாழ்க்கையைக் குறிப்பிடுவதாகும். கடைசியாகக் குறிப்பிட்ட சேவைப் பொருளாதாரம், மேம்பட்ட ஆன்மீக நிலையைக் குறிப்பதாகும். முதல் கட்டம் நிலையற்றது மற்றும் வன்முறையானது. இரண்டாவதும் நிலையற்றதுதான். அதிக அளவில் வன்முறையையும் உட்கொண்டதுதான்; ஆனால், இந்த

வகையில் நிலைத்த தன்மைக்கும், வன்முறையற்ற நிலைக்கும் எங்கும் தன்மை உள்ளது. கடைசிக்கட்டம்தான் அமைதியையும், நிலைத்த தன்மையையும், வன்முறையைத் தவிர்த்த வாழ்க்கை முறையையும் உருவாக்கவல்லது.

நாகரிகமற்ற மிருக வாழ்க்கை நிலை

இந்த நிலையில் உள்ளவர்கள் மற்றக் குழுவினரிடமும், தேசங்களிடமும் புல்லுருவி போல் நடந்து கொள்வார்கள். ஒரு புல்லுருவி மற்றவர்களது உரிமையையோ அல்லது தன்னுடைய செயலால் மற்றவர்களுக்கு ஏற்படும் விளைவைப் பற்றியோ சிந்திப்பதில்லை. மிருகங்களை எடுத்துக் கொண்டால், ஒரு புலி, தான் கொல்லப்போகும் ஆட்டின் உணர்ச்சிகளைப் பற்றி உட்கார்ந்து யோசிப்பதில்லை. அது தன்னுடைய அப்போதைய பசியைத் தீர்த்துக்கொள்வதிலேயே குறியாக உள்ளது. அது போலவே வேட்டையாடுபவனும், மீன் பிடிப்பவனும் மனசாட்சியின் எந்தவித உறுத்தலுக்கும் இடங்கொடாமல், தன்னுடைய உடனடித் தேவையைத் தீர்ப்பதற்காகப் பிராணிகளை வேட்டையாடிக் கொல்கிறான். அதேபோல் ஒருநாட்டின் பொருளாதாரம் மற்றொரு நாட்டிற்கோ அல்லது குழுவிற்கோ ஊறு விளைவித்துத்தான் இயங்க முடியும் என்றால், அது புல்லுருவித் தன்மை கொண்ட பொருளாதாரமே.

பழங்காலத்தில் கிரேக்க, ரோம சாம்ராஜ்யங்களின் செழிப்புக்கு முக்கிய காரணங்கள் பிற நாட்டவர் கொடுத்த திறையும், அவர்களில் சிலர் அடிமையாக இச்சாம்ராஜ்யங்களில் வாழ்ந்ததும்தான். எனவே, இவை புல்லுருவித் தன்மை கொண்டவையே. தற்காலத்திலும், காலனி ஏகாதிபத்திய உற்பத்தி முறையையோ அல்லது தொழிலாளர்களைச் சுரண்டும் உற்பத்தி முறையையோ கொண்ட அமைப்புகள் புல்லுருவிகளே. சீனாவுடன் இங்கிலாந்து கொண்டிருந்த அபின் வாணிகம், அமெரிக்காவின் தென்பகுதி மாநிலங்களுடன் இங்கிலாந்து நடத்திய அடிமை வர்த்தகம், லியோபால்ட் அரசர் மேற்கு ஆப்பிரிக்க நாடுகளைச் சுரண்டியது, இங்கிலாந்து உற்பத்தி செய்யும் பொருட்களை இந்தியச் சந்தையில் கொட்டுதல் இவை அனைத்தும், பாதிக்கப்பட்டவர்களுக்குப் பெருத்த அழிவை அளித்ததால் புல்லுருவித் தன்மை கொண்டதே ஆகும்.

இன்னும் சிலர், உற்பத்திக்கென எந்தவித உழைப்போ உதவியோ செய்யாமல் மரத்திலிருந்து பழத்தைச் சாப்பிடும்

குரங்கைப் போல் உற்பத்தியின்பயனை மட்டும் அனுபவித்து வருகிறார்கள். ஆனால் குரங்கு, பழத்தை மட்டும் சாப்பிட்டுவிட்டு மரத்திற்கு எந்தக் கெடுதியையும் செய்வதில்லை. மரமும் மேலும் பழங்களைக் கொடுக்கும் சக்தியை இழக்கவில்லை. குரங்கு கொள்ளைப் பொருளாதாரத்தைச் சேர்ந்ததாகும். பழங்காலச் சரித்திரத்தில் நாதிர்ஷா போன்றவர்கள் இருந்திருக்கிறார்கள். இவர்கள் கோவில்களைக் கொள்ளையடித்தார்கள்; நாட்டில் மிகுந்திருந்த செல்வங்களை எல்லாம் அள்ளிக்கொண்டுபோனார்கள். ஆனால், மீண்டும் இச்செல்வங்களை உருவாக்கும் மக்களின் சக்தியை அவர்கள் அழிக்கவில்லை. இவர்கள் படையெடுப்பும் கொள்ளைப் பொருளாதாரத்தைச் சேர்ந்தது.

தென் அமெரிக்கக் குடியரசுகளைத் தங்கள் கைக்குள் வைத்திருக்கும் நியூயார்க் நகர் செல்வந்தர்கள் இந்த வகையைச்சார்ந்தவர்களே. தற்கால கம்பெனிகளின் பங்குதாரர்கள், கம்பெனியின் உற்பத்திக்குத் தங்களின் சுயமுயற்சியாக எதுவும் செய்வதில்லை. ஆனால், கம்பெனியிலிருந்து தங்கள் பங்கிற்கான ஆதாயத்தைப் பெறுகின்றனர். இவர்களும் கொள்ளைப் பொருளாதார வகையைச் சேர்ந்தவர்கள்தான். அவர்கள் இலாபத்தில் பங்கு கொள்கிறார்களே ஒழிய வேலையில் பங்கு கொள்வதில்லை. இது போலவே, பல்வேறு நிதி அமைப்புகளும் தங்களது பங்கிற்கேற்பப்பலன்பெறுகின்றன. அவைகளும் கொள்ளைப் பொருளாதாரத்தைச் சேர்ந்தவைதான்.

தற்கால அல்லது மனித நிலை

முதல் நிலை, முற்றிலும் சுயநலம் சார்ந்து சொந்த உரிமையையே அடிப்படையாகக் கொண்டது. இரண்டாவது நிலை, ஒவ்வொருவரும் ஆற்ற வேண்டிய கடமையை உணர்ந்து, கடமையையும், உரிமையையும் சமநிலைப்படுத்த முயற்சி செய்கின்றது. இந்த நிலையில் உள்ள நாடுகள் தங்களுடைய உழைப்பினால் கிடைக்கக்கூடிய பலனோடு திருப்தியடைந்து, தங்களது அண்டை நாடுகளுக்கு ஊறு விளைவிப்பதில்லை. பண்டைய இந்திய சீனக் கலாச்சாரங்கள் பெரும்பாலும் விவசாயத்தையே அடிப்படையாகக் கொண்டு, விவசாயத்திற்கு உதவியாக மற்ற தொழில்களையும், அமைதியான முறையில் இயங்கச் செய்தன. இவை துணிவும் முயற்சியும் கொண்ட பொருளாதாரநிலைக்கு எடுத்துக்காட்டாகும்.

இஸ்லாமியக் கலாச்சாரம் சமுதாய ஒற்றுமையையும் கட்டுப்பாட்டையும் வலியுறுத்துகின்றது. அச்சமூகத்தில், சாதியின்பாற்பட்ட பாகுபாடோ அல்லது பொருளாதார ஏற்றத்தாழ்வின்பாற்பட்ட பாகுபாடோ கிடையாது. அது இணைந்து வாழும் பொருளாதாரத்தைச் சேர்ந்தது. சமீப காலத்தில் இத்தகைய பொருளாதார நிலையில் உள்ளவை நாசிகளும், பாசிஸ்டுகளும் ஆவார்கள். இவர்கள் தீவிரக் குழுமனப்பான்மை உடையவர்கள். வன்முறையைக் கொண்டவர்கள். குறிப்பாகத் தங்கள் குழுவைச் சாராதவர்களிடம் வன்முறையைக்காட்டுவார்கள். இருந்தாலும், அவர்கள் தங்களுக்குள் இணைந்து வாழும் தன்மை உடையவர்கள். தங்கள் குழுவைச் சார்ந்தவர்கள் நலனுக்காகப் பாடுபடுவதைக் கடமையாகக் கொண்டவர்கள். இக்குழுவைச் சார்ந்த ஒவ்வொருவரும், குழுவின் பொது நன்மையில் தங்கள் தனித் தன்மையையும் இணைத்துக் கொண்டவர்கள்.

மேலான அல்லது ஆன்மீக நிலை

இந்த நிலையில் கடமை உணர்ச்சி தங்கள் குழுவைச் சார்ந்தவர்களிடம் மட்டும் இல்லாமல் அனைத்து உயிர்களிடமும் பரவி நிலவிவருகிறது. அநேகமாக எல்லா மதங்களுமே இந்த நிலையை அடைவதற்கு வழிகாட்டுகின்றன. நம்முடைய அண்டை வீட்டுக்காரர்களிடம் அன்பு காட்டவும், நம்மிலும் கீழான நிலையில் இருப்பவர்களுக்குப் பணி செய்யவும் அவை வலியுறுத்துகின்றன. மேலும், அவை மனிதன் கடவுள் காட்டிய பாதையிலிருந்து விலகிச் சென்றால் அது பாவமாகிக் கடவுளின் தீர்ப்புக்கு எவ்வாறு அவன் ஆட்படுகிறான் என்றும் சுட்டிக்காட்டுகின்றன. கணநேர உலக இன்பத்திற்காக, நமது விருப்பச் சுதந்திரத்தைப் பயன் படுத்துவதனால் வரக்கூடிய அபாயங்களைப் பற்றி அவை எச்சரிக்கின்றன. இருந்த போதிலும் இந்த நிலைக்கு முன் உதாரணமாகச் சுட்டிக்காட்டும் அளவுக்கு எந்தவிதக் குழுவையும் அமைப்பதில் மனித குலம் இன்னும் வெற்றி பெறவில்லை. பழங்காலப் பிராமணர்கள் அல்லது ரிஷிகள் இத்தகைய நிலையை அடைவதற்கான ஒரு கட்டமாக இருந்தார்கள். ஆனால், தற்சமயம் இந்தப் பெயரில் இயங்கும் வகுப்பு இந்த இலட்சியத்திலிருந்து வெகுவாக விலகி நிற்கிறது.

இந்த நிலையைத் தான், காந்திஜி அடைய வேண்டிய ஒரு குறிக்கோளாகத் தன்னால் இயன்றவரை வலியுறுத்திக் கொண்டிருக்கிறார். தமது இலட்சியங்களை நடைமுறைப்படுத்தும் ஒரு முயற்சியாகவே அவர் அகில இந்திய நூற்போர் சங்கம்,

அகில இந்தியக் கிராமத் தொழிற்சங்கம் ஆகிய அமைப்புகளை உருவாக்கியுள்ளார். அவர் வெற்றி பெற்றால், வன்முறையற்ற நிலைத்த ஒரு பொருளாதாரம் நிலைநிறுத்தப்பட்டு, ஒரு புதிய அமைதியான, நிலையான நாகரிகத்தை அதாவது இராம ராஜ்யத்தை அல்லது பூமியில் கடவுளின் சாம்ராஜ்யத்தை அறிமுகப்படுத்தக்கூடும்.

~

மதிப்புகளின் அளவுகோல்

பல்வேறு பொருட்களை நாம் நமக்குத் தெரிந்த அல்லது பொதுவாக அனைவராலும் ஏற்றுக் கொள்ளப்பட்ட தரத்துடன் ஒப்பிட்டு, அவற்றின் மதிப்பைக் கணக்கிடுகிறோம். வெவ்வேறு பொருட்களை அளவிட வெவ்வேறு வழிகள் உள்ளன. சிலவற்றை எண்ணிக்கையிலும், சிலவற்றை நிறுத்தலளவை, முகத்தலளவை, நீட்டலளவை என்று பலப்பல வழிகளில் கணக்கிடுகிறோம். தானியங்கள், சர்க்கரை, இரும்பு போன்ற திடப் பொருட்களை எடை மூலம் (கிலோ, டன்) அளவிடுகிறோம். மரத்தை இவ்வளவு கனஅடி என்றும், மூங்கில் கழிகளை எண்ணிக்கையிலும், துணிகளை மீட்டர்கணக்கிலும், காகிதத்தை ரீம் கணக்கிலும், பீடி, சிகரெட் போன்றவற்றைப் பாக்கெட் கணக்கிலும், எண்ணெய், பால் போன்ற திரவப் பொருட்களை லிட்டர் கணக்கிலும் அல்லது பாட்டில் கணக்கிலும் அளவிடுகிறோம். ஒவ்வொரு தரத்திற்கும் அதற்கான அளவு துல்லியமாக நிர்ணயிக்கப்பட்டு, எந்தெந்தப் பொருட்களுக்கு எந்தெந்த அளவு பொருத்தமானது என்பதும் பொதுவாக அனைவராலும் அறிந்து ஏற்றுக்கொள்ளப்பட்டுள்ளது. கடைக்குச் சென்று எனக்கு ஆயிரம் கோதுமைத் தானியங்கள் வேண்டும் என்று ஒருவரும் கேட்கமாட்டார்கள்.

அணுகுமுறை : நம்மை மட்டும் கருத்தில் கொண்டு பொருட்களை நாம் மதிப்பீடு செய்தால், அதைத் தன்னலம் சார்ந்தது என்றும், நம்மைச் சாராமால்

கோட்பாட்டு அளவிலான உயர்ந்த இலட்சியங்களின் அடிப்படையில் அவற்றை மதிப்பீடு செய்தால் அதைப் பொதுநலம் சார்ந்தது என்றும் சொல்லப்படுகிறது. பல பிராணிகளும் தாங்களாகவே தீர்மானிக்கின்றன; ஆனால், அத்தீர்மானங்கள் எல்லாம் தன்னலம் சார்ந்தனவே. ஒரு பொருள் உடனடியாக நமக்கு எவ்விதம் பயன்படும் என்ற அடிப்படையிலேயே இத்தீர்மானங்கள் அமைகின்றன. பொதுநலம் சார்ந்த மதிப்பீடுகள் அவைகளுக்கு இல்லை. அதேபோல் நாகரிகமற்ற புராதான மனிதனுக்கும் பொதுநலம் சார்ந்த மதிப்புகளால் பயனில்லை. நாகரிகமும் பண்பாடும் நாளடைவில் பெற்று முன்னேறிய மனிதனால்தான் தன்னலம் சாராத வகையில் பல்வேறு பொருட்களைப் பற்றி முடிவெடுக்க இயலும். எத்தகைய மதிப்புகளை ஒரு மனிதன் பயன்படுத்துகிறான் என்பதையொட்டி, ஒரு மனிதன் எப்படிப்பட்டவன் என்று நாம் கூற முடியும்.

தனிமனித அல்லது தன்னலம் சார்ந்த மதிப்புகள்

மதிப்புகளின் வகைகள் : வாழ்க்கையின் பல்வேறு கட்டத்திலும் நாம் பிற மனிதர்களையும் பல்வேறு பொருட்களையும் மதிப்பீடு செய்ய வேண்டியிருக்கிறது. ஒரு கிணற்றில் உள்ள தண்ணீர் தூய்மையாக இருக்கிறது என்று சொல்கிறோம். ஒரு மலர் அழகாக இருக்கிறது என்றும், ஒரு மனிதனின் குணம் சிறப்பாக இருக்கிறது என்றும் கூறுகிறோம். இந்த முடிவுகளெல்லாம், அவற்றிற்குப் பின்னால் ஒரு குறிப்பிட்ட தரத்தின் அடிப்படையில் உள்ளது என்பதைத் தெரிவிக்கின்றன. ஒரு மனிதன் நல்லவிதமாக முடிவெடுக்கிறான் என்று பெயர் பெற்றால், நாம் அவனை அறிவுக்கூர்மை படைத்தவன் என்று கூறுகிறோம். அதாவது, அவன் பல்வேறு பொருட்களை அவற்றிற்கு ஏற்ற நுட்பமான தரத்தின் அடிப்படையில் நிர்ணயிக்கும் தன்மை உடையவனாய் இருக்கின்றான். இவ்வகையான தராதரங்களைப் பௌதீக, கலாச்சார, ஆன்மீகத் தரங்கள் என நாம் வகைப்படுத்தலாம். ஒரு வியாபாரி பொருட்களை அவை தனது வியாபாரத்தில் எந்த வகையில் எவ்வளவு இலாபம் தரும் என்ற அடிப்படையில் மதிப்பிடுவான். அன்றாட வாழ்க்கைக்குத் தள்ளாடும் ஒரு தொழிலாளி, பொருட்களை அவை தன்னுடைய உடனடித் தேவையான உணவு, உடை, இருப்பிடம் இவற்றை எந்தவகையில் தீர்த்து வைக்கும் என்ற அடிப்படையில் மதிப்பீடு செய்கிறான்; ஒரு கலைஞன் அழகு உணர்ச்சி அடிப்படையில் முடிவு செய்வான்.

காலம், புகழ், பொருள் குவித்தல் அடிப்படையிலான மதிப்பீடுகள்

கெய்ரோ அருங்காட்சியகத்தில் உள்ள ஒரு வழிகாட்டி, அங்குள்ள பொருட்களை அவை எவ்வளவு தொன்மையானவை என்ற அடிப்படையில் மதிப்பீடு செய்வார். அருங்காட்சியகத்திற்கு வரும் சுற்றுலாப் பயணிகளுக்கு அங்குள்ள துட்டகாமன் என்ற பேரரசரின் பதப்படுத்தப்பட்ட உடல் எத்தனை ஆண்டுகளுக்கு முந்தையது என்றும், பேரரசன் ராம்சே கிருஸ்து பிறப்பதற்கு முன்பு இருந்தார் என்றும் விளக்கிக் கூறுவார். பொருட்களின் தொன்மையைக் கண்டு சுற்றுலாப் பயணிகள் வியப்படைவார்கள் என்று அவர் எதிர்பார்ப்பார்.

ரோம் அல்லது ஃபிளாரன்ஸ் நகரில் சுற்றுலாப் பிரயாணிகளுக்கு வழிகாட்டி, மைக்கேல் ஆஞ்சலோ அல்லது ரூபன்ஸ் போன்ற தலைசிறந்த ஓவியர்களின் ஓவியங்களையும், சுவர்ச் சித்திரங்களையும் விளக்குவார். பயணிகள் அவற்றை மிக நேர்த்தியான படைப்புகளுக்கு ஒரு எடுத்துக்காட்டு என ஒப்புக்கொள்வார்கள் என்று எதிர்பார்ப்பார்.

பாரீஸ் நகர மக்கள் தாங்கள்தான் மிக அழகிய தோட்டங்களையும் கட்டடங்களையும், கலை இலக்கியச் செல்வங்களையும் துய்த்துப், போற்றிப் பாதுகாப்பவர்கள் என்று பெருமிதப்படுவார்கள்.

இலண்டனில் உள்ள அருங்காட்சியகத்தில் சீனா, இந்தியா, பாரசீகம், பெரு போன்ற பல்வேறு நாடுகளிலிருந்து கொண்டுவரப்பட்ட வகை வகையான பொருட்கள் பார்வைக்கு வைக்கப்பட்டு உள்ளன. உலகிலுள்ள பல்வேறு நாட்டிலிருந்தும் பொருட்களைக் கைப்பற்றும் பிரிட்டிஷ்காரர்களது திறனைக் கண்டு பார்வையாளர் வியக்கலாம்.

நியூயார்க் நகருக்குச் சென்றால், அங்குள்ள வானளாவிய கட்டடங்களின் உச்சியை, நாம் கழுத்து ஒடிய கீழிருந்து அண்ணாந்து பார்க்கும்பொழுது அருகிலிருக்கும் ஒலிபெருக்கியில் ஒவ்வொரு கட்டடமும் எவ்வளவு கோடி டாலர் செலவழித்துக் கட்டப்பட்டுள்ளது என்ற விவரங்கள் அறிவிக்கப்படும், நகருக்கு வருகை தந்துள்ள வெளிநாட்டவர், இக்கட்டடங்களின் தொன்மையைக் கண்டோ அல்லது கட்டடச் சிறப்பை அல்லது அழகை அல்லது பொருளின் அரியதாக உள்ள தன்மையைக்கண்டோ வியப்படையமாட்டார்கள்; மாறாகச் செல்வச் செழிப்புக் கொட்டிக் கிடப்பதைக் கண்டு வியப்படைவார்கள்.

மேற்கூறிய எடுத்துக்காட்டுகளில் எந்த ஒரு தரமும் தனியாகக் கடைப் பிடிக்கப்படவில்லை. ஒரு தரத்திற்கு உள்ள தனிச்சிறப்பு வெவ்வேறு இடத்தில் வலியுறுத்தப் பட்டுள்ளன. தாஜ்மகாலைப் பார்க்க வரும் ஒரு சுற்றுலாப் பயணி, அங்கு எந்த வகையான சலவைக் கற்கள் உபயோகப் படுத்தப்பட்டுள்ளன என்பதைப் பொருட்படுத்துவதில்லை. அவற்றைவிட சிறந்த சலவைக் கற்கள் கராராவில் (இத்தாலி) கிடைக்கவில்லையா? இந்த அழகிய கட்டடத்தை வடிவெடுத்த சிற்பியின் பெயரும் பயணிக்குத் தெரியாது; தாஜ்மகாலும் நம்மை வியக்க வைக்கின்ற அளவுக்கு அவ்வளவு தொன்மை வாய்ந்ததில்லை. அந்த அழகிய கட்டடமும் அதன் பின்னணியும் சேர்ந்து உருவாக்குகின்ற ஒரு ஒட்டுமொத்த காட்சி நம்மை அறியாமலேயே பரவசமடையச் செய்கிறது. இந்தப் பரவச உணர்ச்சி அடைய யாரும் கட்டடத்தின் பல்வேறு சிறப்பு அம்சங்களை அருகில் இருந்து ஒவ்வொன்றாக எடுத்துக் கூற வேண்டிய அவசியம் இல்லை.

வெவ்வேறு அடிப்படையிலான பல்வேறு மதிப்பீட்டிற்கானதரா தரங்களை மேற்கூறிய எடுத்துக்காட்டுகளில் நாம் காண்கின்றோம். நகைக் கடையின் கண்ணாடிப் பேழையில் வைக்கப்பட்டு இருக்கும் வைரம் பதிக்கப்பட்ட தங்க மோதிரம் போன்ற, உள்ளார்ந்த மதிப்புடையவை அல்ல இவை. ஒரு சிறந்த ஓவியரால் தீட்டப்பட்ட ஓவியத்தின் மதிப்பு, அது தீட்டப்பட்டதுணி, பயன்படுத்தப்பட்ட வண்ணக் கலவை இவற்றின் விலையைப் பொருத்து அல்ல. தன் தாய் அல்லது தந்தை பயன்படுத்திய பழைய பிய்ந்துபோன காலணியை மகனோ, மகளோ ஒரு அரிய பொக்கிஷமாகக் கருதி போற்றிப் பாதுகாத்து வரலாம். இதற்கு வெளிச்சந்தையில் எந்த மதிப்பும் கிடையாது. ஆனால், அந்தக் குறிப்பிட்ட நபருக்கு அதற்கென ஒரு தனி மதிப்பு உள்ளது.

தனிமனித அல்லது சுயநலம் சார்ந்த மதிப்புகளில், பொருட்களை அடைய ஆசைப்படுகின்ற வகையில் ஒரு பொதுவான தீவிரத்தன்மை இருக்காது. ஒரு பொருளின் மதிப்பு நபருக்கு நபர் வேறுபடும். பணம் போன்ற எல்லோருக்கும் பொதுவான ஒரு பொருளும் அனைவருக்கும் சரிசமமான மனநிறைவைக் கொடுக்க வேண்டிய கட்டாயமில்லை. ஒரு ஏழையின் கையிலுள்ள ஒரு ரூபாய், அவனது குடும்பத்திற்கு ஒரு நாளைக்குத் தேவையான உணவின் தேவையை நிறைவு செய்யும். அதே ரூபாய் நகர்ப்புற அலுவலக எழுத்தருக்கு ஒரு திரைப்படம் பார்க்கும் மகிழ்ச்சியை

அளிக்கும். அதே ரூபாய் ஒரு செல்வந்தருக்கு அவர் ஒரு ஓட்டல் பணியாளருக்கோ அல்லது டாக்சி ஓட்டுநருக்கோ அளிக்கப்படும் இனாம் தான். இதிலிருந்தே பணக்காரரிடமிருந்து ஒரு ரூபாயை ஒரு ஏழைக்கு மாற்றுவது, அந்த ரூபாயினால் கிடைக்கக் கூடிய மனநிறைவை அதிகரிக்கச் செய்கின்றது என்பதைக் காணலாம். அதற்கு மாறாக, ஏழையிடமிருந்து அந்த ரூபாய் பணக்காரருக்கு அது போகும் போது அளிக்கக்கூடிய மனநிறைவு குறைகின்றது.

ஒரே மனிதரிடத்தில் இருக்கும் ஒரு பொருளுக்கு எப்பொழுதும் ஒரே மதிப்பு இருக்காது. ஒரு பையனிம் ஏழு ஜிலேபிகள் இருக்கின்றன என வைத்துக் கொள்வோம். ஒவ்வொரு ஜிலேபியும் எடையிலும் தரத்திலும் ஒரே அளவில் இருக்கிறது என்றும் வைத்துக் கொள்வோம். எனினும், ஒரு ஜிலேபி அளிக்கும் மனநிறைவு மற்றொன்று அளிப்பது போல் இருக்காது. முதல் ஜிலேபியை அவன் மிகுந்த ஆவலுடன் உண்பான். அடுத்து ஒன்றிரண்டு ஜிலேபியையும் அவன் அனுபவிப்பான். அதன் பின் சாப்பிடப்படும் ஒவ்வொரு ஜிலேபியும், மேலும் சாப்பிட வேண்டும் என்ற ஆசையைக் குறைத்துக் கொண்டே வந்து, ஒரு கட்டத்தில் அடுத்து ஜிலேபியைச் சாப்பிடவேண்டும் என்ற எண்ணமே வயிற்றைக் குமட்டலாம். எனவே, சாப்பிடப்படும் ஜிலேபியின் எண்ணிக்கை உயர உயர, இந்தப் பையனுக்கு ஜிலேபியின் மதிப்பு குறைந்துக் கொண்டே வரும். நாம் முன்பு சுட்டிக்காட்டிய பணக்காரரிடமுள்ள ஒரு ரூபாயும் இந்த வகையில்தான் உள்ளது. எவ்வளவுக்கெவ்வளவு அதிகப் பணம் அவர்களிடம் உள்ளதோ அவ்வளவுக்கவ்வளவு அதற்கு மேலும் கிடைக்கும் ரூபாயின் மதிப்பு அவரைப் பொறுத்தமட்டில் குறைகிறது.

ஆறு ஜிலேபியைச் சாப்பிட்ட பிறகு பையனுக்கு மேலும் ஜிலேபியைச் சாப்பிடுவதற்கான ஆசை குறைந்துவிடுகிறது; ஆனால், அவனது தாகம் அதிகரித்துவிடுகிறது. ஏழாவது ஜிலேபிக்குப் பதில் ஒரு குவளைத் தண்ணீரை அவன் இன்னொரு பையனிடமிருந்து மகிழ்ச்சியுடன் பெற்றுக் கொள்வான். ஏழாவது ஜிலேபியைவிட அந்த ஒரு குவளைத் தண்ணீர் அவனுக்கு அதிக மகிழ்ச்சியைத் தரும். தண்ணீர் கொடுத்த பையனுக்கோ அந்த ஜிலேபி அவனுக்கு முதலாவதாக இருப்பதால் அதிக மகிழ்ச்சியைத் தரும். ஏழாவது ஜிலேபிக்கும் ஒரு குவளைத் தண்ணீருக்கும் இடைப்பட்ட இந்தப் பண்டமாற்றம் இருவருக்குமே அதிக மகிழ்ச்சியையும் இலாபத்தையும் அளித்துள்ளது. இந்தப் பண்ட மாற்றத்திற்கு முன்னும்

பின்னும் இந்தப் பையன்களுக்கு இருந்த மகிழ்ச்சியை நாம் அளவிட முடிந்தால், இந்த இருவரிடமும் இருந்த பண்டங்களின் மொத்த எண்ணிக்கை மாறாத நிலையில், அவர்களது மொத்த மகிழ்ச்சி, முன்பு இருந்ததைவிட பண்டமாற்றத்திற்குப் பிறகு வெகுவாக அதிகரித்து இருப்பதைக் காண்போம். அனைத்து வியாபாரத்திற்கும் இதுவே அடிப்படை; வாங்குவோரும் விற்போரும் இருவருமே ஒருங்கே நன்மை அடைவர். ஒருவரது இழப்பு இன்னொருவரது இலாபம் ஆகக்கூடாது.

தன்னலம் சாராத பொதுத் தராதரங்கள்

மனித மதிப்புகள் : பணப் பரிவர்த்தனையினால் விளையும் குழப்பங்களினால் நாம் பல முரண்பாடான நிலைகளைச் சந்திக்க நேரிடுகிறது. நமது பொருளாதார அமைப்பும் ஒரு ஏறுமாறான, முரண்பட்ட வளர்ச்சியைப் பெறுகின்றது. விளைநிலங்கள் எல்லாம் உணவு உற்பத்திக்குப் பயன்படுத்தப்படாமல் தொழிற்சாலைகளுக்குத் தேவையான மூலப் பொருட்களை உற்பத்தி செய்ய மாற்றப்படுகின்றன. மக்கள் அரிசி கிடைக்காமல் பட்டினி கிடக்கின்ற நேரத்தில், அரிசி விளைகின்ற நிலங்களில் சோப்பு செய்வதற்குத் தேவையான எண்ணெய் வித்துக்கள் உற்பத்தி செய்யப்படுகின்றன. கேரளாவில் உள்ள பல கிராமங்களில் நெல் விளையும் நிலங்கள் 20 விழுக்காடு குறைந்துவிட்டது; இந்நிலங்கள் தென்னந்தோப்புகளாக மாற்றப்பட்டுவிட்டன. தேங்காய்கள் சோப்பு செய்வதற்காகத் தொழிற்சாலைகளுக்கு அனுப்பப்படுகின்றன. நெல் விளையக்கூடிய நிலங்களெல்லாம் இவ்விதமாகச் சோப்பு தயாரிக்கும் நிலங்களாக மாறிவிட்டன. ஆனால், அதே நேரத்தில் ஏழை மக்கள் போதுமான உணவு இன்றிப் பட்டினி கிடக்கிறார்கள். இத்தகைய நிலை மனிதர்களின் தேவைகளைஅளவிடுவதற்குப் பணம் ஒரு நம்பகமான அளவுகோலாக இருக்க முடியாது என்பதையே நிரூபிக்கின்றது.

பணத்தை மட்டும் அல்லது பொருட்களை மட்டும் அடிப்படையாகக் கொண்ட ஒரு பொருளாதாரம், காலம், இடம் இவற்றைப் பற்றிய ஒரு சரியான நோக்கைக் கொண்டதாக இருக்க முடியாது. இந்தக் குறைபாடு, அதனை வன்முறையும் அழிவும் கொண்ட, திரும்பிவர இயலாத ஒரு இருண்ட பாதைக்கு இட்டுச் செல்கின்றது. மேம்பட்ட வாழ்க்கை நெறியைக் கடைப்பிடிக்கும் மனிதன் இத்தகைய குறுகிய கண்ணோட்டமுடைய, அழியக்கூடிய மதிப்புகளின்படி நடக்கமாட்டான். நிலைத்த

தன்மைக்கு இட்டுச் செல்ல வேண்டுமானால் நாம் நிர்ணயிக்கும் மதிப்பு, நிர்ணயிக்கும் மனிதனிலிருந்து பிரிந்து வேறு ஒன்றின் அடிப்படையில் அமைய வேண்டும்; ஏனென்றால், மதிப்பிடும் மனிதன் அழியக் கூடியவனே. இயற்கையிலுள்ள நிலைத்த தன்மையிலிருந்தே உயர்ந்த இலட்சியங்கள் உருவாகும். அந்த இலட்சியங்களால் வரையறுக்கப்பட்ட ஒரு அடிப்படையே நமக்கு, நம்பிக்கையூட்டவல்ல, தனிமனித விருப்பு வெறுப்புகளிலிருந்து விடுபட்ட ஒரு வழிகாட்டியாக அமையும். நிலைத்த தன்மையை அடைவதற்கு இத்தகைய மதிப்புகளின் அடிப்படையிலான ஒரு பொருளாதாரம் இன்றியமையாத ஒரு முன் தேவையாகும்.

தார்மீக மதிப்புகள் : தார்மீக நெறியில் செல்லும் மனிதன்கடைப் பிடிக்கும் தராதரங்கள், பொருட்களின் அடிப்படையில் அமையாது. ஒரு குழந்தையைக் கொள்ளைக்காரன் ஒருவன் கொன்று, அது அணிந்திருந்த சங்கிலியை விற்க முனைகிறான்; அந்தச் சங்கிலியின் சரித்திரத்தை அறிந்த யாராவது அதை வாங்க முன்வருவார்களா? அந்த நகை இத்தனை எடை தங்கம் என்பதை மட்டும் பிரதிபலிக்கவில்லை; ஏதும் அறியா ஒரு குழந்தையின் இரத்தத்தையும் அது பிரதிபலிக்கிறது. குழந்தையின் கொலையை வெறுத்து ஒதுக்கும் எவரும் அந்த நகையை, அது எவ்வளவுதான் மலிவான விலைக்குக் கிடைப்பதாக இருந்தாலும் வாங்க ஆசைப்படமாட்டார்கள்.

இதே போல் சந்தையில் விற்கப்படும் ஒவ்வொரு பொருளுடனும் ஒரு தார்மீக மதிப்பு இணைக்கப்பட்டுள்ளது. “வியாபாரம் வியாபாரம்தான்” என்று சொல்லி இம்மதிப்புகளை நாம் புறக்கணிக்க முடியாது. அடிமை நிலையிலும், தொழிலாளர்களைக் கொடுமையாகச்சுரண்டும் நிலையிலும் தயாரிக்கப்பட்ட பொருட்களின் மேல் அடக்குமுறையின் பாவக்கறை படிந்துள்ளது. அந்தப் பொருட்களை வாங்குவோரும் அந்தப் பொருட்கள் தயாரிக்கப்படும் கொடிய நிலைக்குக் கூட்டாகி விடுகிறார்கள். எனவே, வியாபாரப் பரிவர்த்தனையில் பங்கு கொள்ளும் ஒவ்வொருவருக்கும் பெரும் பொறுப்பு இருக்கிறது. அது ஒரு பைசா தான் என்று இருந்தாலும், நம்மால் மனமார ஏற்றுக் கொள்ளப்படாத அல்லது துணையாக இருக்க இயலாத சந்தர்ப்ப சூழ்நிலைகளுக்கு நாம் உடந்தையாக இருந்து விடக்கூடாது.

தார்மீக மதிப்புகளைப் புறக்கணித்துவிட்டதாலும், பேராசையை அதன் போக்கிலேயே விட்டதாலும், தன்னலமும் பொறாமையும் உலக அளவில் சச்சரவுக்கும், சண்டைக்கும் காரணங்களாகிவிட்டன.

முதல் உலகப் போருக்குப் பின் வெற்றி பெற்ற நாடுகள் தோல்வியுற்ற ஜெர்மனியின் வசமிருந்த காலனி நாடுகளைத் தாங்கள் எடுத்துக்கொண்டு போரினால் ஏற்பட்ட இழப்புக்கும் நஷ்ட ஈடு கோரினார்கள்.

ஜப்பானுடன் சேர்ந்த ஜெர்மனி மீண்டும் ஒருமுறை ஜப்பானுடன் தோற்கடிக்கப்பட்டுவிட்டது. அதன் உரிமைகளும், செல்வங்களும் வெற்றி பெற்ற நாடுகளிடையே பங்கிடப்படுகின்றன; நம் நாடும் இந்தக் கொள்ளையில் பங்கு பெற வலுக்கட்டாயமாக இழுக்கப்பட்டுள்ளது; நம் கரங்களும் இந்தப் போரின் இரத்தத்தால் கறைபட்டுள்ளன. ஏகாதிபத்திய நாடுகளின் அக்கிரமமான, அநியாயமான செயல்களில் நாம் பங்கு கொள்கிறோம். இத்தகைய நடைமுறைகள் எந்தக் காலத்திலாவது நிலைத்த பொருளாதாரத்திற்கு அடிப்படையாக அமைய முடியுமா?

சமுதாயத் தராதரங்கள்

ஒரு சமூகம்கூட தான் அடைந்துவரும் நன்மைகளை மதிப்பிட முடியும். அது, அம்மதிப்புகளைத், தனி நபர்கள் அல்லது வர்க்கங்கள் தனக்குச் செய்த தொண்டிற்கு அளிக்கப்படும் அந்தஸ்தாக வெளிப்படுத்துகிறது.

எடுத்துக்காட்டாக, பண்டைக் காலத்தில் நான்கு வகை வகுப்புகளுக்கும் கொடுக்கப்பட்ட மதிப்பு அவ்வகுப்புகள் சமூகத்திற்கு ஆற்றிய தொண்டின் அடிப்படையில் அமைந்தன. தன்னைத் தவிர மற்ற எவரையும் பற்றி எண்ணிப் பார்க்காமல் தன்னுடைய தேவைகளை மட்டுமே நிறைவு செய்வதில் ஈடுபட்டிருக்கும் நான்காவது வகுப்பினருக்கு எந்தவித அந்தஸ்தோ அங்கீகாரமோ அளிக்கப்படவில்லை. செல்வத்தைச் சேகரிப்பதிலேயே குறியாக இருக்கும் வியாபாரிகளுக்கு அவர்கள் அவ்வித முயற்சியில் ஈடுபட்டிருக்கும்போது, சமூகத்திற்கும் ஒரு சிறு அளவில் தொண்டாற்றுவதால், சிறிது உயர்ந்த அந்தஸ்து அளிக்கப்பட்டது. தனது உயிரைப்பற்றிக் கவலைப்படாமல் கடமையே பெரிதெனக் கருதித் தன்னால் காப்பாற்றப்பட வேண்டிய மக்களைப் பற்றியே கவனம் கொண்ட வீரப் பெருமக்களுக்குச் சமூகம் ஒரு சிறந்த அந்தஸ்தை அளித்தது. தன்னுடைய உயிர் வாழ்க்கையைப் பற்றிச் சிறிதும் கவலைப்படாமல் தலைசிறந்த இலட்சியங்களைக் கடைப்பிடித்துப் பின்பற்றி வரும் ஞானிகளின் திருவடிகளில் அரசக் குடும்பத்தினர் உட்பட அனைவரும் வீழ்ந்து வணங்கினர்.

இவைதான் பல ஆயிரக்கணக்கான ஆண்டுகளுக்கு முன் நமது நாடு கடைப்பிடித்த கலாச்சார மதிப்புகளின் தராதரங்கள் ஆகும். ஆனால், துரதிருஷ்டவசமாகத் தற்காலத்தில் இந்தத் தராதரங்கள் எல்லாம் நிலையற்ற, நம் கண்களைக் குருடாக்கும் உலகியல் செல்வங்களால் மறைக்கப்பட்டுள்ளன. நமது முன்னோர்கள் விட்டுச் சென்ற உயர்ந்த லட்சியங்களை மீண்டும் அடைவதற்கு, நாம் அனைவரும் மிகக் கடுமையாகப் பாடுபட வேண்டும்; அத்தகைய லட்சியங்களைக் கடைப்பிடிப்பதுதான் நிலைத்த தன்மைக்கு இட்டுச்செல்ல முடியும்.

ஆன்மீக மதிப்பீடு

யூதர்களின் தலைசிறந்த அரசர்களில் ஒருவரான தாவீது அரசன் மேல் ஒருமுறை அவரது எதிரிகளான ஃபிலிஸ்தீனியர்கள் படையெடுத்து வந்தனர். அப்பொழுது ஒருமுறை எதிரிப்படையினர் அவருக்கும் அவரது தலைநகர் பெத்லேகம் நகரத்திற்கும் இடையில் முகாமிட்டு இருந்தனர். அப்பொழுது நடந்த ஒரு சம்பவம் வரலாற்றில் சிறப்பாகக் குறிப்பிடப்பட்டுள்ளது. தனது முகாமிலிருந்து தாவீது அரசர் எதிரிப் படைகளையும் தாண்டி பெத்லகேம் நகருக்கு வெளியில் உள்ள குடிநீர்க் கிணற்றைப் பார்த்து உணர்ச்சிவசப்பட்டு, “அந்தக் கிணற்றிலுள்ள நீரை மட்டும் இப்போது என்னால் அருந்த முடியுமேயானால்” என்று கூறினார். இதைக் கேள்விப்பட்ட அவரது படைவீரர்களில் சிலர், அரசரின் விருப்பத்தை நிறைவேற்ற வேண்டி, எதிரிப் படையிடையே நுழைந்து போரிட்டு, கிணற்றுக்குச் சென்று கிணற்று நீரை ஒரு பானையில் கொண்டு வந்து அரசர் முன் வைத்தனர். வீரர்களது விசுவாசத்தையும், கடமை உணர்ச்சியையும் தங்களது உயிரைச் சற்றும் பொருட்படுத்தாது அரசரின் ஒரு சிறு விருப்பத்தை நிறைவேற்றுவதற்காக எடுத்துக்கொண்ட துணிவையும் கண்டு, அரசர் உள்ளம் நெகிழ்ந்தார். அரசரின் ஆன்மீகக் கண் அந்தப் பானையிலே தண்ணீரைக் காணவில்லை. மாறாக, அதைக் கொண்டு வருவதற்குச் சென்ற வீரர்களின் இரத்தத்தையே கண்டது. பானையைக் கையிலேந்தி உள்ளம் உருக, “இதை நான் எப்படி அருந்த முடியும்; இதில் இருப்பது தண்ணீரல்ல; என் அருமை வீரர்களின் இரத்தம். இதை நான் ஆண்டவனுக்கே அவர்களது தியாகத்திற்கு அடையாளமாக அர்ப்பணிக்கின்றேன்” என்று கூறினார். பொருட்களை அவற்றின் உண்மையான பின்னணியிலும் நோக்கிலும் அளவிடும் ஆன்மீக மதிப்பீடுகளின் அடிப்படையில் நமது செய்கைகள் எவ்வளவுக்கெவ்வளவு அமைகின்றனவோ அவ்வளவுக்கவ்வளவு நமது வாழ்க்கையும் மேலும் தூய்மையானதாக அமையும். நிலைத்த

பொருளாதாரத்திற்கு இட்டுச்செல்லும் பாதையின் அடித்தளமும் மேலும் உறுதியாகும்; மனித குலத்தையும் வன்முறையற்ற வழியில் அமைதிக்கும், மகிழ்ச்சிக்கும் இட்டுச்செல்லும்.

~

மதிப்பீடு

மதிப்பீடு செய்வதற்குப் பயன்படுத்தும் தராதரங்களும், மதிப்பீடு செய்யும் வழிமுறைகளும் மதிப்பிடுவோர் மீது நம்முடைய தனித்தன்மையைப் பதிக்கின்றன. மக்களிடையே மிகப் பரவலாகச் செல்வாக்குடன் விளங்குகின்ற மதிப்புகளின் தாக்கம் ஒரு நாகரிகத்தின் மீது பல நூற்றாண்டுகளுக்கு இருக்கும். எனவே தான், நாம் உளமார்ந்து விரும்பி தேர்ந்தெடுக்கும் தராதரங்கள் மிக முக்கியத்துவம் பெறுகின்றன.

எகிப்து, பாபிலோன், கிரீஸ் மற்றும் ரோம் போன்ற பண்டைய நாகரிகங்கள் தங்களது பெருமையைப் பறைசாற்ற இப்போது உயிரோடு இல்லை. மிகச் செல்வாக்கோடு ஒரு சில நூற்றாண்டுகளுக்குத் திகழ்ந்து அதன்பின் அவை மறைந்துவிட்டன. ஏனெனில், அவை எந்தத் தராதரங்களின் அடிப்படையில் உருவாக்கப்பட்டனவோ அவை நிலையற்றதன்மையையும், தன்னலத்தையும் சார்ந்தும் இருந்தன. முன்பகுதியில் சுட்டிக்காட்டப்பட்டது போல் அந்நாகரிகங்கள், அடிமை முறையாலும் தம் ஆதிக்கத்திற்கு உட்பட்ட நாடுகளிடமிருந்து கப்பம் வசூலிக்கும் முறையாலும் நச்சுப்பட்டுப் போயின. கிரேக்க ரோம நாகரிகங்கள் கலை, இலக்கியம், சிற்பம் போன்றவற்றில் தங்களுடைய உணர்ச்சிப் பூர்வமான தன்னலம் சார்ந்த நோக்கங்களையும் மதிப்புகளையும் அழியாத முத்திரையாகப் பதித்துள்ளன என்பதில் எந்த ஐயமும் இல்லை. ஆனால், இவையெல்லாம் பண்டைப் பெருமையைப், பேணிப் போற்றிவர, பிற்காலச்

சந்ததிகளுக்கு, அவர்களால் விட்டுச் சென்ற வழிவழி வரும் உடமைப் பொருட்களேயன்றி வேறில்லை. அவற்றின் நாகரிகம் இன்றும் உயிரோடு இயங்கி வரும் சக்தியாக இல்லை.

இதற்கு மாறாக, அதேபோல், ஏன் அதைவிடத் தொன்மை வாய்ந்த சீன, இந்திய நாகரிகங்கள் இன்றும் தமது அமைப்புகளிடம் உள்ள நிலைத்த தன்மை, வன்முறையற்ற பாங்கு, உயிர்த் துடிப்பு இவற்றிற்குச் சான்றாக உள்ளன. ஏனெனில், இந்த நாகரிகங்கள் சுயநலம் சாராது பொதுநலம் பேணும் தன்மையின் மீது உருவாக்கப்பட்டிருந்தன. நவீனக் காலப் புத்திசாலிகள் கீழ்நாடுகளின் மதங்களையும் மறுஉலகம் பற்றிய நினைப்புகளையும் எள்ளி நகையாடலாம். இதைப் பற்றி நாம் வெட்கப்படவோஅல்லது வேதனைப்படவோ தேவையில்லை. ஏனெனில் இவைதான் காட்டில் வேட்டையாடும் மிருகத்தையும் முன்னேறிய ஒரு மனிதனையும் வேறுபடுத்திக் காட்டுகின்றன. இந்நாகரிகங்கள் பல நூற்றாண்டுகளாகத் தொடர்ந்து இயங்கி வந்திருப்பது, ஒரு நிலைத்த சமூகத்தை உருவாக்குவதற்குத் தேவையான அடிப்படைத் தராதரங்களை எவ்வாறு முன்னோர்கள் தொலைநோக்குடன் தேர்ந்தெடுத்து உள்ளனர் என்பதைச் சுட்டிக்காட்டுகின்றது. அவர்கள் காட்டிச்சென்ற நிலைத்த தன்மை, வன்முறை தவிர்ப்பு ஆகிய அடித்தளத்தின்மீது, நாம் மேலும் உருவாக்கவேண்டுமேயானால் நம்முடைய தராதரங்களும் உண்மையானதும் பிறர் நலம் பேணும் தன்மையானதாகவும் இருக்க வேண்டுமே தவிரக், கணநேரத் தேவைகளை மட்டும் நிறைவு செய்வதாக அமையக்கூடாது. குறிப்பாக, அரசியல் அமைப்புகளெல்லாம் ஒரு தெளிவற்ற குழப்பமான நிலையில் இருந்து, எதிர்காலத்திற்கான திட்டங்களைப் பற்றி நாம் தீவிரமாக சிந்திக்கின்ற இந்தக் காலகட்டத்தில், நாம் மிகக் கவனமாக இருக்க வேண்டும்.

துரதிருஷ்டவசமாகத் தற்கால உலகில் முக்கியப் பங்கேற்கும் சக்திகள் நிலையற்ற தன்மையையும், விளைவும் கொண்ட பண அடிப்படையையே கைக்கொண்டுள்ளன. எங்குச் சென்றாலும் நாம் "உயர்ந்த வாழ்க்கைத் தரம்", "தேசிய வருமானத்தைப் பெருக்குதல்", "உற்பத்தித்திறனையும் சக்தியையும் பெருக்குதல்", "போட்டி மிகுந்த இந்த நவீன உலகத்தில் இலாபம் பெறச் செய்தல்" என்பது போன்ற கோஷங்களையே கேட்கின்றோம். தற்போது நிலவி வருகின்ற பொருளாதாரக் கருத்துக்கள் எல்லாம் இலாபம், விலை, வாங்கும் சக்தி, அயல்நாட்டு வர்த்தகம் என்ற புதை மணல் மேலேயே

உருவாக்கப்பட்டுள்ளன. பிற பிராணிகளிடமிருந்து மனிதனை வேறுபடுத்தும் வாழ்க்கையின் ஆழ்ந்த அம்சங்களைப் பற்றிய எண்ணங்களுக்கு இவற்றில் சிறிதும் இடமில்லை. மாறாக, மனித மற்றும் ஆன்மீக மதிப்புகளைப் பற்றிக் குறிப்பிடுவதையே ஏளனமாக எண்ணும் ஒரு அபாயகரமான போக்கே நிலவி வருகின்றது. எனவேதான், நாம் எச்சரிக்கையாக இருக்க வேண்டும்.

முன்னோர்கள் நமக்கு விட்டுச்சென்றிருக்கிற அரும்பொருள் பொக்கிஷங்கள், நவீனக்கால முறையில் எவ்வாறு அளவிடப்படுகின்றன என்பதை நோக்கினால் இந்தத் தற்காலத் தராதரங்கள் எவ்வளவு முரண்பாடாக, நகைப்புக்கு உரியதாக இருக்கின்றன என்பது புலனாகும். கையினால் வண்ணம் தீட்டப்பட்ட ஒரு அபூர்வ சீன ஜாடியை ஒரு நவீன மண்பாண்டத் தொழிற்சாலை அதிபர் பார்த்தால் இப்படித்தான் சொல்வார், "ஓ! இந்தப் பொருளை உருவாக்க அவர்கள் எவ்வளவு காலம் வீணாக்கியிருக்கிறார்கள். என்னுடைய தொழிற்சாலையில் இதே போன்ற ஆயிரம் ஜோடி ஜாடிகளை ஒரே மாதத்தில் என்னால் உற்பத்தி செய்ய முடியுமே".

உலகிலேயே மிக வியப்புக்கு உரிய சுவர்ச் சித்திரங்கள் அஜந்தா குகையில் உள்ளன. இவற்றை உருவாக்கப் பல ஆண்டுகள், ஏன் நூற்றுக்கணக்கான ஆண்டுகள்கூட ஆகியிருக்கலாம். ஆனால், ஒரு தற்காலக் கல் அச்சகர், இதைப் போன்று ஆயிரம் நகல்களை ஒரு சில வாரங்களில் தன்னால் எடுத்துவிட முடியும் என்று கூறுவார்.

ஷாலிமார் தோட்டத்தை ஒரு எண்ணெய்வித்து வியாபாரி பார்வையிட்டால், "இந்த நல்ல நிலங்களெல்லாம் பாழாகிவிட்டதே, என்னிடம் கொடுத்திருந்தால், எவ்வளவு டன் நிலக்கடலை உற்பத்தி செய்திருப்பேன்" என்று அங்கலாய்க்கலாம்.

பனை ஓலையில் எழுதப்பட்ட தொன்மை வாய்ந்த நூல்கள் எத்தனையோ தத்துவ விளக்கங்களுக்கும் நிலையான நாகரிகங்களுக்கும் அடிப்படையாக இருந்திருக்கலாம். ஆனால், ஒரு புத்தகம் வெளியிடும் வியாபாரி, அதைப் பார்த்துவிட்டு, "எவ்வளவு மோசமான பொருளில் இவை தயாரிக்கப் பட்டுள்ளன. நானாக இருந்தால் இதை அழகிய காகிதத்தில் ஐந்து ரூபாய் ஒரு இதழ் என வெளியிட்டு விடுவேனே" என்று கூறலாம்.

இரானியத் தேநீர் விடுதிகளுக்குச் சலவைக் கல் மேஜை விற்கும் ஒரு ஒப்பந்தக்காரர் தாஜ்மகாலைப் பார்த்துவிட்டுச் "சலவைக் கற்களெல்லாம் வீணாகிப் போய்விட்டதே" என்று குறை கூறலாம்.

தாஜ்மகால் கட்டுவதற்குப் பயன்படுத்தப்பட்ட சலவைக் கற்கள் மூலம் எவ்வளவு ஆயிரம் மேஜைகள் செய்திருக்கலாம் என்றும் கணக்குப் போடலாம்.

மிக நுணுக்கமான வேலைப்பாடு அமைந்த தூண்களைக் கொண்ட மூன்று அடுக்குக் கோவில்களைப் பாறையைக் குடைந்து எல்லோரா குகையில் நமது முன்னோர்கள் உருவாக்கியிருக்கிறார்கள். நியூயார்க் நகரிலிருந்து ஒரு சிமெண்ட் கான்கிரீட் வல்லுநர் அதைப் பார்த்தால், இந்த கோயிலைக் கட்டுவதற்குச் செலவிட்ட ஆண்டுகளை எண்ணி மலைத்து நிற்பார். நமது முன்னோர்களுக்குப் புவியியல் பற்றி இருந்த ஆழ்ந்த அறிவும், அதன் அடிப்படையில், இக்கோவில்களைக் கட்டுவதற்கு ஏற்ற வழுவில்லாத பாறைகள் இவைதான் என்று அவர்கள் தேர்ந்தெடுத்ததையும், இந்தக் கோவில்களை உருவாக்குவதற்கு அவர்களிடமிருந்த ஆர்வம், பக்தி இவற்றையெல்லாம் அவரால் எண்ணிப் பார்த்து ஏற்க இயலாது. நியூயார்க் நகரத்தில், மண்ணெண்ணெய் டின்கள் ஒன்றின்மேல் ஒன்று அடுக்கி வைத்தது போல், வானளாவிய ஒரு 60 மாடிக் கட்டடத்தை, இந்தப் பழங்கால எல்லோரா கோவிலைக் கட்ட எடுத்துக் கொண்ட காலத்தில் நூற்றில் ஒரு பங்கு காலத்தில் என்னால் கட்டி முடிக்க முடியும் என்று இறுமாப்பு அடையலாம். இந்தக் கோவிலைக் கட்டிய செலவில் நூற்றில் ஒரு பங்கில் இந்தத் தொன்மை வாய்ந்த நினைவுச் சின்னத்திலிருந்து அதைச் சாந்தினால் வடிவெடுத்து, அதிலிருந்து கான்கிரீட்டில் ஒரு புதிய எல்லோரா கைலாசநாதர் கோவில் ஒன்றை மூன்றே மாதங்களில் உருவாக்க முடியும் என்றும் உறுதி கூறலாம்.

பந்தயக் குதிரையை வாங்கி விற்கும் ஒரு வியாபாரி சேவா கிராமத்திற்கு வந்து காந்திஜியின் மதிப்பை, அவரது பல் இல்லாத பொக்கை வாயைப் பார்த்து நிர்ணயிப்பார். அவரை எதற்கும் உபயோகமில்லாதவர் என்று எண்ணி, கிழட்டு மாடுகள் கட்டும் தொழுவில் கொண்டுபோய் வைப்பார்.

மேற்கண்ட மதிப்பீடுகளில் உள்ள முரண்பாடுகள், ரோஜாத் தோட்டத்திற்குள் செல்லும் ஒரு பொற்கொல்லன் மலர்களை உரைகல் மூலம் பரிசோதித்துப் பார்ப்பதற்கு ஒப்பாகும். அவருக்குத் தெரிந்த மதிப்பீடு அவ்வளவுதான்.

மேற்கூறிய நகைப்புக்கு இடமான நிலைகள் எல்லாம், ஒருவகைப் பொருளாதாரத்திற்கு உரிய அடிப்படையை வேறொன்றின் மேலேற்றிப் பயன்படுத்துவதால் உருவாகியுள்ளன. எடுத்துக்காட்டாக,

அ.கி. வேங்கட சுப்ரமணியன்

பந்தயக் குதிரை வியாபாரி புல்லுருவிப் பொருளாதாரத்தைச் சேர்ந்தவர். அவருக்குத் தெரிந்த அளவுகளைக் கொண்டு சேவைப் பொருளாதாரத்தின் அடிப்படையில் மதிப்பிடப்பட வேண்டிய ஒருவரை மதிப்பிடுகிறார்.

மேலே சுட்டிக்காட்டப்பட்ட முறையில், இவையெல்லாம் இப்படியும் இருக்குமா? என்று நகைப்புக்கு இடமாகவுள்ளன. ஆனால், நடைமுறை வாழ்க்கையில் இத்தகைய மதிப்பீடுகள்தான் வலியுறுத்தப் படுகின்றன. இவ்வாறு, வலியுறுத்துபவர்கள் படிக்காத வியாபாரிகள் அல்ல; உலகத்தில் தலைசிறந்த பல்கலைக்கழகத்திலிருந்து பட்டம் பெற்ற பெரும் மேதாவிகள்தான் இப்படி வலியுறுத்துகின்றனர். இத்தனை பல்கலைக் கழகங்களெல்லாம், முதல் மூன்று வகைப் பொருளாதாரங்களைப் புல்லுருவி பொருளாதாரம், கொள்ளைப் பொருளாதாரம், துணிவும் முயற்சியும் கொண்ட பொருளாதாரம் சார்ந்த, நவீனக் காலத் தொழில் அதிபர்களுக்கு உதவியாகவும், அவர்களது செயல்களை நியாயப்படுத்தக் கூடியதுமான கொள்கைகளை உருவாக்குவதற்காகவுமே பயன்படுகின்றன.

எந்தப் பிரச்சினைக்கான தீர்வையும் அவர்கள், 'அது இலாபம் அளிக்குமா?' என்ற பொதுவான ஒரு உரைகல்லின் மீதே சோதித்துப் பார்க்கின்றனர். நல்ல புத்துருக்கு நெய்யைக் கொண்டு ஒரு தாய் தன் குழந்தைகளுக்கென ஏதாவது தின்பண்டம் செய்தால், பேராசிரியர் டாக்டர் மேதாவி, அந்த தாயைப் பார்த்து, "நீங்கள் இந்த நெய்யுடன் தாவரக் கொழுப்பு ஒன்றைக் கலக்காவிட்டால் உலகச் சந்தையில் எவ்வாறு போட்டி போட முடியும்?" என்று கேள்வி கேட்பார். தாயார் அந்தத் தின்பண்டத்தைச் செய்வதற்குச் செலவிட்ட நேரத்திற்கும் ஒரு விலை நிர்ணயம் செய்து அதையும் கூட்டி அந்தத் தின்பண்டத்திற்கு ஒரு விலை நிர்ணயிக்கவேண்டுமென்று அறிவுரை கூறுவார். இவ்வாறு, கூட்டுவது விலையை விஞ்ஞானப் பூர்வமாத் துல்லியமாகக் கணக்கிடுவதற்காகத்தான் என்றும் வலியுறுத்துவார். இவ்வாறு, நிர்ணயிக்கப்பட்ட விலையை, வெளிச்சந்தையில் உள்ள விலையோடு ஒப்பிட்டுப் பார்க்கவும் சொல்வார். அந்தத் தாயாரோ, "உலகச் சந்தை என்றால் என்ன? அது எங்கேகூடுகிறது? நான் இந்தத் தின்பண்டத்தை என் குழந்தைகள் சாப்பிடத்தான் செய்தேன். அவர்களுக்குச் சுத்தமான, கலப்பிடமில்லாத பொருட்கள்தான் வேண்டும். சந்தை விலையைப் பற்றியோ அல்லது விஞ்ஞானப்பூர்வமாக நிர்ணயிக்கப்பட்ட விலை பற்றியோ எனக்கு எந்த அக்கறையும் இல்லை; என்னுடைய நேரத்திற்கு நான் எப்படி

விலை சொல்வேன். என்னுடைய வாழ்க்கை முழுவதுமே என் குடும்ப நலத்திற்குத்தானே?" என்று பதில் கூறுவார். டாக்டர் மேதாவியோ, இந்த நாகரிகமற்ற பெண்ணிற்கு அடிப்படைப் பொருளாதாரம்கூட தெரியவில்லையே என்று ஆச்சரியப்படுவார். சேவைப் பொருளாதாரத்தின் கொள்கைகளே சாதாரணமாக வீடுகளில் பரவிக் கிடக்கின்றன. அக்கொள்கைகளைக் கொண்டதாய், அதன் அடிப்படையில் தன்னுடைய செய்கைகளைத் தீர்மானிக்கிறாள். ஆனால், பேராசிரியரோ கொள்ளைப் பொருளாதாரத்திற்கு உரிய வழிமுறைகளைச் சேவைப் பொருளாதாரத்தின் மீது புகுத்தத் தீர்மானிக்கிறார். வேலையில் குறுக்கிடும் வெளி உலக ஆரவாரங்கள் எல்லாம் நீக்கப்பட்ட பரிசோதனைச் சாலையில், சுற்றுப்புறத்தை ஒதுக்கிவிட்டு, ஒரே ஒரு கொள்கையின் அடிப்படையில் எண்ணிப் பார்ப்பதே அவர்களது பழக்கமாகப் போய்விட்டது. இத்தகைய வழிமுறைகள் எவ்வளவுதான் சிறந்ததாக இருந்தபொழுதிலும், நடைமுறை உலகில், அத்தகைய செயற்கையான சூழ்நிலைகள் இல்லாததால், அம்முறைகள் நடைமுறை உலகைப் பற்றிய கணிப்பை நிர்ணயிக்கத் தகுதியானவை அல்ல.

தனது பரிசோதனைச் சாலையில் இயக்கவியலில் அனைத்துக் கோட்பாடுகளையும் பரிசோதித்துப் பார்த்த ஒரு பௌதீகப் பேராசிரியர், "காகிதம் மேலேயிருந்து தரையை நோக்கி விழும்பொழுது, அது ஈயம் அல்லது வேறு கனமான உலோகப் பொருட்களைப் போலவே, ஒரு மணித்துளிக்கு முப்பத்திரண்டு அடி என்ற வேகத்திலேயே விழுகின்றது" என்று கூறுவார். பள்ளியில் படிக்கும் எந்தச் சிறுவனும் இதை ஏற்றுக் கொள்ளமாட்டான். அவன்கூறுவான், "ஐயா பேராசிரியரே, நீங்கள் எதைப் பற்றிப் பேசுகின்றீர்கள் என்பதையே அறியமாட்டீர்கள். நான் என் கிராமத்திலுள்ள கிணற்றில் கூழாங்கற்களை எறிந்து, அவை கீழே தண்ணீரில் விழுவதைப் பார்த்திருக்கின்றேன். நான் கிணற்றில் காகிதத் துணுக்குகளையும் போட்டிருக்கின்றேன். கூழாங்கற்கள் நேராகக் கீழே தண்ணீருக்குள் போய் விடுகின்றன; ஆனால், காகிதங்களோ காற்றில் பறந்து கொண்டிருக்கின்றன; சில சமயம், கிணற்றுக்கு வெளியேயும் அவை போய்விடுகின்றன. நான் காகிதத்தினால் ஆன பட்டங்கள்கூட விட்டு இருக்கின்றேன். அவை கண்ணுக்குத் தெரியாத அளவிற்கு உயரே போய் இருக்கின்றன. நிச்சயமாக உங்களால் ஈயத்தில் ஆன பட்டத்தைப் பறக்கவிட முடியாது" என்று கூறுவான். பேராசிரியர் கூறியது அவரது பரிசோதனைச் சாலையில், செயற்கையான சூழ்நிலையில், காற்று எதிர்ப்பு

இல்லாத சூன்னியக் குழாய்களில் சரியாக இருக்கும். ஆனால், பையன் கூறியதுதான் நடைமுறை வெளிஉலகில் நடப்பதாகும். எந்தப் பிரச்சினையைப் பற்றி எண்ணும் பொழுதும் நூறு வகையான நிலைகளைக் கணக்கிலெடுக்க நேரிடும். ஒரு முடிவெடுக்கும் முன் அதைச் சரியாகக் கணிக்க, இருக்கின்ற அனைத்து நிலைகளையும் கருத்தில்கொள்ள வேண்டும். எளிதில் புலனாகாதவை, நிலைத்து நிற்கக் கூடியவையாக இருக்கலாம்; பண மதிப்பு போன்ற எளிதில் புலனாகுபவை வேறு வகையில் கொஞ்சம்கூட முக்கியத்துவம் இல்லாதவை ஆகலாம்.

ஒரு பொருளாதாரப் பேராசிரியர் பொருட்களின் தேவையும் இவை வழங்கப்படும் அளவையும், விலைகளே நிர்ணயிக்கின்றன என்றும், எவ்வளவுக்கெவ்வளவு விலை குறைவோ அவ்வளவுக்கவ்வளவு அவை அதிக அளவில் வேண்டப்படும் என்றும் கூறுவார். இது எப்பொழுதும் உண்மையாக இருக்கின்றதா? வெளி உலகத்தில் பொருளாதார மனிதன் என்று எவரும் இல்லை. சேலை வாங்க விரும்பும் ஒரு பெண்மணி, இருப்பதிலேயே மலிவான சேலை வேண்டுமென்று செல்வதில்லை. சேலை எந்த வண்ணக் கலவையில் இருக்க வேண்டும், அது எவ்வளவு நேர்த்தியாக இருக்க வேண்டும் என்பதைப் பற்றியெல்லாம் அவளுக்குத் தெளிவான எண்ணம் உண்டு. அதன் அடிப்படையிலேயே அவள் வாங்குவாள். அதேபோல், மற்றவர்களிடமிருந்து தான் வேறுபட்டிருக்க வேண்டும் என்று நினைக்கும் ஒரு இளவரசன், ஒரு கடையில் இருக்கும் ஒரே வகையான ‘டை’ அனைத்தையும் அதேபோன்ற ‘டை’யை வேறு ஒருவரும் அணியக்கூடாது என்ற எண்ணத்தில் வாங்கலாம். ஒரு பெட்ரோலியக் கம்பெனி தாவர எண்ணெய் மூலம் எரியும் விளக்கிற்கான கண்டுபிடிப்பின் உரிமையை அதிக விலை கொடுத்து வாங்கி, பின் அந்தக் கண்டுபிடிப்பைப் பயன்படுத்தாமலேயே வைத்திருக்கலாம். ஏனெனில், அத்தகைய கண்டுபிடிப்பு நடைமுறைக்கு வந்தால் அது அந்தக் கம்பெனியின் மண்ணெண்ணெய் வியாபாரத்தைப் பாதிக்கலாம். ஏட்டளவுப் பொருளாதாரத்திலிருந்து மாறுபட்ட இத்தகைய நிலைகள், பொருளாதாரக் கொள்கைகளை, எவ்விதக் கேள்விக்கும் இடமின்றி அப்படியே ஏற்றுக் கொள்ள முடியாது என்பதை எடுத்துக்காட்டுகின்றன. நாம் ஏற்றுக்கொள்ளும் அடிப்படை ஒரு குறிப்பிட்ட வகைக்கு மட்டும் என்று இல்லாமல் பொருளாதாரம் முழுவதற்கும் பொருந்துவதாக இருக்க வேண்டும். மேற்கத்திய முறையில் ஆடை அணிந்துள்ள ஒருவர் கஜம் ஒரு ரூபாய் என்று விற்கப்படும் கதர்த்துணி, கஜம் பன்னிரண்டு

அணா என்று விற்கப்படும் மில் துணியைவிட விலை அதிகம் என்று கருதலாம். ஆனால், இந்த எண்ணப்பாங்கு முக்கியமாகப் புறநிலையைப் புறக்கணிக்கின்றது. கதரை விரும்பி வாங்குபவர் ஒரு கிராமத்தைச் சேர்ந்தவராக இருந்தால், அவரே பருத்தியை உற்பத்தி செய்து, சேகரித்து, சுத்தப்படுத்தித், தனது ஓய்வுநேரத்தில் நூலாக நூற்றுத் தனது அண்டைவீட்டு நெசவாளர் மூலம் நெய்து பயன்படுத்தியிருப்பார். அவர் தம்முடைய துணிகளைத் தரையில் உட்கார்ந்து தாமே துவைப்பார். ஒட்டு மொத்தமான கிராமப் பொருளாதாரத்திற்கு ஏற்ற வகையில் அவரது பழக்கவழக்கங்கள் இருக்கும். மேல்நாட்டுப் பாணியில் உடை அணிந்தவரோ, உடைகளைத் தைக்க ஒரு தகுந்த தையற்காரரிடம் சென்று தைக்கக்கூலி கொடுக்க வேண்டும். அதை வெளுப்பதற்குச் சலவையாளரிடம் செல்ல வேண்டும். அந்த வகை உடை அணிந்து தரையில் உட்கார்ந்தால், உடையில் சுருக்கம் ஏற்படுவதால் அவர் உட்கார ஒரு நாற்காலி தேவைப்படும்; நாற்காலி இருந்தால் உடன் வேலை செய்ய ஒரு மேசையும் வேண்டும்; அவரைப் பார்க்க வருபவர்களுக்கும் உட்காருவதற்கு நாற்காலிகள் வேண்டும். அவரது வாழ்க்கை முறையே சிக்கலானதும், செலவை ஏற்படுத்துவதாகவும் மாறிவிடும். இந்த வகையில் பார்ப்போமானால், கதர்த் துணி ஒரு கஜத்திற்கு நாலணா கூடினாலும் கதர் வாழ்க்கை அதிகச்செலவுள்ளது என்று யாரால் கூறமுடியும்? ஒரு பொருளின் விலையில் ஒரே ஒரு இனத்தை மட்டும் தனியே பிரித்தெடுத்து, அதை ஒட்டுமொத்த நிலையிலிருந்து விலக்கப்பட்ட மற்றொன்றுடன் ஒப்பிட்டுப் பார்க்கக்கூடாது. ஒரு இரத்தினக் கல்லின் மதிப்பு, அதன் இயல்பான மதிப்பை விட்டு அது ஒரு நகையில் எவ்வாறு பொருத்தி வைக்கப்பட்டுள்ளது என்பதின் அடிப்படையில்கூட அமையலாம். ஒவ்வொரு வகையிலும், அந்தந்தப் பொருளாதாரத்தின் முழுப் பின்னணியையும் கணக்கில் எடுத்துக்கொள்ள வேண்டும். இதுவரை நாம் மதிப்பீட்டைப் பொருளைப் பயன்படுத்துவோர் நோக்கிலிருந்தே விவரித்துள்ளோம்.

"இயந்திர உலகில் குடிசைத் தொழில்கள் இருக்கமுடியுமா?" என்ற கேள்வி அடிக்கடி கேட்கப்படுகின்றது. இதைப் பற்றி முழு விளக்கம் பின்னால் அளிக்கப்படும். இங்கு ஒன்றை மட்டும் சுட்டிக் காட்டலாம். குடிசைத் தொழில்கள் என்பது பொருட்களைத் தயாரிக்கும் ஒரு வழிவகை மட்டுமல்ல. அதை ஒரு அங்கமாக உள்ளடக்கிய ஒரு வகையான பொருளாதாரத்தையே அது குறிக்கிறது. இதே போல்தான், "பெரிய அளவில் உற்பத்தி" என்பது வேறுவகையான ஒரு பொருளாதாரத்தின் அங்கமாகும்.

அ.கி. வேங்கட சுப்ரமணியன்

மேலே கேட்கப்பட்ட கேள்வி, “எந்த வகையான பொருளாதாரம் விரும்பத்தக்கது?” என்ற கேள்வியாக உருமாறலாம். இது மறுபடியும் நமது குறிக்கோள்கள் என்ன என்பதையொட்டி அமையும். இறுதியில், வாழ்க்கையில், மதிப்புகளைப் பற்றி நமது தராதரங்கள் என்ன என்பதாக இக்கேள்வி அமையும். எனவே மதிப்புகள், மதிப்பீடுகள் ஆகிய இரண்டுமே, மனிதகுல முன்னேற்றம் என்ற இரதத்தை இழுத்துச் செல்லுகின்றன. நிலைத்த தன்மையும், வன்முறையற்றதுமான வழியிலா? அல்லது நிலையற்றதும், வன்முறையானதுமான வழியிலா? எந்த வழியில் செல்லவேண்டும் என்பதை இறுதியில் இவையே தீர்மானிக்கின்றன. எனவே, இந்த இரண்டைப் பற்றியும் நாம் மிகத் தெளிவாக இருப்பது மிக அவசியம்; நமது தராதரங்களிலும், குறிக்கோள்களிலும் குழப்பம் ஏற்பட்டால் அது அழிவிற்கே இட்டுச்செல்லும்.

திருவாங்கூரில் சில வகைத் தழைகளிலிருந்து அழகான, மிருதுவான, வெள்ளை நிறப் பாய்கள் தயாரிக்கின்றனர். இந்தப் பகுதியில் மக்கள் தங்களுக்குச் சொந்தமான நிலத்திலேயே ஒரு சிறு குடிசை கட்டிக் கொண்டு வாழ்கின்றனர். குடிசையைச் சுற்றி அதற்குப் பாதுகாப்பாக மண்ணால் ஆன ஒரு சிறு சுற்றுச்சுவர் இருக்கின்றது. அதன்மேல் பாய் முடையப் பயன்படும் தழைகள் தரும் செடிகள் வளர்க்கப்படுகின்றன. ஒருமுறை அங்குச் சுற்றுப் பயணம் செய்யும்போது இந்தப் பாய்கள் முடையப்படுவதைப் பார்ப்பதற்காகத் தங்கினோம். அந்தக் கிராமத்திலுள்ள பாய் தொழிலாளர்களின் தலைவர், அவர் ஒரு இஸ்லாமியர். எங்களுக்குப் பாய் முடைவதில் உள்ள பல்வேறு கட்டங்களையும், அதில் எவ்வாறு குடும்பத்தைச் சேர்ந்த ஆண்கள், பெண்கள், ஏன் குழந்தைகள் கூடப் பங்கு கொள்கிறார்கள் என்றும் விளக்கிக் கூறினார். அதன்பின், அவர் அது எவ்வாறு நடைபெறுகின்றது என்பதைப் பார்ப்பதற்கு மேலும், சில வீடுகளுக்கு இட்டுச் சென்றார். எங்களுடன் இருந்த போதெல்லாம் ஒரே பல்லவியையே மீண்டும் மீண்டும் பாடினார். “இந்தத் தொழில் எங்கள் முன்னோர் காலத்தில் செழித்து ஓங்கியது போல் ஏன் தற்போது வளரவில்லை? அவர்கள் இதே தொழிலைச் செய்து இரண்டு மாடிக் கட்டடம் கட்டி வசதியாக வாழும் அளவிற்குச் செல்வந்தர்களாக இருந்திருக்கிறார்கள். ஆனால், அவர்கள் வழிவந்த நாங்களோ, அந்த வீடுகளைப் பழுதுபார்க்கக் கூட முடியாத நிலையில் இருக்கின்றோம்” இதுதான் அவரது புலம்பல். நாங்கள் அங்குப் பார்க்க வேண்டிய எல்லாவற்றையும் பார்த்த பின் அப்போது நண்பகலாகிவிட்டதால் எங்களைத்

தம்மோடு அவர் உணவருந்தக் கூப்பிட்டார். நான் என்னுடன் இருந்த இரண்டு பிராமண நண்பர்களிடம் இதைப் பற்றி அவர்கள் என்ன நினைக்கிறார்கள் என்று கேட்டேன். அவர்கள், உணவு சைவ உணவாக இருந்தால் தங்களுக்கு எந்தவித மறுப்பும் இல்லை என்று கூறினர். இதைப்பற்றி எங்களது வழிகாட்டிக்குச் சொன்னபோது அவர் தமக்கு அசைவ உணவு அளிக்கவே விருப்பம் என்றாலும், தம்முடைய ஏழ்மை நிலை அதற்கு இடம் அளிக்காததால் சைவ உணவையே அளிக்க வேண்டிய கட்டாயத்தில் தாம் இருப்பதாகக் கூறினார். மேலும், எங்களது வருகையைப் பற்றி அவருக்கு முன்கூட்டியே அறிவிக்கப்படாததால் தமது குடும்பத்திற்காக என்ன சமைக்கப்பட்டுள்ளதோ அதையே எங்களுக்குக் கொடுக்கப் போவதாகவும் கூறினார். தம்முடைய உணவு வெறும் சோறும், பருப்பும், ஊறுகாயும் மட்டுமே கொண்டதாக இருக்கும் என்றும், ஆனால் இந்த எளிய உணவை நாங்கள் உட்கொண்டால், அது தனக்கு மிகுந்த மகிழ்ச்சியை அளிக்கும் என்றும் கூறினார். எங்களுக்கு அவ்வளவாகப் பசி இல்லாவிட்டாலும் அவரது அன்பு கோரிக்கையை ஏற்று, அவரது வாழ்க்கை முறையை அறிந்து கொள்ள இது ஒரு வாய்ப்பாக அமையும் என்று கருதியும் அவர் வீட்டுக்குச் சென்றோம். நாங்கள் கைகால் கழுவிக் கொண்டிருக்கும்போது அவர் தம் வீட்டுத் திண்ணையை நாங்கள் அமர்வதற்காகச் சுத்தப்படுத்திக் கொண்டிருந்தார். இப்படிச் செய்யும்போது தம்முடைய தொழில் ஏன் நசித்துப் போய்விட்டது என்று மீண்டும் மீண்டும் கூறிப் புலம்பிக் கொண்டிருந்தார். அவரது கேள்விக்கு என்ன விடை தரலாம் என்று நான் குழம்பிக் கொண்டிருந்தேன். அப்போது அவர் எங்களைத் திண்ணையில் வந்து அமரச் சொன்னார். என்னை முக்கிய விருந்தினராகக் கருதியதால் என்னை நடுவிலும், என்னுடைய இரு தோழர்களை என் இரு பக்கமாகவும் உட்காரச் சொன்னார். என் நண்பர்கள் இருவருக்கும் தழையால் ஆன பாய்களை ஆசனமாகப் போட்டிருந்தார். எனக்காகப் போட்டிருந்த ஆசனத்தைப் பார்த்தவுடன் நான் அவரிடம், "உங்களது தொழில் ஏன் நலிவுற்று அழிந்து கொண்டிருக்கிறது என்று எனக்கு இப்பொழுது தெரிகின்றது. உங்களுடைய மதிப்புகளின் அளவுகோலில் தான் குற்றம் இருக்கிறது" என்று கூறினேன். அவர் என்னை இதுபற்றி விளக்கமாக எடுத்துக்கூறச் சொன்னார். நான் அவரிடம், "நீங்கள் என் நண்பர்களுக்காக விரித்த பாய் எங்கிருந்து கிடைத்தது" என்று கேட்டேன். அவர் அதை, "நாங்கள் எங்கள் கைகளாலேயே இங்குச் செய்தோம்" என்று சொன்னார். அப்பொழுது நான், "நீங்கள்

எனக்காக ஒரு புலியின் படம் அச்சிடப்பட்ட பாய் விரித்தீர்களே? அது உங்களுக்கு எங்கிருந்து கிடைத்தது?" என்று கேட்டேன். அவர், "அது ஒரு ஜப்பானியப் பாய், நான் கடையில் வாங்கினேன்" என்று விளக்கினார். நான் அப்பொழுது அவரிடம், "என்னை முக்கிய விருந்தாளி என்று கருதி எனக்கு மதிப்புக் கொடுக்க வேண்டும் என்று என்னை நீங்கள் ஜப்பான் பாயில் உட்காரச் சொன்னீர்கள். ஆனால், அதே சமயம் என் நண்பர்களுக்கு, நீங்கள் உங்கள் கையால் செய்த பாயைக் கொடுத்தீர்கள். இதிலிருந்து நீங்கள் உங்களால் செய்யப்பட்ட பொருளைவிட ஜப்பான் பொருளையே அதிகமாக மதிக்கின்றீர்கள் என்று தெரிகிறது. நீங்களே இப்படிச் செய்யும்போது மற்றவர்கள் இவ்வாறு செய்வதைக் குறை கூறமுடியுமா? உங்களைப் போலவே எல்லோரும் வெளிநாட்டுப் பொருட்களையே மதிக்க ஆரம்பித்தால் அவர்களும் இங்கேயே தயாரிக்கப்பட்ட உங்கள் பாயை வாங்குவதை நிறுத்திவிடுவார்கள். உங்களது பழைய வாடிக்கையாளர்களெல்லாம் போய்விட்டால் உங்கள் தொழில் எப்படி வளரும்? உங்கள் தொழில் அழிவதற்கு நீங்களே முக்கியமான குற்றவாளி இல்லையா?" என்று விளக்கினேன். என்னுடைய விளக்கத்தை இரு கைகூப்பி ஏற்று எனக்கும், ஜப்பான் பாய்க்குப் பதிலாக அவருடைய பாய்களில் ஒன்றை எடுத்து விரித்தார்.

நம் நாடு முழுவதும் தற்போது நடைபெற்று வருவதை இந்நிகழ்ச்சி சிறு அளவில் படம்பிடித்துக் காட்டுகிறது. நாம் பொருட்களை மதிப்பிடப் பயன்படுத்தும் தராதரங்கள் தேவையான அளவுக்கு முழுமை பெற்றதாக இல்லை. குறுகிய கால கண்ணோட்டத்தில், பண மதிப்பு நமது சமூகப் பொருளாதார அமைப்புகளில் ஏற்படும் பாதிப்புகளைப் பற்றி நாம் பொருட்படுத்துவதில்லை. நமது அண்டை வீட்டுக்காரர்கள் தயாரிக்கும் பொருட்களுக்கு ஒரு தனி மதிப்பு இருக்கத்தான் செய்கிறது. ஆனால், அதைப் பண அளவில் பிரதிபலிக்க முடியாது; பொதுவாகப் பண அளவு இருப்பதிலெல்லாம் மிகக் குறைந்த அளவு முக்கியத்துவமே கொண்டது; ஆனால், நாம் எடுக்கின்ற முடிவுகளுக்குப் பெரும்பாலும் அது மட்டுமே காரணமாக ஆகிவிடுகின்றது. அவ்வாறு பணம் ஒன்றையே அளவாக எடுத்துக் கொண்டால், நமது சமுதாய அமைப்புகள் சிதைந்து போய் எங்கும் அழிவிற்கும் துயரத்திற்கும் அடிகோலும். பணம் ஒரு நீண்ட காலச் சமுதாய நோக்கை மறைத்துவிடுகின்றது. இதனால், மனிதன் தான் நிற்கும் மரக்கிளையையே கோடரியினால் வெட்டி வீழ்த்துகின்றான்; தன்னுடைய அழிவிற்கும் தாழ்விற்கும் அவனே காரணமாகின்றான்.

எனவேதான் நிலைத்த தன்மையை உறுதி செய்ய வேண்டுமென்றால் ஒரு பிரச்சினையின் உடனடித் தீர்வை மட்டுமே கருதாமல் நிரந்தரமாக ஏற்படும் பின்விளைவுகளையும் கருத்தில் எடுத்துக் கொள்ளும், விருப்பு வெறுப்பற்ற, பொதுவானதராதரங்களைக் கையாளும், தடைகளற்ற நீண்ட காலக் கொள்கை அவசியமாகிறது. ஒரு மனிதனின் எந்த ஒரு செய்கையையும் ஒரு தனிச் செய்கையாக முடிவடைவதில்லை; அதன் விளைவுகள் சமூகம் முழுவதும் இருக்கின்றன. ஆனால், அவ்வாறு இருப்பதைக் கண்டு உணரும் பயிற்சி நம்மில் பலருக்கு இல்லை.

ஒருமுறை, தேனீவளர்ப்போர்கூட்டுறவு சங்கத்தின் செயலாளர் தம்முடைய சங்கம் எவ்வாறு அதன் உறுப்பினர்களுக்கு, அவர்கள் உற்பத்தி செய்த தேனை விற்பதன் மூலம் பயன் அளித்திருக்கின்றது என்பதை விளக்கிச் சொன்னார். விவசாயி ஒருவரின் முப்பது தேன்கூடு கொண்ட ஒரு தோட்டத்திற்கு என்னை அழைத்துச் சென்றார். மண்பானைகளில் தேனீக்கள் கூடுகள் அமைத்திருந்தன; வெகு சுறுசுறுப்பாக அவை இயங்கிக் கொண்டிருந்தன. நூற்றுக்கணக்கான கிலோ தேன் அவரால் சங்கத்திற்கு விற்பனைக்காக அனுப்பி வைக்கப்பட்டிருந்தது. இந்தச் சாதனைகளைக் கண்டும், அவருக்கு எவ்வளவு பணம் இதனால் கிடைத்திருக்கிறது என்பதை எண்ணியும் வியந்து கொண்டிருந்தேன். அப்பொழுது அந்தத் தேன் கூடுகளின் சொந்தக்காரருடைய சிறு பெண் ஓடிவந்தாள். நான் அவளிடம், “இந்தத் தேனீக்களெல்லாம் எதற்காக இவ்வளவு மும்முரமாக இயங்கிக் கொண்டிருக்கின்றன என்று தெரியுமா?” என்று கேட்டேன். அவள், “அவையெல்லாம் தேனை உற்பத்தி செய்துகொண்டிருக்கின்றன” என்று சொன்னாள். நான் அவளிடம் அவளுக்குத் தேன் பிடிக்குமா? என்று கேட்டேன். அவள் ஒன்றுமே புரியாமல் விழித்தாள். என்னுடைய கேள்வி அவளுக்கு ஒருகால் விளங்கவில்லையோ என்று எண்ணி, நான்அதை வேறு விதமாக, “உனக்குத் தேனின் ருசி பிடிக்கவில்லையா?” என்று கேட்டேன். “அது என்ன ருசியாக இருக்கும் என்று எனக்குத் தெரியாது” என்ற அவளது பதில் என்னைத் தூக்கிவாரிப்போட்டது. நான் அவளது தகப்பனாரிடம் அவர் தமது குழந்தைகளுக்குத் தேன் ஏதும் கொடுப்பதில்லையா? என்று கேட்டேன். அவர், தான் மிகச்சரியான பதில் அளிப்பதாகக் கருதி, “எனக்குச் சங்கத்தில் ஒரு பவுண்டு தேனுக்கு ஒரு ரூபாய் கொடுக்கும்போது நான் அதை எப்படி வீட்டிலே உபயோகிக்க முடியும்?” என்று சொன்னார். இதுவரை சங்கத்தைப் பாராட்டிக் கொண்டிருந்த என் மனப்பான்மை உடனே

மாறியது. சங்கத்தைப்பற்றிப் பெருமையாகப் பேசிக்கொண்டிருந்த செயலாளரிடம், "இந்தக் குழந்தைக்குத் தேனின் சுவை என்னவென்று தெரியாத நிலையில் உங்கள் பணியினால் எந்தப் பயனும் இல்லை. அதிக விலை கொடுப்பதால் நீங்கள் இந்தத் தேனையெல்லாம் இந்தக் குழந்தைகளுக்குச் சிறிதும் கொடுக்காமல் ஏற்கனவே உண்டு கொழுத்த பணக்காரர்களுக்குக் கொடுத்துக் கொண்டு இருக்கிறீர்கள்" என்று சொன்னேன். முட்டை, பால் போன்ற சத்தான உணவுகளிலும் எங்கும் இதே கதைதான். வடமேற்கு எல்லைப்புற மாகாணத்தில் முன்பெல்லாம் அதிக அளவில் முட்டை உற்பத்தி செய்து உள்ளூரிலேயே அதைச் சாப்பிடுவது வழக்கம். ஆனால், ராவல்பிண்டி, க்வெட்டா, அம்பாலா போன்ற நகரங்களில் உள்ள இராணுவ முகாம்கள் இந்த முட்டைகளை வாங்க ஆரம்பித்த பின் உள்ளூரிலேயே உள்ளூர்வாசிகளுக்குச் சாப்பிட முட்டைகள் கிடைப்பதில்லை. பண மதிப்பீடு உயர்ந்த நோக்கங்களை எண்ணிப்பார்க்கும் மனப்பாங்கினை மரத்துப் போகச் செய்துவிடுகின்றது. பணத்தை ஒட்டிய கொள்வினை கொடுப்பினை ஒரு சாரருக்குப் பயனளிப்பதாய் இருந்து மற்றொருவருக்கு ஈடுசெய்ய முடியாத இழப்பைத் தருகின்றது. தனது தேவைக்கு மேல் மிகுதியாக உள்ளதை மட்டும் எடுத்துக் கொள்ளாமல் (முன் பகுதியில் எடுத்துக் காட்டப்பட்ட ஜிலேபி சாப்பிடும் பையனைப் போல்) உயிர் வாழ்வதற்கே இன்றியமையாத முக்கியமானவற்றை எல்லாம் அது எடுத்துப்போய்விடுகிறது. இதனால் ஏற்படுகின்ற, சமுதாய நஷ்டம் நமக்கு அந்தக் கணத்தில் புலனாவதில்லை. 1942இல் ஏற்பட்ட வங்காளப் பஞ்சத்திற்கு முதற்காரணம் இந்தப் பண அடிப்படைதான். இலண்டனில் உள்ள முடக்கப்பட்ட கடன்களைப் பிரதிபலிக்கும் மதிப்பற்ற காகித நோட்டுக்களை ஈடாகக் கொடுத்துப் பட்டினி கிடக்கின்ற மக்களிடமிருந்து அவர்கள் தமது இழப்பை உணரும் முன்பே அவர்களுக்குத் தேவையான இன்றியமையாத பொருட்கள் அவர்களிடமிருந்து பறிக்கப்பட்டு எடுத்துக்கொள்ளப்பட்டன. இந்தக் கொடிய நிகழ்ச்சியை மனதில் இருத்தி, அது வழங்கும் படிப்பினையை நாம் ஞாபகப்படுத்திக்கொள்ள வேண்டும். அந்தப் படிப்பினை, "நம் வாழ்வில் மதிப்புகளை எடைபோடப் பணத்தை விட வேறு முக்கியமான தராதரங்கள் உள்ளன" என்பதுதான்.

~

வாழ்க்கையும், வாழும் வகையும் உயிரோடு இருத்தலும்

வாழ்க்கை என்பதற்கு ஏதாவது முக்கியத்துவம் இருக்கின்றதா? அதற்கு ஏதாவது பொருளிருக்கின்றதா? அது எதனால் உருப்பெறுகின்றது? வெறும், உயிரோடு இருத்தல் மட்டும்தானா அது?

தனக்குக் கீழ்நிலையிலுள்ள பிராணிகளிடமிருந்து மனிதன் அவனுக்கென்றே சிறப்பாக உள்ள விருப்பு சுதந்திரத்தினால் வேறுபட்டுள்ளான் என்பதை முன்பே பார்த்தோம். எனவே, ஒரு மனிதன் எப்படிப் பட்டவன் என்பதை அவன் இந்தச் சுதந்திரத்தை, மதிப்புகளின் தராதரங்களை வெளிப்படுத்துவதில், எப்படிக் கடைப்பிடிக்கிறான் என்பதன் மூலம் அறியலாம். எனவே தான், மனிதன் எதை அடைய விரும்புகிறானோ அதுவாகவே ஆகிறான். தான் வாழும் வகை மூலம் மனிதன் தன்னுடைய திறமைகளை வெளிப்படுத்துகிறான். இதன் முடிவையே நாம் அவனுடைய ஆளுமை என்று அழைக்கிறோம். தனது படைப்பு ஆற்றலின் மூலம் தன்னை வெளிக்காட்டிக்கொள்ள ஒரு வாய்ப்பாகவும், தன்னை வளர்த்துக் கொள்ள ஒரு கருவியாகவும் வாழ்க்கை மனிதனுக்கு அமைகிறது. எனவே, மக்கள் எவ்விதம் வாழ்கிறார்கள்? எவ்விதம் வாழ வேண்டும்? என்பனவற்றிற்கு மிகுந்த முக்கியத்துவம் அளிக்கப்பட வேண்டும்.

வாழ்க்கை என்பது, மனிதன் தனது விருப்புச் சுதந்திரம் என்ற தூரிகையால், தனக்கு எனத் தனியே தேர்ந்தெடுத்த மதிப்புகள் என்ற வண்ணங்களில் தோய்த்து வரையப்படும் ஓவியத்திற்கான திரைச்சீலையாக இருக்கின்றது. இதில் மனிதன் தனது அழியாத கலையைப் படைக்கின்றான். அவனுக்குப் பின் அது மனித முன்னேற்றத்திற்குத் தடையாகவோ அல்லது துணையாகவோ இருக்கும். நாளாவட்டத்தில் எளிதில் அழிந்தும் அல்லது மங்கிவிடும் நீர் வண்ணங்கள் போன்ற, தன்னலம் சார்ந்த மதிப்புகளை அதிக அளவில் அவன் பயன்படுத்தினால், அவனுடைய படைப்பு நிலைத்த தன்மை கொண்டதாக இருக்காது. வன்முறையினால் அது உருக்குலைந்து போகும். மாறாக, நூற்றாண்டுக் காலமாக மங்காமல் இன்றும் புதிதாகத் தோற்றமளிக்கும் அஜந்தா ஓவியங்கள் தீட்டப்பட்ட வண்ணப் பாறைக் கலவை போன்ற, பொது நலம் நாடும் மதிப்புகளை அவன்பயன்படுத்தினால், அவனுடைய படைப்பு தலைமுறை தலைமுறையாகத் தொடர்ந்து நிலைத்த தன்மையையும் அகிம்சையையும் மக்களுக்குப் போதிக்கும்.

மனிதனது வாய்ப்பும் பொறுப்பும் மேற்கூறிய வகையில் இருப்பதால் அவன் தன்னுடைய வாழ்க்கையை மற்றவர்கள் கையில் கொடுத்து விட்டுப் பணிந்து ஒதுங்க முடியாது. ஒவ்வொரு மனிதனும் தான் கடைப்பிடிக்கும் வாழ்க்கை நெறிக்குப் பொறுப்பாகிறான். தன்னால் தீட்டப்பட வேண்டிய தலைசிறந்த ஓவியத்திற்குப் பதிலாக உற்பத்தியாளர்களால் மொத்த வியாபாரத்தில், சட்டம் கூட போடப்பட்டுத் தயாரான நிலையில் உள்ள மலிவான ஓவியத்தை வாங்க முடியாது.

பெரிய தொழிற்சாலையில் தயாரிக்கப்படும் ஒரே மாதிரியான பொருட்கள், மக்கள் எப்படி வாழவேண்டும் என்பதை வரையறுக்கின்றன. தங்களுக்கு எந்தவிதமான பொருட்கள் தேவை என்பதை நுகர்வோர் முடிவெடுப்பதற்குப்பதில், உற்பத்தியாளர்கள், தாங்கள் உற்பத்தி செய்யும் பொருட்களை அவர்கள்மீது திணிக்கிறார்கள். ஒன்றுமே செய்யாமல் சோம்பி உட்கார்ந்து இருப்பதால் நாம் நமது பொறுப்புகளை நிறைவேற்ற முடியாது: நாம் எழுந்து நின்று செயலாற்ற வேண்டும்.

இந்தத் தலைமுறையில் நடைபெற்ற இரு உலகப்போர்களும் நவீனக் கால நிறுவனங்கள் மற்றும் அமைப்புகளின் அழிவாற்றலுக்குச் சாட்சியங்களாக உள்ளன. தனது இயல்பான தன்மையினால், விருப்பு வெறுப்பு அன்றி படைப்பாற்றலோடு விளக்கவேண்டிய,

அறிவியலும் விலை பேசப்பட்டுக் கொடிய அழிவிற்கான ஒரு கருவியாக மாற்றப்பட்டுவிட்டது. அகிம்சை, நிலைத்த தன்மை என்ற பாறைகளின் மீது உறுதியாக நிற்க வேண்டிய தலை சிறந்த விஞ்ஞானிகளும், மனித நாகரிகம், மனித முன்னேற்றம் என்ற விளைநிலங்களுக்கு இடையே, மரணத்தையும் அழிவையும் எடுத்துச் செல்லும் வன்முறை என்ற ஆற்று வெள்ளத்தினால் சூழப்பட்டுள்ளனர். ஆனால், அந்த விஞ்ஞானிகளோ தாம் நடுநிலையில் நிற்பதாக அக மகிழ்கின்றனர். ஆனால், இது தங்களைத் தாங்களே ஏமாற்றிக் கொள்வதாகும். இதில் நடுநிலை என்பதே இல்லை. ஒன்று நாம் ஆக்கத்திற்காகப் பாடுபடுகிறோம், இல்லை அழிவிற்காகப் பாடுபடுகிறோம். தங்களுடைய விருப்புச் சுதந்திரத்தை பயன்படுத்தி அவர்கள் பிந்தையதையே தேர்ந்தெடுத்துள்ளனர்; எனவே தான், இந்தப் பேரழிவு.

மிகப்பெரும் அளவில் பொருட்சேதம் இருந்திருந்தாலும் அது அவ்வளவு முக்கியமில்லை. எல்லாவற்றையும்விட மிகத் துயரமானது, ஈடு செய்ய இயலாத எதிர்கால நம்பிக்கையோடு இருந்த இளம் உயிர்களின் இழப்பு தான். ஒரு பெரிய விஞ்ஞானியை ஒரு புலி அடித்துக் கொன்றால் புலிக்கு என்ன இலாபம்? மனித குலத்திற்கு என்ன நட்டம்? அந்தப் புலிக்குக் கிடைத்ததெல்லாம் 120 பவுண்டு சதையும், எலும்பும், இரத்தமும்தான். இதில் கிடைக்கப்பெற்ற ஊட்டச்சத்தைப், புலியின் உடல் ஏற்றுக் கொண்டால், தாவர உணவிலிருந்து பெற முடியும். ஆனால், மனித குலத்திற்கு ஏற்பட்ட இழப்பு வெறும் சதையிலும் இரத்தத்திலும் இல்லை. அந்த இழப்பு, தலைமுறை தலைமுறையாக வந்த பண்பாட்டின் ஒட்டுமொத்த பயனான உயர்ந்த ஆற்றல்களாகும். இத்தகைய பண்பாடு, வாழ்க்கையிலும் செயலிலும் மாறி மாறி வருகின்ற மதிப்புகளின் அடிப்படையில் வெளிப்படுத்தப்படுகின்றன. புலிக்கு இதனால் எந்தப் பயனும் இல்லை. ஆனால், மனித குலத்திற்கு இது ஒரு உயர்ந்த, சிறந்த பகுதி புலியின் ஒரு கணநேரப் பயனுக்காக முற்றிலுமாக இழக்கப் பட்டுள்ளது. சதையும், இரத்தமும் புலியின் பசியை ஒரு சில மணி நேரங்களுக்கு தீர்க்கப் பயன்பட்டன. ஆனால், இதற்குக் கொடுத்த விலை ஒரு பாரம்பரியத்தை நிரந்தரமாக இழந்ததாகும். அறிவு, படைப்பாற்றல், அன்பு இவையெல்லாம் ஒருங்கே கூடிய விஞ்ஞானியின் உயர்ந்த வாழ்க்கையால் இந்தக் கொடிய மிருகத்திற்கு எந்தப் பயனும் இல்லை.

அ.கி. வேங்கட சுப்ரமணியன்

இது போலவே, இந்தப் போர்களில் இலட்சக்கணக்கான உயிர்கள் பலியானதால் மனித குலத்திற்கு ஏற்பட்ட இழப்பைக் கணிக்க முடியாது. இந்தப் பேரழிவினால் மனித நாகரிகமும் முன்னேற்றமும் பல நூற்றாண்டுகளுக்குப் பின்னுக்குத் தள்ளப்பட்டுவிட்டன.

நல்ல சுவையுள்ள மாங்கனிகளைத் தரும் ஒரு ஒட்டு மாமரத்தை எந்தத் தோட்டக்காரராவது விறகுக்காக வெட்டி வீழ்த்துவாரா? ஆனால், மனிதன் தன் குழந்தைகளையே துப்பாக்கிகளுக்கு இரையாகக் கொடுக்கும் மடமையில் மூழ்கியிருக்கின்றான்; அப்படிக் கொடுப்பதில் பெருமிதமும் கொள்கின்றான்; வன்முறைக்குத் துதிபாடும் விளம்பரத்திற்கு அவ்வளவு சக்தி இருக்கிறது.

இந்த நேரத்தில், போகிறபோக்கில், வேறு ஒரு கருத்தையும் சொல்ல வேண்டும். உணர்ச்சிப்பூர்வமாகவோ அல்லது மதச்சார்பு அடிப்படையிலோ அல்லது அகிம்சை, ஹிம்சை போன்ற கருத்துக்களின் அடிப்படையிலோ மட்டுமின்றி, மேற்சொன்ன காரணங்களுக்காகவும், உணவிற்காக உயிர் பிராணிகளைக் கொல்வதைக் கண்டிக்க வேண்டும். இதனால், உண்பதற்கு ஊண் கிடைக்கிறது; அதை இதர பொருட்களிடமிருந்து கிடைக்கும் ஊட்டச்சத்து மூலம் இட்டு நிரப்ப முடியும். ஆனால், இதனால் இயற்கை அன்னைக்கு இயல்பான வாழ்க்கையின் உயிர் வடிவங்களின் இழப்பு ஏற்படுகின்றது. பறவைகளின் பாட்டு, பிராணிகளின் அன்பு இவையெல்லாம் மனிதன் செய்து காட்டும் செயல்களையும் பொருட்களையும்விட மேலானவை. மனிதனின் படைப்பாற்றலைப் போலவே இவையும் ஈடுசெய்ய இயலாதவை. எனவே, ஊண் உணவு நிலையற்ற புல்லுருவிப் பொருளாதார வகையைச் சார்ந்தது; தேவையற்ற அழிவிற்குக் காரணமாவது. அது மனிதனைக் கண்ணியமற்ற கீழான உயிர் வாழ்க்கைக்குக் கொண்டு தள்ளுகிறது.

மனிதனின் படைப்பாற்றலைக் கருத்தில் கொண்டு வாழ்க்கை பற்றி மேற்கூறிய எண்ணங்களை ஐவகைப் பொருளாதாரங்களுக்கும் பயன்படுத்தினால் பின்வரும் நிலைகளைக் காணலாம். புல்லுருவிப் பொருளாதாரம் பிறரைப் பின்பற்றி ஒழுகும் வகையாகின்றது. கொள்ளைப் பொருளாதாரம் பிறரது வழியைத் தனதாக ஏற்றுக்கொள்ளும் நிலையாகிறது. துணிவும் முயற்சியும் கொண்ட பொருளாதாரம், லோகாதாய வாழ்க்கை முறையாகவும்; இணைந்து வாழும் பொருளாதாரம், சமூகத்தில் புது வழி அமைக்கும் வாழ்க்கை முறையாகவும், பிறர் நலம் பேணும் சேவைப் பொருளாதாரம், உயர்

குறிக்கோள்களை நோக்கமாகக் கொண்ட வாழ்க்கை முறையாகவும் அமைகின்றது.

பிறரைப் பற்றி ஒழுகும் வாழ்க்கை நிலை

இந்த வகையைச் சேர்ந்தவர்கள் தாங்கள் ஏதும் செய்வதற்கு முயற்சி செய்யாமல் மற்றவர்கள் படைப்பிலிருந்து எதை எதை எடுக்க முடியுமோ அதை அவர்களை நெருக்கமாகப் பின்பற்றி ஒழுகுவதன் மூலம் எடுத்துக் கொள்கின்றனர். எளிதான முறையில் சுயநலத்தைப் பேணுவதே இதன் முக்கிய குணாதிசயமாக இருக்கிறது. உண்மையில் மற்றவர்களின் வாழ்க்கை மூலமாக இவர்கள் வாழ்கின்றார்கள். ஆனால், அது வாழ்க்கை இல்லை; வெறும் உயிரோடு இருத்தல் மட்டும்தான். அவர்களுக்குத் துடிப்பான வாழ்க்கை ஓட்டம் இல்லை. அவர்களது பெருமையெல்லாம் மற்றவர்கள் முயற்சியைப் பிரதிபலிப்பதுதான். அவர்களது ஆளுமை வெளிப்படுவது கிடையாது; அவர்களிடமிருந்து உருப்படியாக எதையும் நாம் தெரிந்துக்கொள்ளவும் முடியாது. குதிரையும் இல்லாமல் கழுதையும் இல்லாமல் இருக்கும் கோவேறு கழுதை போல் மலடாக இருப்பது அவர்கள் குற்றம் அல்ல. கோவேறு கழுதை தன்னுடைய சந்ததியை விட்டுச் செல்ல இயலாமல் வாழ்ந்து மடிகின்றது. அதே போல் பிறரைப் பின்பற்றுபவர்களுக்கும் படைப்பாற்றல் இல்லை. அப்படி அது இருந்தாலும், வெளிப் படுத்துவதற்கு வாய்ப்பில்லாமல், அடங்கி ஒடுங்கியே இருக்கின்றது. ஒரு வேளை அவர்களது சுற்றுப்புறச்சூழ்நிலை மாறினால், அவர்களாலும் சமூக முன்னேற்றத்திற்கு உதவ முடியலாம். அவர்கள் தங்களுக்கென்று ஒரு பொறுப்பும் இல்லாமல் இருப்பது சமுகத்திற்கு உண்மையிலேயே இழப்புதான். எதையுமே உருவாக்காமல் அவர்கள் உண்டு வாழ்கின்றனர். அவர்களது வாழ்க்கை, கலைப் படைப்பு அல்ல; அது, வண்ணங்கள் இல்லாமல் கறுப்பு வெள்ளையில் அச்சகத்தில் அச்சடிக்கப்பட்ட காகிதம்தான்.

இந்த நூற்றாண்டின் ஆரம்பத்தில் ஜப்பானியர்கள் மேல்நாட்டுக் காரர்களை ஒவ்வொரு வகையிலும் பின்பற்றி வந்தபொழுது இந்த நிலையில்தான் இருந்தார்கள். சீனா, இந்தியா போன்ற அண்டை நாட்டுக்காரர்கள் கடைப்பிடித்த நிலைத்த பொருளாதாரத்திலிருந்து, இந்த நிலை அவர்களைப், பிறரைப் பின்பற்றி ஒழுகும் நிலைக்கு இட்டுச் சென்றது. ஜப்பானியரது மஞ்சூரியா, சீனா ஆக்கிரமிப்பு மூலம் அவர்களை அது இன்று புல்லுருவிப் பொருளாதாரத்திற்குத் தள்ளிவிட்டது என்பதை நாம் கண்கூடாகப் பார்க்கின்றோம்.

அகிம்சை வழியிலிருந்து அவர்கள் ஹிம்சைக்கும், அழிவிற்கும் இட்டுச் செல்லப்பட்டுள்ளனர்.

நம்முடைய நாட்டிலும் நமது நண்பர்களில் பலர், முக்கியமாக என்னுடைய வகுப்பினராகிய இந்தியக் கிறித்தவர்கள் இந்த வகையைச் சேர்ந்தவர்களாக இருக்கின்றார்கள். அவர்கள் மேலை நாட்டவரை எல்லா வகையிலும் பின்பற்றி வாழ்கின்றார்கள்; தங்களுடைய தாய் மொழியைக்கூட ஆங்கிலத்திற்காகக் கைவிட்டு விட்டார்கள். அவர்கள் மேலை நாட்டவரைப் போலவே உடை உடுத்துகின்றனர். தங்களது வீட்டையும் வெளிநாட்டுப் பாணியிலேயே வைத்திருக்கின்றனர். அவர்கள் உணவு வழக்கங்களிலும் கூட மேலை நாட்டவர் முறையையே டின்களில் அடைத்து இறக்குமதி செய்யப்பட்ட பொருட்கள் உட்பட கடைப்பிடிக்கின்றனர். அவர்களது பொழுதுபோக்குகளும் மேலை நாட்டில் பின்பற்றப்படுகின்ற குதிரைப் பந்தயம், இசைக்கேற்பக் கட்டிப்பிடித்து ஆடும் பால் ரூம் நடனம் போன்றவையாகவே இருக்கின்றன. இந்த வகையைச் சேர்ந்தவர்கள் மிகச் சிறந்த கல்வியைப் பெற்றிருந்தாலும், அறிவாக்கமான படைப்பாளிகளாக இல்லை. துரதிருஷ்ட வசமாக நமது பெரிய நகரங்களின் போக்கெல்லாம் எல்லாவற்றிற்கும் கீழான இந்த நிலையையொட்டியே இருக்கின்றது; ஆனால், இவர்களது எண்ணிக்கை குறைவாக இருப்பது ஒரு ஆறுதல் தரக்கூடிய விஷயம். உரிய நேரத்தில் உரிய நடவடிக்கைகளை மேற் கொண்டால் இந்தப் போக்கு மேலும் பரவாமல் வேரோடும் கிளையோடும் இதை அறவே நீக்க முடியும்.

பிறரது வழியைத் தனதாக ஏற்றுக்கொள்ளும் நிலை

இந்த வகையைச் சார்ந்தவர்களது குறிகோள் எல்லாம், "இன்று உண்போம், உல்லாசமாக இருப்போம், நாளை இருப்போமோ இல்லையோ, யார் அறிவார்" என்பதுதான் இவர்களும் முன்சொன்ன வகையைப் போலவே மற்றவர்கள் படைப்பிலிருந்து ஒரு சிறு வேறுபாட்டுடன் எடுத்துக் கொள்கின்றனர்; மற்றவர்கள் படைப்பைத் தனதாக்கிக்கொள்ள முயற்சி செய்கின்றனர். ஆனால், அவர்கள் செய்யும் மாற்றம் சிறிதளவாகவே இருப்பதால், இதைச் சொந்தப்படைப்பு என்று சொல்ல வழியில்லாமல் போகிறது.

மற்றவர்கள் காட்டிய வழிமுறைகளைத் தனதாக்கிக் கொள்வதற்குத் தற்கால ஜப்பானியர்கள் ஒரு நல்ல எடுத்துக்காட்டாக இருக்கின்றார்கள். முன்பு மேலை நாட்டவரிடமிருந்து

எடுத்துக் கொண்டதைத் தமது நாட்டுச் சூழ்நிலைக்கு ஏற்றபடி தற்போது மாற்றிக்கொண்டுவிட்டார்கள். எடுத்துக்காட்டாக, மேலை நாட்டவரிடமிருந்து பெரிய அளவு உற்பத்தி முறையை எடுத்துக்கொண்டார்கள். பல சின்னஞ்சிறு குடிசைத் தொழில்கள் மூலம் வெவ்வேறு பாகங்களை உற்பத்தி செய்து பிறகு அவற்றை ஒரு பெரிய மையத் தொழிற்சாலையில் ஒருங்கிணைக்கும் முறையாக அதனை மாற்றிக் கையாண்டுள்ளனர். இங்கிலாந்தில் ஒரு சைக்கிள் முழுவதுமாக பி.எஸ்.ஏ. கம்பெனி போன்ற தொழிற்சாலையில் உருவாக்கப்படுகின்றது. ஆனால், ஜப்பானில் இதே போன்ற பொருட்கள் பல்வேறு குடிசைத் தொழில்கள் மூலமாக அங்குள்ள தொழிலாளர்களுக்குத் தேவையான கருவிகளையும் மூலப்பொருட்களையும் அளித்து உருவாக்கப்படுகிறது. சிலர் சைக்கிள் சக்கரத்தின் கம்பிகளை மட்டும் தயாரிக்கின்றனர்; சிலர் அதன் வெளி வட்டத்தை மட்டும் தயாரிக்கின்றனர். பின் தனித்தனியே செய்யப்பட்ட இந்தப் பாகங்கள் எல்லாம் ஒரு மையத் தொழிற்சாலைக்குக் கொண்டு வரப்பட்டு, ஒருங்கிணைக்கப்பட்டு இயந்திரங்கள் முழுமையாகத் தயாரிக்கப்படுகின்றன.

நமது நாட்டிலும் சிலர், பிறரைப் பின்பற்றி ஒழுகும் நிலையில் உள்ளோர் போல் மேல் நாட்டு நாகரிகத்தைத் தனதாக்கிக் கொள்வதில் குறிப்பாக ஆடை அணிவதில் முயற்சி செய்கின்றனர். ஆனால், அது நகைப்புக்கு இடமளிப்பதாகிவிடுகிறது. அலுவலக எழுத்தர், ஒரு திறந்த கோட்டை மட்டும் போடுவார்; நம் நாட்டின் வெப்ப நிலையைக் கருதித் தேவையற்றதும் அவதிக்குள்ளாக்குவதுமான காலரையும் டையையும் அணியமாட்டார். தனது சட்டையைக் கால்சட்டைக்குள் செருகாமல் குளிர்ச்சியாக இருக்கும் என்று கருதி வெளியே தொங்கவிட்டு அணிவர். பாதங்களில் சாக்ஸ் அணியாமல் இந்திய வகைச் செருப்பை அணிவார். மொத்தமாகப் பார்க்கும்பொழுது அவர் ‘கண்ணுக்கு விருந்தாக’ இருக்கமாட்டர். ஆனால், மற்றவர்களை அப்படியே பின்பற்றுபவரைவிட இவருக்குப் படைப்புத் திறன் அதிகம்தான்; இவரது வாழ்க்கையும் ஒரு அரிய கலைப் படைப்பு அல்ல. மில் துணிகள் கட்டி வைக்கப்பட்டு, அதன் மேல் ஒட்டப்படும் மலிவான அச்சடிக்கப்பட்ட படங்கள் போல் தான் அவர்களது வாழ்க்கையும் உள்ளது. தனக்கு வேண்டியதை உணர்ந்து தேர்ந்தெடுக்கக்கூடிய ஆற்றல் அவர்களுக்கு இருக்கிறது. ஆனால், முழுவதுமாக எதையும் படைப்பதற்குத் தேவையான நோக்கு அவர்களிடம் இல்லை; அல்லது அவ்வாறு செய்வதற்கு மனமின்றிச் சோம்பல் வயப்பட்டுள்ளனர். இதனால் அவர்கள்

செய்யும் அரைகுறை வேலை நிலையற்றதாய்த்தான் இருக்கும். தனக்கு வேண்டியதை உடனே அடைந்துவிட வேண்டும் என்ற அவர்களது தீவிரம் அவர்களை வன்முறைக்கான வழிக்கு இட்டுச் செல்லும்.

லோகாதாயப் படைப்பு நிலை

மேற்சொன்ன நிலையில் உள்ள ஒவ்வொரு நபரும், துணிவும் விடாமுயற்சியும் கொண்ட பொருளாதார விதியின்படி, மற்றவர்களைப் பற்றிக் கவலைப்படாமல் "ஒவ்வொருவரும் அவருக்காகவே; கடைசியில் உள்ளவர் எக்கேடுகெட்டால் நமக்கென்ன" என்ற கொள்கையின்படி வாழ்வார்கள் என நாம் எதிர்பார்க்கலாம். அவர்களுக்கென்று சொந்த எண்ணங்கள் இருக்கும் என்றும் அவற்றைத் தனது சுயநலத்திற்கே பயன்படுத்திக்கொள்வார்கள் என்றும் எதிர்பார்க்கலாம். இதன்படி, ஒவ்வொருவரும் அவரது தினசரி வாழ்க்கையில் தன்னைத்தானே சுதந்திரமாக வெளிப்படுத்திக் கொள்ளவேண்டும். ஆனால், துரதிருஷ்ட வசமாக, "நுகர்வோர் எப்படி வாழ வேண்டும்" என்று வரையறுக்கும் சக்தி பெற்ற உற்பத்தியாளர்களின் காலடியில் தற்கால உலகம் உள்ளது. எனவே, நுகர்வோரின் தேர்ந்தெடுக்கும் உரிமையும் ஆற்றலும் சரிக்கட்டப்பட்டுச் செயலிழந்த நிலையில் உள்ளன.

பிரான்ஸ் தேசத்தில் அழகு வல்லுநர் இன்றைய புது நாகரிகம் பார்ப்போர் வியக்கும் வண்ணம் முதுகில் வண்ணத்துப்பூச்சி படம் தீட்டிக் கொள்வதுதான் என்று அறிவிப்பார். உடனே எந்தக் கேள்வியும் கேட்காமல் அங்குள்ள மகளிர் அழகு நிலையத்திற்குச் சென்று தங்களுடைய முதுகில் வண்ண வண்ண வண்ணத்துப் பூச்சிகள் தீட்டி, கடற்கரைக்குச் சென்று அங்கு வியந்து நிற்கும் மக்களுக்குத் தங்களது அழகைக் காட்டுவார்கள்.

மேலை நாகரிகத்தின் ஆடை அணிகளிலும், மகளிர் நாகரிகத்திலும் பாரீஸ் நகரம் உலகத்திற்கு ஒரு முன்னோடியாக இருக்கிறது. இலண்டன் இவற்றைப் பின்பற்றி, அவற்றை வியாபாரப் பொருளாக்குகிறது. நியூயார்க் நகரம் அவற்றைத் தன் தேவைக்கு ஏற்பத், தனதாக்கிக் கொண்டு, ஒரே தரமாக்குகின்றது. அனைத்தையும் ஒரே மாதிரியாக இருக்கும்படி செய்கின்ற மேற்கத்திய பாங்கு, நுகர்வோர் தமது வாழ்க்கையில் சொந்தப் படைப்பாற்றலை வெளிப்படுத்துவதை அறவே அழித்துவிட்டது. எல்லோரும் ஏற்றுக் கடைப்பிடிக்கின்ற வாழ்க்கைத் தரத்திலிருந்து சற்றே

விலகினாலும், மற்றவர்கள் தம்மைப் பற்றி என்ன நினைப்பார்களோ என்பதைப்பற்றியே மக்கள் கவலைப்படுகிறார்கள். குடும்ப வாழ்க்கைகூட, மேட்டுத்தர மக்களின் தொழில், வர்த்தக நிறுவனங்கள் ஆகியவற்றினால் வரையறுக்கப்படுகின்ற புறத்தோற்றங்களாலும் நடப்பு வழக்குகளாலும் கட்டுப்படுத்தப்படுகிறது.

சில காலத்திற்கு, விளிம்புள்ள ஒரு கிண்ணத்தில் கோழி முட்டை வடிவம் உள்ள ஒரு பெரிய கரண்டியினால் சூப் சாப்பிடுவது நடப்பு வழக்கமாக இருக்கும். சில ஆண்டுகளுக்குப் பிறகு இந்த வழக்கம் மாறும். விளிம்பில்லாத ஒரு கிண்ணத்தில் வட்ட வடிவமான கரண்டியைப் பயன்படுத்துவதே சரியான முறை என்று கருதப்படும். இவ்வாறு, அடிக்கடி வழக்கங்களை மாற்றுவது போலிப் பகட்டிற்கும், வியாபாரத்திற்கும் உகந்ததாக இருக்கலாம். ஆனால், ஏழை மக்கள் தங்களுடைய கிண்ணங்களையும் கரண்டிகளையும் அடிக்கடி பகட்டு வழக்கத்திற்கு ஏற்ப மாற்றிக் கொண்டிருக்க முடியாது. எனவே, அவர்கள் பகட்டு வர்க்கங்களிலிருந்து எளிதாக நீக்கப்பட்டு விடுகின்றனர். வர்த்தக நோக்கத்தில் பார்க்கும்போது, மாறுதல் இல்லாமல் ஒரே விதமான பொருட்களை வாழையடிவாழையாகப் பெற்றோர் மக்களுக்கு விட்டுச் செல்வது சந்தையின் சக்தியைக் குறைத்துவிடும். ஆனால், அன்றாட வாழ்க்கையில் மாற்றங்கள் அடிக்கடி ஏற்பட்டுக் கொண்டேயிருந்தால், செயற்கையாக உருவாக்கப்படும் தேவைகள் வியாபாரத்திற்கான வாய்ப்பினை மேலும் விரிவுபடுத்தும்.

மேற்கூறியபடி ஆதாரமில்லாத, அறிவுக்கு ஒவ்வாத பகட்டு வழக்கங்களைப் பின்பற்றுகின்ற மக்கள் தங்களை அறியாமல் இத்தகைய வழக்கங்களை உருவாக்கும் வியாபாரச் சக்திகளுக்கும், எப்படியாவது சமுதாயத்தில் மேல்மட்டத்தில் இடம்பிடிக்க வேண்டும் என்று அலைபவர்களுக்கும் பலியாகிவிடுகின்றார்கள். கெட்டிக்கார வியாபார நிறுவனங்கள் தங்களுடைய சாமர்த்தியமான விளம்பரங்களின் மூலமும் தீவிரமான விற்பனை முறைகள் மூலமும் உண்மையான தேவை இல்லாத இடங்களிலும் தங்களுடைய பொருட்களைத் திணிக்கின்றனர். இத்தகைய விளம்பரங்களுக்கும் பகட்டு வழக்கங்களுக்கும் பலியாகும் ஏதுமறியா மக்கள் சில காலம் சென்றதும் தங்களுக்குள்ளேயே ஒரு தாழ்வு மனப்பான்மையை உருவாக்கிக் கொண்டு, தன்னம்பிக்கையை இழந்து, தங்களுடைய படைப்பாற்றலை வெளிப்படுத்த வாய்ப்புக் கொடுக்காமல் தங்களது வாழ்க்கையையே சலிப்பூட்டுவதாக ஆக்கிக் கொண்டு விடுகின்றனர்.

பம்பாயில் அடுக்குமாடிக் கட்டடங்களிலுள்ள ஒரு குடியிருப்புக்கு நாம் சென்றோமானால், உடனே மற்ற எல்லாக் குடியிருப்புகளிலும் எவற்றையெல்லாம் எதிர்பார்க்கலாம் என்பது உடன் தெரிந்துவிடும். எல்லாக் குடியிருப்புகளிலும் ஒரே மாதிரியான மரச்சாமான்களும் மேற்புறம் கண்ணாடி வைத்த மேசைகளும்தான் இருக்கும். இவைகளில் எந்த மாற்றமும் இல்லை; கற்பனை இல்லை; தன் படைப்பாற்றலும் இல்லை. எல்லாமே உயிரோட்டம் இல்லாத ஒரே நிலையில் உள்ளன. இடுகாடுகளில் கூட கலை நுணுக்கம் வாய்ந்த வியத்தகு கல்லறைகளைக் காணமுடியும். ஆனால், உயிருள்ள மக்கள் வாழ்க்கை நடத்துகின்ற நவீனப் பம்பாய் அடுக்குமாடிக் கட்டடங்களில் இதைக் காண முடியாது. இந்தக் குடியிருப்புகள் கல்லறைகளைவிட உயிரோட்டம் அற்றவை. வாழ்க்கையைச் சொகுசாகவும் எளிதாகவும் ஆக்குகிறோம் என்று காரணம் காட்டி, உற்பத்தியாளர் நுகர்வோருக்காக அனைத்தையும் செய்கிறார்; ஆனால், இந்தச் சொகுசு வாழ்க்கை மனிதனின் உயர்ந்த ஆற்றல்களையெல்லாம் மழுங்கச் செய்து, அவனது முன்னேற்றத்தையும் வளர்ச்சியையும் அறவே அழித்து விடுகிறது.

வாழ்க்கை உயிர்த்துடிப்போடு படைப்பாற்றல் கொண்டதாக இருக்க வேண்டுமானால் அனைத்தையும் ஒரே தரமாக்கும் உயிரோட்டமில்லாத போக்கு ஒழியவேண்டும். ஒவ்வொருவருக்கும் தனது சொந்த விருப்பு வெறுப்பை வெளிப்படுத்த வாய்ப்பு இருக்க வேண்டும். தன்னுடைய வீட்டையோ அல்லது தனக்கு வேண்டிய மேசை, நாற்காலி, கட்டில் போன்ற சாமான்களைத் தானே உருவாக்குவது, தன்னுடைய ஆளுமையை வெளிப்படுத்த ஒரு நல்ல வாய்ப்பாக இருக்கும். தம்முடைய தேவைகளையும் பிரச்சினைகளையும் தீர்த்துவைக்கும் சாக்கில் பெரிய தொழில் உற்பத்தியாளர்கள் நம்முடைய ஆளுமையையும் தனித்தன்மையையும் வீணாக்கி, வாழ்க்கையை வளம் குன்றியதாகச் செய்துவிடுகின்றனர். அமெரிக்காவில் ஒரே இரவில் முன்பே தயார் செய்யப்பட்ட வீடுகளைக் கட்டிவிடலாம். நாம் செய்யவேண்டியதெல்லாம் உற்பத்தியாளருக்குப் போன் செய்து எங்கு நமக்கு வீடு வேண்டும், அது எந்தத் திட்டப்படி - திட்டம் 'ஏ', திட்டம் 'பி' அல்லது 'சி'- இருக்க வேண்டும் என்பதை மட்டும் சொன்னால் போதும். வெவ்வேறு பகுதிகளை ஒன்று சேர்த்து உருவாக்குவதற்கான நேரம் மட்டுமே தேவைப்படும். உணவு விஷயத்திலும் இப்படியேதான். அதில் தனி மனிதர்களின் ருசியே நிலைபெறும் என்று நாம் எதிர்பார்ப்போம். ஆனால், அங்கும் உற்பத்தியாளர்கள் வெகு

கவனமாக, வார்த்தை ஜாலங்களால் ஜோடித்த விளம்பரங்கள் மூலம் கவர்ச்சிகரமான உணவு வகைகளை விளம்பரப்படுத்தி, மக்களின் தனித்தன்மையை அழித்துவிட்டிருக்கிறார்கள். இந்தியச் சந்தைகளிலும் வீடுகளில்கூட இத்தகைய ஆயத்த உணவு வகைகள் தோன்ற ஆரம்பித்திருக்கின்றன. இவை சமையற்கலைக்குச் சாவு மணி அடிக்கின்றன. இல்லத்தரசிகள் தங்களுடைய சமையற்கலை ஆற்றலைப்பற்றிப் பெருமைகொள்ள வேண்டும். ஆனால், மாறாக நமது நாட்டிலிருந்து ஆயிரக்கணக்கான மைல்களுக்கு அப்பாலுள்ள தொழிற்சாலைகளில் தயாரிக்கப்பட்ட ஒரே தரமான பழச்சாறு, ஊறுகாய், சட்னி, குழந்தை உணவு, பாதிப்பதப்படுத்தப்பட்ட உணவு வகைகள் தற்போது தாராளமாக விநியோகிக்கப்படுகின்றன.

பிரச்சினைகளைப் பற்றிக் குறைந்த அளவிற்கே எண்ணினால் குறைந்த அளவே வாழத் தகுதி படைத்தவனாகவே மனிதன் உருவாக்கப்பட்டிருக்கிறான். எனவே, நுகர்வோர் படவேண்டிய கவலைகளையெல்லாம் தானே படுவதாகச் சொல்லிக் கொள்ளும் ‘கருணையுள்ளம்’ படைத்த நவீன உற்பத்தியாளர் உண்மையில் நுகர்வோரின் ஆற்றலை முடக்கிப் போடுகிறார். ஒரு தாய்கூட தனது குழந்தையைத் தானே நடந்து பழகவும், கீழே விழவும், காயம்படவும் அனுமதிக்க வேண்டும். குழந்தை ஒருபோதும் கீழே விழக்கூடாது என்று கருதினால், அந்தக் குழந்தை எப்பொழுதுமே நடை பழகாமல் வாழ்க்கை முழுவதுமே முடமாகக்கழிக்க நேரிடும். இதைப் போன்றதொரு ‘சேவையைத்’தான் தற்கால உற்பத்தியாளர்கள் சமூகத்திற்குச் செய்து வருகின்றார்கள்.

நமது நாட்டில் பல வேறுவேறு வகையான தினசரி வாழ்க்கை முறைகள் உள்ளன. இவை நமது படைப்பாற்றலை, ஆங்காங்குள்ள தட்பவெட்ப நிலைகளையொட்டி, வெளிப்படுத்த பல வகையான சேர்க்கைகளை வாய்ப்பாக அளிக்கின்றன. மாநிலத்திற்கு உள்ளே கூட வேறுபட்ட வாழ்க்கை முறை கொண்டமக்கள் வாழ்கின்றார்கள். எனவே, நாம் வியாபார நிறுவனங்களின் சூழ்ச்சிக்குப் பலியாகாமலிருந்தால், நம்முடைய ஆளுமையை வெளிப்படுத்தவும் வளப்படுத்தவும் நமக்கு விரிவான வாய்ப்பு உள்ளது. அதிருஷ்டவசமாக நகர்ப்புறப் பகுதிகளைத் தவிர, கிராமப்பகுதிகளில் வாழ்க்கை இன்னமும் இந்தப் பாதிப்புக்குள்ளாக வில்லை. தவறான திசையை நோக்கிச் சில அடிகள் இந்த வகையில் எடுத்துவைக்கப்பட்டாலும், நிலைமையை, இனிச் சீர்திருத்த முடியாது என்ற அளவிற்குப் போகவில்லை. அழிவிற்கு இட்டுச்

செல்லும் இத்தகைய போக்கைத் தடுக்க உடனடிப் பாதுகாப்பு நடவடிக்கைகள் தேவை.

லோகாதாய படைப்பு நிலை, ஆற்றலுக்கு ஆதாரமாக இருக்கவேண்டும்; ஆனால், அப்படி இல்லாமல் அது சக்தி இழந்து மிகத் தளர்ந்த நிலையில் உள்ளது. இதற்குக் காரணம் மக்கள் தொகையில் பெரும்பாலராக உள்ள நுகர்வோர், ஈவிரக்கமின்றி ஒடுக்கப்பட்டு அவர்களுடைய படைப் பாற்றல் எல்லாம் நவீனத் தொழிற்சாலைகளின் சிதைவுக்கடியில் புதைக்கப்பட்டு உற்பத்தியாளர் முக்கியமான பங்கை வகிக்கும் தலைகீழானமுறையேயாகும். இத்தகைய வாழ்க்கை முறையில் கலைப் படைப்புகளை வெளிக்கொணர முடியாது; பள்ளி மாணவன் தனது பாடப்புத்தகங்களில் ஒட்டி மகிழும் ஒட்டுப்படம் போன்ற நிலையற்ற வலுவில்லாத பொருட்களைத்தான் உற்பத்தி செய்ய முடியும்.

தனக்குத் தேவையான பொருட்களை எடுத்துக்கூற நுகர்வோருக்கு உரிமை இல்லை. வியாபார நடவடிக்கைகளில் அவரது பங்கினைப் பொருளாதார நிபுணர்கள், “உரிமைக் கோரிக்கை” என்று அழைக்கின்றார்கள். இது தவறு; ஏனெனில், நுகர்வோர் எந்தக் கோரிக்கையையும் உரிமையுடன் கேட்கவில்லை. அவருக்கு முன்னால் எது படைக்கப் படுகின்றதோ அதை அடக்க ஒடுக்கமாக ஏற்றுக் கொள்கிறார். குதிரைக்குமுன் வண்டி பூட்டப்படுகின்றது. இந்தியாவிலோ அல்லது பூமியில் ஏதாவது, ஒரு மூலையிலோ உள்ள ஒரு நுகர்வோருக்காக, அவருடன் எந்தத் தொடர்பும் இல்லாத ஒரு தொழிலாளியால் இங்கிலாந்தில் நார்த்தாடன் என்ற இடத்தில் காலணிகள் தயாரிக்கப்படுகின்றன. நுகர்வோர் காலுக்கு ஏற்றதாகக் காலணிகள் தயாரிக்கப் படுவதற்குப் பதில் நுகர்வோர் கடைக்குச் சென்று, ஏற்கனவே தயாரிக்கப்பட்டுள்ள காலணிகளுள் எது நமது கால்களுக்குச் சேரும் என்று பார்க்க வேண்டியுள்ளது. ஏற்கனவே தயாரிக்கப்பட்ட காலணிகளுக்குத் தேவையான கால்கள் கிடைக்காவிட்டால், மக்கள் வெறும் காலோடு நடக்கின்ற அபிசீனியா போன்ற ஒரு நாட்டைத் தனது ஆதிக்கத்தின்கீழ் கொண்டு வந்து அங்குள்ள மக்களை மேல்நாடுகளில் உள்ளதை போல் காலணிகளை அணியச் செய்து அவர்களை நாகரிகப்படுத்த வேண்டி இருக்கிறது. ஏற்கனவே உற்பத்தி செய்யப்பட்ட பொருள் குவிப்புத் தேவையைத் தேடி ஓடுவது தற்காலச் சச்சரவுகளுக்கும் போர்களுக்கும் ஒரு முக்கியமான ஆதாரமாகவுள்ளது. செயற்கையான முறையில்

ஒரு தேவையை உருவாக்குவது வன்முறைக்குக் காரணமாகிறது; உறுதியற்ற சமநிலையை உருவாக்குகின்றது. இதைச் சரிசெய்யும் பொழுது மேலும் வன்முறைக்குக் காரணமாகிறது.

நிலைத்த தன்மையையும், அகிம்சையையும் நாம் அடைய விரும்பினால், நுகர்வோரே தானாக முக்கிய பங்கேற்கும் ஒரு நிலையை நாம் உருவாக்க வேண்டும். இந்த நிலை நுகர்வோர் கண்ணெதிரிலேயே அவர்கள் தேவையை நிறைவு செய்யும் அளவில் நுகர்வுப் பொருட்கள் அந்தந்தப் பகுதிகளில் ஒருவேளை குடிசைத் தொழிலாகவோதயாரிக்கப்பட்டால்தான் முடியும். அப்படிப்பட்ட சூழ்நிலையில்தான் நுகர்வோர் அவருக்குரிய மதிப்புகளின் அளவுகோல்படி தம்முடைய ஆளுமையை வெளிப் படுத்தவும் மேம்படுத்தவும் முடியும். நவீன உற்பத்தி முறைகளும் விற்பனை முறைகளும் வாழ்க்கையைத் தேக்கநிலைக்குக் குறைத்து, வாழ்தலை வெறும் உயிரோடு இருத்தல் என்ற நிலைக்குக் கொண்டு வந்துவிட்டன. தற்சமயச் சூழ்நிலை நம்மை மூச்சுமுட்டச் செய்கிறது. இதை, லோகாதாயப் படைப்பு நிலையில் உள்ள மக்கள் தங்களது ஆளுமையை வலியுறுத்திச் செயலாற்ற முன் வருவதன் மூலமே மாற்ற முடியும். பண அடிப்படையை மட்டுமே கொண்ட மதிப்புகள் மாற்றப்பட்டுப் பலவகையான கலாச்சார மதிப்பீடுகள் ஏற்கப்பட்டு, அவை பொது மக்களின் வாழ்க்கையை நிச்சயிக்கும்படியான நிலையை ஏற்படுத்த வேண்டும்.

சமுதாயப் புதுமை படைக்கும் நிலை

இந்த நிலை இணைந்து வாழும் ஒப்புரவுப் பொருளாதாரத்தைச் சார்ந்ததாகும். எனவே, ஒவ்வொரு கட்டத்திலும் இதன் அடிப்படைத் தத்துவம் ‘சமூகத்திற்குப் பொதுவாக எது நன்மை பயக்கும்’ என்பதேயாகும். மாறாக, ஒரு தனி நபருக்கோ அல்லது ஒரு சில வலுமிக்க நபர்களுக்குக் கிடைக்கும் சொந்த இலாபம் ஆகாது. பண மதிப்புகளுக்கு இந்த நிலையில் எந்த இடமும் இல்லை என்பதைச் சுட்டிக்காட்டத் தேவையில்லை. இதில் குறுகியகாலக் கொள்கைகளுக்குப் பதிலாக நெடுங்காலக் கண்ணோட்டமே மேலோங்கி நிற்கும்.

சமீப காலத்தில் சமூகப் பொருளாதாரப் பரிசோதனைகளுக்குப் பல முயற்சிகள் நடைபெற்றுள்ளன. இரஷ்யா இதை முதலில் தனது சோவியத் கம்யூனிச அமைப்பு மூலம் துவக்கியது. பிறகு பாசிஸ்ட்களும் நாசிக்களும் பின்தொடர்ந்தனர். ஆனால், அவர்களது

பரிசோதனைகள் நிலைத்த தன்மைக்கோ, வன்முறையற்ற வாழ்க்கைக்கோ இட்டுச் செல்வதில் தோல்வியடைந்துள்ளன. மாறாக அவை மனித குலத்தையே இரத்த ஆற்றில் மூழ்கடித்துள்ளன. அவை மனிதகுலம் முழுவதற்கும் உள்ள பெரிய பிரச்சினைகளை மறுத்துத் தங்கள் நாட்டில் அல்லது தங்களது சொந்த வர்க்கத்தின் நலனுக்காகக் குறுக்கு வழிகளைத் தேடமுனைந்தன. பணிந்து போகும் மனப்பான்மையுடைய மக்கள் "சரியோ தவறோ என்னுடைய நாடே" என்ற கொள்கையின் அடிப்படையில் கட்டுப்படுத்தப் பட்டனர். எனவேதான், அவை தம்மைத்தாமே வன்முறைக்கும், அழிவிற்கும் ஆட்படுத்திக்கொண்டன.

உலகம் முழுவதற்கும் விரிவான அமைப்பாகச் "சர்வதேசச் சங்கம்" என்ற பெருமையான பெயரைக் கொண்டிருந்தபோதிலும், இந்தச் சங்கம் தன்னைக் கட்டுப்படுத்தி வைத்திருப்பவர்களுடைய சுயநலத்திற்காக மட்டும், நிலையற்றதும், குறுகியகாலக் கண்ணோட்டம் கொண்டதுமான பொருளாதாரத்தையே பின்பற்றியது. எனவே, அது மனிதகுலம் முழுவதற்கும், நிலைத்த தன்மையையும் வன்முறையற்ற முறையையும் வழங்குவதில் தோல்வி கண்டது.

வாழ்க்கையை நன்கு திட்டமிடுதல் மிக அவசியம். அந்தத் திட்டம் வெற்றிபெற வேண்டுமானால், திட்டத்தின் குறிக்கோளை அனைவரும் ஏற்றுக்கொள்வதாகவும், இயற்கையின் நிலைத்த ஒழுங்குடன் முற்றிலும் இணைந்ததாகவும் இருக்கவேண்டும். முன் சுட்டிக்காட்டிய நிலையில் உள்ளதுபோல் அது மத்தியில் உள்ள தொழிற்சாலைகளிலிருந்து தயாரிக்கப்படும் பொருட்களை விற்பதற்காக மற்றவர்கள்மீது ஒரே மாதிரியான வாழ்க்கையைத் திணிப்பதற்கு வசதியான ஒரு முயற்சியாக இருக்கக்கூடாது; மேலும், ஒவ்வொரு நபரும் தன்னுடைய ஆளுமையை வெளிப்படுத்தும் முயற்சிகளை அழிப்பதாகவும் இருக்கக்கூடாது. இந்த நிலையில் இருப்பவர்களுக்கு நம் நாட்டில் பணியாற்றும் வாய்ப்புப் பெருத்த அளவில் உள்ளது. கிராம மக்களுக்கு அவர்களது பல்வேறு செயல்களை ஒன்றுபடுத்தி, உருவாக்கி அவர்கள் வாழ வழிசெய்யக் கூடியவர்கள் தற்சமயம் மிகவும் தேவைப்படுகிறார்கள். இன்று அவர்கள் வனவிலங்குகளை விடவும் மோசமான நிலையில் உள்ளனர். அவ்விலங்குகளானது துடிப்பான நோயற்ற வாழ்வுக்குத் தங்களுக்குத் தேவையான ஊட்டச்சத்தைப் பெறுகின்றன; ஆனால், தற்காலச் சமூகப் பொருளாதாரச் சூழ்நிலையோ எல்லாத் தொடக்க முயற்சிகளையும் அழித்து விடக்கூடியதாக இருக்கிறது. சமூகத்தில்

புது மாறுதல்களை உருவாக்கும் நிலையில் இருப்போர் ஆதரவற்ற மக்கள் தங்களது வாழ்க்கையைச் செம்மையாகவும், தங்களுடைய சொந்த ஆற்றலை வெளிப்படுத்தும் வாய்ப்பு உள்ளதாகவும் ஆக்கிக்கொள்ளத் திட்டமிட வேண்டும்.

இவ்வாறு, திட்டமிட ஒரு அடிப்படையை உருவாக்கி அதைக் குறிக்கோளாகக் கொண்டு நாம் பணியாற்ற வேண்டும். இந்த அடிப்படை நல்லமுறையில் உருவாக்கப்பட்டால் அது சமூகத்திலுள்ள ஒவ்வொரு உறுப்பினருக்கும் அவரது படைப்பாற்றலை வெளிப்படுத்த முழு வாய்ப்பு அளிக்கக்கூடியதாக இருக்கும். இந்த அடிப்படை சரியானது தானா? அல்லது இல்லையா? என்பது அதில் ஏற்படும் மாறுதல்கள் உருவாக்கும் விளைவையொட்டித் தீர்மானிக்கப்படும். இயற்கையான அடிப்படையை ஒரு குறுகிய காலத்தில் உயர்த்தவோ தாழ்த்தவோ முடியாது. அத்தகைய மாற்றங்கள் நோய்க்கான அறிகுறிகளைத் தோற்றுவிக்கும். இயற்கை மிக ஆச்சரியமான மனித உடலை இலட்சக்கணக்கான ஆண்டுகளில் உருவாக்கியுள்ளது. நமது செரிமான அமைப்புமுறை போன்ற எளிதான, ஆனால் மிகவும் திறமையான ஒரு சோதனைச்சாலையை எந்த விஞ்ஞானியும் உருவாக்க முடியாது. நமது இதயம் போன்று, தானே இயங்கித் தன்னைத்தானே கட்டுப்படுத்திக் கொள்ளும் ஒரு விசைக் குழாயை எந்தப் பொறியாளரும் இதுவரை உருவாக்கவில்லை. நமது நரம்பு மண்டலத்தைப் போன்ற முழுமையான ஒரு தகவல் தொடர்பு அமைப்பைக் கம்பியில்லாத் தந்தி மூலமோ அல்லது வேறு வகையாலோ எந்த மார்க்கோனியும் அமைக்கவில்லை. நமது உடலும் உள்ளமும் இயற்கையான வழியில் இயங்குவதை எந்த மனிதனாலும் மாற்றவோ அல்லது புதியதாக்கவோ இயலாது. எனவே, வாழ்க்கையின் ஓட்டத்தைத் தனது விருப்பப்படி மாற்ற முயற்சிப்பது, நிலையற்ற மனிதர்களால் இயலாது; அவர்களால் செய்யக்கூடியதெல்லாம், இயற்கையுடன் ஒத்துழைத்து அது மிகச் சிறந்த நிலையில் இயங்கக்கூடிய வகையில் சூழ்நிலையைப் பராமரிப்பதுதான் இந்த நிலையையும் அடிப்படையையும் இயற்கை விதிக்கின்றது. மனிதனின் பங்கெல்லாம் இதை அறிந்து இயற்கையின் தேவையைப் புரிந்துகொண்டு அதற்குச் செவி சாய்ப்பதுதான். இயற்கை வகுத்த அடிப்படை யிலிருந்து விலகினால் அது சமூகக்கேட்டை விளைவிக்கும்.

மனித உடலில் இயற்கையான வெப்பநிலையை மாற்ற முயற்சிப்பது வீணானது என்பது மருத்துவத்துறையில் உள்ள

ஒவ்வொருவரும் அறிவர். இயற்கை வகுத்த அடிப்படைக்குமேல் அது சென்றால் கடுமையான காய்ச்சல் வரும்; அதைவிடக் குறைந்தால் உடலும் உள்ளமும் தளர்ந்துவிடும்; இரண்டு நிலையிலுமே முடிவு மரணம்தான். அதே போல் நமது இதயத்தையும் ஓய்ச்சல் ஒழிவில்லாத ஒரு வாழ்க்கை வாழ ஏற்றபடி மாற்றமுடியாது. ஒரு குறிப்பிட்ட வரம்பிற்குள் மாற்றங்கள் செய்யமுடியும் என்பதில் ஐயமில்லை; ஆனால், இதையே முற்றிலுமாக நம்பியிருக்க முடியாது. அளவுக்கு மீறிய சிரமம் அதிக இரத்த அழுத்தம் போன்ற அபாயக் குறிகளை அளிக்கும். அதையே ஒரு புதிய அடிப்படையாக நாம் ஏற்றால், நமது உயிரை அபாயத்திற்கு உள்ளாக்காமல் இருக்கமுடியாது. அதே போல் நமது தேவைகளுக்கும் ஓர் அடிப்படை உள்ளது. அது நிறைவேறும்பொழுது மனித அமைப்பு மிகச் சிறந்த முறையில் இயங்குகிறது. திட்டமிடுவதின் நோக்கம் இந்தத் தேவைகளின் அடிப்படையைத் தீர்மானித்து அது ஒவ்வொரு நபருக்கும் கிடைப்பதற்காக வழிவகைகளை மேற்கொள்வதுதான். ஆனால், இன்று துரதிருஷ்டவசமாக, பணமே அரியனையில் ஏற்றப்பட்டுள்ளது. எல்லாமே மனிதனுடைய ஆளுமையைச் சுற்றிவராமல் பணத்தையே மையமாகக் கொண்டு சுற்றி வருகின்றது.

மனித இயல்பிலிருந்து வேர்விடாமல் அதிக அளவில் பொருள் உற்பத்தி செய்வதையே நோக்கமாகக் கொண்டு திட்டத்திற்குமேல் திட்டங்கள் எனத் தீட்டப்பட்டு வருகின்றன. அவைகளெல்லாம் செடிகளிலிருந்து வெட்டப்பட்ட மலர்களை அழகாக அடுக்கிவைக்கப்பட்டுள்ள பூ ஜாடிக்கு ஒப்பாகும். அம்மலர்கள் அழகாகவும், சிறிது காலத்திற்குத் தங்களது இயற்கையான மணத்தையும் தோற்றத்தையும் நம்மிடம் வைத்துக் கொண்டிருக்கும் என்பதில் எந்த ஐயமும் இல்லை. ஆனால், தாய்ச் செடியிலிருந்து பிரித்தெடுக்கப்பட்டுள்ளதால், அவற்றின் உள்ளே இறப்பே இருக்கின்றது. எனவே, அவைகளின் பெருமையெல்லாம் குறைந்த காலத்திற்கே.

திட்டம் தீட்டுபவர் ஒரு தோட்டக்காரரைப் போல் இருக்க வேண்டும். அவர் முதலில் நிலத்தைச் சரியான முறையில் தயார் செய்கிறார்; பின் விதை விதைக்கிறார்; நீர்ப் பாய்ச்சுகிறார். இவற்றையெல்லாம் செய்த பின் ஒதுங்கி நின்றுவிடுகிறார். பதப்படுத்தப்பட்ட நிலத்திலிருந்து தேவையான ஊட்டச்சத்தைப் பெற்றுக்கொண்டு செடி தன்னுடைய இயற்கைக் குணத்தால் வளர்ந்து பூக்களை வெளிக்கொணர்கின்றது. அதிக அளவில் மலர்கள்

அடுக்கப்பட்டு அலங்கரிக்கப்பட்டாலும் பூ ஜாடி நிலையற்றதே. அதில் இறப்பே உள் இருந்தது. ஆனால், செடியோ நிரந்தரமானது; ஏனெனில், அது தனது வேர்கள் மூலம் தேவையான ஊட்டச்சத்தையும் உயிரையும் இயற்கையிடமிருந்தே பெற்றுக்கொள்கிறது. செடியிலுள்ள சில மலர்கள் வாடிவிடலாம்; ஆனால், அந்த இடத்தில் புது மலர்கள் மலரும்.

அது போலவே திட்டங்கள் மக்களது வளர்ச்சிக்குத் தேவையான நிறைவானதொரு சூழ்நிலையை உறுதி செய்ய வேண்டும். திட்டங்கள் நம் முன் எடுத்துவைப்பவை. முடிவோ, குறிக்கோளோ இல்லை. உற்பத்தி இலக்கை முன்பே முடிவு செய்து அதற்கென உழைப்பது என்பது இயற்கையில் வழியில்லை. அம்முறைகளினால் கட்டாயத்திற்கு உட்பட்ட முடிவுகளே நமக்குக் கிடைக்கும். ஆனால், அத்தகைய வளர்ச்சி இயற்கையான வளர்ச்சியாய் இல்லாததால் விரைவில் தளர்ச்சி அடைந்து தனது பின்விளைவாக அழிவையும் விட்டுச் செல்லலாம். இவ்விதமாகக் கட்டாயத்திற்கு உட்பட்ட வளர்ச்சி வேகம் நன்கு அலங்கரிக்கப்பட்ட கிறிஸ்துமஸ் மரம் போல் உள்ளது. கிருஸ்துமஸ் மரம், மெழுகுவர்த்திகள், பொம்மைகள், ஊதல்கள், முரசுகள் போன்ற பல்வேறு விதமான பரிசுப்பொருள்களால் நிறைந்திருக்கலாம். ஆனால், இந்தப் பரிசுப் பொருட்களும் மற்றைய அலங்காரங்களும் மரத்திற்கு இயற்கையாக இல்லாததால் அது இவைகளால் பெருமைக்கொள்ள இயலாது. கிருஸ்துமஸ் மரம் உயிரோடு இருக்கின்ற ஒரு மரத்திலிருந்து வெட்டப்பட்ட ஒரு கிளைதான். எனவே, அது தனக்கு வேண்டிய ஊட்டத்தைத், தாய் நிலத்திலிருந்து வேர்கள் மூலம் பெறமுடியாது. ஒரு சிறிது நேரத்திற்கு அது தன்னுடைய பசுமையை இழக்காமல் இருந்தாலும், பிறகு வாடி வதங்கி விடுகிறது. அதன் பின்னர் அது விறகாகத்தான் பயன்படும். அதிக உற்பத்தி என்ற கவர்ச்சியைப் பின்பற்றும் திட்டங்களுக்கும் இதே கதிதான் ஏற்படும். திட்டமிடுவதின் அடிப்படை நோக்கம் மனிதனின் ஆற்றல் முழுவளர்ச்சி அடையத் தேவையான சூழ்நிலையையும் சுற்றுப்புறத்தையும் பெற உறுதி செய்வதேயாகும். ஒவ்வொரு மனிதனுக்கும் அவனுக்குத் தேவையான முழுமையான உணவும் மாறுபடும் பருவநிலைக்கு ஏற்ப உடலைப் பாதுகாக்க ஏற்ற உடையும், போதுமான வீட்டு வசதியும், தனது உள்ளத்திற்கும் உடலுக்கும் பயிற்சி அளிக்கத் தேவையான வாய்ப்புகளும் உடல் நலத்தைப் பேணத் தூய சூழ்நிலையும், பரஸ்பரம் பழகுவதற்கும் பொருளாதார உற்பத்திக்கும் பரிவர்த்தனைக்கும் வேண்டிய

வசதிகளும் தேவை. இவைதான் திட்டமிடுவோரின் குறிக்கோள்கள். இதைத் தவிர மற்றவற்றையெல்லாம் அடைவதை மக்களுடைய சொந்த முயற்சிக்கு விட்டுவிட வேண்டும். அப்பொழுது தான் அவர்களுக்குத் தங்களது விருப்புச் சுதந்திரத்தையும் மதிப்புகளின் அளவுகோல்களையும் பயன்படுத்தும் வாய்ப்புக் கிடைக்கும். இவ்வாறு, கிடைக்கப்பெறும் வாய்ப்புகள்தான், அவர்களது வாழ்க்கையை 'வெறும் உயிரோடு இருத்தல்' என்றில்லாமல் பயனுள்ளதாக ஆக்கும். அது பிறகு நிலைத்து நிற்கக்கூடியதும் மனித வளர்ச்சிக்கு நிச்சயமாகப் பயன்படக்கூடியதுமான ஒரு பண்பாட்டையும் உருவாக்கும்.

மற்றவர்களின் உரிமைகளைப் பாதிக்காமல், தனது வாழ்க்கை முறையைத் தேர்ந்தெடுக்க ஒரு மனிதனுக்கு உள்ள உரிமையை எந்தத் திட்டமும் அவனிடமிருந்து பறிக்க முடியாது. திட்டமிடுவது என்பது ஒவ்வொரு நபரும் அவருக்குத் தேவையான குறைந்த அளவு அடிப்படை வசதிகளைப் பெறுவதை உறுதி செய்வதற்குத்தான். இதற்கு மேல், ஒவ்வொரு நபருக்கும் அவர்கள் கைக்கொண்டிருக்கும் மதிப்புகளை வெளிப்படுத்தத் தேவையான வாய்ப்பு வேண்டும். இவ்வாறு, இல்லாமல் தன்னுடைய மதிப்புகளை வெளிப்படுத்தத் தேவையான சுதந்திரத்தை வரம்பு மீறித் தடுத்தும், மிக இறுக்கமாகவும் திட்டமிட்ட வாழ்வு இருக்குமேயானால், அது இராணுவக் கட்டுப்பாட்டின் கீழ் செயல்படுகிறது என்ற குற்றச்சாட்டிற்கு இலக்காகும். தொட்டில் முதல் கல்லறை வரை வாழ்க்கை கட்டுப்படுத்தப்பட்டால், அதற்கு வேறு எந்தப் பெருமையோ திறமையோ இருந்தாலும், அது கண்டனத்திற்கு உரியதுதான். ஏனெனில் தன்னுடைய ஆளுமையை, தானே வெளிப்படுத்தும் சுதந்திரம் என்ற மனித வளர்ச்சிக்கு இன்றியமையாத முதல் தேவையை அது நிறைவு செய்யவில்லை.

கடுமையான கட்டுப்பாட்டிற்கும் ஒரு காலமும், இடமும் இருக்கின்றது. ஒரு இராணுவம் அல்லது ஒரு தொழிற்சாலை இவற்றின் குறிக்கோள் தனி நபரின் ஆளுமையை வளப்படுத்துதல் இல்லை. மாறாக அனைவரும் சேர்ந்து ஒருமித்துச் செயலாற்ற வேண்டிய கட்டாயம் அங்கு உள்ளதால், ஒரு நபரின் தனித்தன்மை அங்குத் தேவையில்லை. அவரது கைகளோ அல்லது தலையோ தான் கணக்கெடுக்கப்படும். ஒட்டுமொத்தமான குறிக்கோளே இங்கு அனைத்தையும் உள்ளடக்கிய தலையாய அடிப்படையாகும். தனிநபர் அந்தக் குறிக்கோளை அடையும் ஒரு கருவியே; அவரும் அதிலேயே

முழுவதுமாக மூழ்கிவிடுவார்; ஆனால், நமக்கோ தனிநபரின் வளர்ச்சியே குறிக்கோளாகும்; அமைப்பு இதை அடைய ஒரு கருவிதான். எனவே, நம்முடைய திட்டத்தில் இத்தகைய இராணுவக் கட்டுப்பாட்டிற்கு இடமில்லை. நல்ல முறையில் இயங்கிவரும் ஒரு பால் பண்ணையில் கால்நடைகளுக்கு நன்கு தயாரிக்கப்பட்ட கால்நடைத் தீவனமும், உப்பும், நீரும் குறித்த நேரத்தில், குறித்த அளவில் வழங்கப்படும். அவைகள் நன்கு கட்டப்பட்ட கொட்டில்களில் அடைக்கப்பட்டுச் சிறிது நேரத்திற்கு வெய்யிலிலே உலாவ எடுத்துச் செல்லப்படும்; தினந்தோறும் கழுவப்படும். குறித்த கால அட்டவணைப்படி பால் கறக்கப்படும். ஆனால், வெறும் உயிர் வாழும் மிருக வாழ்க்கை நிலையிலிருந்து மேம்பட விரும்பும் மனிதனின் தேவைகள் இவையல்ல. ஒரு சிறைச்சாலை இத்தகையதொரு வாழ்க்கைக்குத் தேவையான கட்டுப்பாடுகள் பல கொண்ட சூழ்நிலையைத் தருகின்றது. உறக்கமும், ஓய்வும், உணவும் சில நேரங்களில் சிறைக் கைதியின் உடல் நலத்திற்கு ஊறு விளைவிக்கலாம். ஆனால், சிறை விதிகளின்படி இவற்றை ஏற்றுக்கொள்ளாமல் இருப்பது தண்டனைக்குரிய குற்றமாகக் கருதப்படுகிறது. கைதியின் உடல் நலம் இவ்விதமாகப் பேணப்படுகின்றது. தேர்ந்தெடுக்கவும், செயலாற்றவும் உரிமை பறிக்கப்பட்டநிலை 'வாழ்க்கை' ஆகாது. எனவே, எந்தத் திட்டமும் எல்லாப் புறங்களிலும் தாண்ட முடியாத தடைகளை ஏற்படுத்தி, வாழ்க்கையை ஒரு சிறைச்சாலை போல் ஆக்காமல் இருப்பது அவசியம். நிலத்திற்குத் தேவையான காற்றையும் வெளிச்சத்தையும் தடுக்காமலும், பயிர்களின் வளர்ச்சியில் குறுக்கிடாமலும், ஆனால், அதே நேரத்தில் நிலத்திற்கு அழிவேற்படுத்தக்கூடிய அழையா விருந்தாளிகளிடமிருந்து காக்கும் வேலியைப் போல் திட்டங்கள் இயங்கவேண்டும். ஒப்புரவுப் பொருளாதாரத்தைச் சார்ந்த நிலையில் இருப்போர் மற்றும் பிறருக்குச் சேவை செய்யத் தனது வாழ்க்கையை அர்ப்பணம் செய்து கொள்வோர் ஆகியோரது படைப்பாற்றல், மக்களுக்குச் சுதந்திர வாழ்க்கையை அளிக்கக்கூடிய திட்டங்களை உருவாக்குவதில் ஈடுபடுத்தப்பட வேண்டும்.

இந்தப் பகுதியில், திட்டத்தின் செயல்பாடுகளைப் பற்றியும், அவை எவை எவற்றில் தன்னை ஈடுபடுத்திக் கொள்ளவேண்டும் என்பது பற்றிய கருத்துக்களோடு நிறுத்திக் கொண்டுள்ளோம். இனிவரும் பகுதிகளில், மனநிறைவு அளிக்கக்கூடிய ஒரு திட்டம் அடிப்படையாகக் கொள்ள வேண்டிய வாழ்க்கை நெறிமுறையை வரையறுக்கத் தேவையான அம்சங்களைப் பார்ப்போம்.

அ.கி. வேங்கட சுப்ரமணியன்

மேம்பாடு எய்தும் நிலை

இந்த நிலை சேவைப் பொருளாதாரத்தைச் சார்ந்துள்ளது. இங்குத் தனிநபர் உரிமைகள், வாழ்க்கையை நெறிப்படுத்தும் கடமைகளுக்கு இடமளித்து விலகிச் செல்கின்றன. விருப்புச்சுதந்திரம் மனிதனின் மிருகப் பகுதியையும் சுயநல உடல் இச்சைகளையும் கட்டுப்படுத்தி, அவனது செயல்களை அறிவுப்பூர்வமாய் நன்கு தேர்ந்தெடுக்கப்பட்ட வழிவகைளில் செல்ல பயன்படுத்தப்படுகிறது. சொந்தச் சுகத்திற்குப் பதிலாகப் பிறர் நலம் பேணுவதற்காகவே மதிப்புகளின் அளவுகோல் உருவாக்கப்படுகிறது. எனவே, இந்த நிலையில் உள்ள பார்வை நெடுங்காலப் பார்வையாகும். உடனடியாகக் கிடைக்கும் சொந்த இலாபம் இதில் விரும்பப்படும் முடிவு அல்ல.

எனவே, இந்த நிலையில் உள்ள ஒருவர் தனது படைப்பாற்றலை வெளிப்படுத்த அவர் தனக்குள்ளேயே சமூகத்தின் குறைகளையும் தேவைகளையும் உணர வேண்டியது அவசியம். அதன் பின்தான், எந்த ஒரு சீர்திருத்தத்தையோ அல்லது ஒரு திட்டத்தையோ எடுத்துரைக்க முடியும். அறிவுப்பூர்வமான ஒப்புதலோ அல்லது எதிர்ப்போ பயன்படாது. எந்தப்பரிசோதனையையுமே முதலில் ஒரு சிறு அளவில் சோதனைச் சாலையில் செய்யவேண்டும். அது திறம்பட இயங்கும் என்று நிரூபிக்கப்பட்ட பிறகே அந்த முடிவை மற்றவர்களுக்குப் பரிந்துரை செய்யமுடியும். ஊட்டச்சத்து நிபுணர் ஒருவர் முதலில் வெவ்வேறு உணவு வகைகளைச் சோதனைச் சாலையில் பன்றி, வெள்ளை எலி, புறாக்கள், குரங்குகள் போன்ற பிராணிகளுக்கு அளித்து அதனால் அப்பிராணிகளின் மீது ஏற்படும் விளைவுகளை முதலில் கண்டறிகின்றார். அதன் பிறகே அவர் மனிதர்களுக்குச் சமநிலையான உணவுக்குத் தேவையான பகுதிகளைச் சுட்டிக்காட்டக் கூடிய தகுதியைப் பெறுகிறார். அதுபோலவே, எல்லாச் சமூகப் பொருளாதாரப் புதுமைகளிலும் முதலில் புதுக் கருத்துக்களை மனிதர்களிடையே பரப்புவது அவசியம். மேம்பாடு எய்தும் நிலையில் உள்ள ஒருவர், ஒரே நேரத்தில்,விஞ்ஞான நிபுணராகவும் அந்த நிபுணர் சோதித்துப் பார்க்கும் பிராணியாகவும் இருக்க வேண்டும்.

இதற்குமுன் கூறிய ஒப்புரவு நிலையில் உள்ளவர்கள், மக்களுக்காகத் திட்டமிட வேண்டும் என்பதைப் பார்த்தோம். ஆனால், பரிசோதித்துப் பார்த்த கொள்கைகளின் மேல்தான் திட்டம் தீட்டப்பட முடியும். இது மேம்பாடு எய்தும் நிலையில்

உள்ளவர்களுக்குத் தக்க வாய்ப்பளிக்கிறது. தேவையே புதிய உருவாக்கங்களின் தாய் என்று சொல்லப்படுகிறது. மற்றவர்களின் தேவைகளை நாம் நமக்குள்ளேயே உணர்ந்து கொண்டோமானால், அத்துடன் நம்மிடம் படைப்பாற்றலும் இருக்குமேயானால் சிரமங்களையெல்லாம் தீர்ப்பதற்கான வழிவகைகளை நம்மால் உருவாக்க இயலும். இந்த நிலையில் உள்ள ஒருவர் மற்றவர்கள் வாழ்விலே உள்ள சுகதுக்கங்களைத், தானே அவருக்குப் பதிலாகத் துய்ப்பார். மற்றவர்களின் உணர்ச்சிகளையும் சூழ்நிலையையும் தன்னுடையதை விட அக்கறையுடன் கவனிப்பார். அழுபவர்களுடன் சேர்ந்து அழுவார்; சிரித்து மகிழ்வோருடன் சேர்ந்து மகிழ்வார். அவருடைய மதிப்புகளின் அளவுகோல் பிறர்நலம் பேணும் தன்மையதாக இருக்கும். அவர் தன்னுடைய சொந்த உரிமைகளைப் பற்றி எண்ணமாட்டார்; மனிதகுலம் முழுவதையுமே தன்னுடைய குடும்பம் என ஏற்று, உற்றார் உறவினர் இல்லாத அனைவரையும் பேணிப் பாதுகாத்துத் தன்னுடைய தந்தை நிலையை உயர்வுபடுத்துவார்.

விஞ்ஞான ஆராய்ச்சி வரலாற்றிலே தங்களது ஆராய்ச்சி முடிவுகளைத் தங்கள் மீதே பரிசோதித்துக்கொண்ட விஞ்ஞானிகளைப் பற்றிய எடுத்துக்காட்டுகள் ஏராளமாகவுள்ளன. அவ்வாறு செய்வதில் தங்களது உயிரையே அபாயத்திற்கு உட்படுத்திக்கொண்டவர்கள் பலர்; சிலர் இந்த வழியில் உயிரையும் இழந்திருக்கின்றனர். இவர்களெல்லாம் ஒப்பற்ற தியாகிகள். மனிதகுல முன்னேற்றம் இவர்களது இரத்தத்தால் உருவாக்கப்பட்டுள்ளது. ஒரு சிறு அரைத் துணியை மட்டுமே காந்திஜி தனது முழு உடையாக ஏற்றுக்கொண்டதற்கு ஒரு முக்கியக் காரணம், அவர் நமது நாட்டிலே கோடை, குளிர் காலங்களில் உடலைப் பாதுகாக்கும் வெவ்வேறு விதமான உடை வகைகள் வேண்டாம், உடலை மூடி மறைத்து மானத்தைக் காக்க எந்தக் கந்தையும் இல்லாத இலட்சக் கணக்கான மக்களில் ஒருவரைப் போல் தானும் இருக்க வேண்டும் என்று ஆசைப்பட்டதுதான்.

பல்வேறு சமூகப் பொருளாதாரப் பிரச்சினைகளை உள்ளடக்கிக் கொண்டுள்ள இந்தியா போன்ற ஒரு நாட்டில் மக்களின் வறுமையையும் கொடுமையையும் தாமே ஏற்று அந்தக் கொடுமைகளை உணர்ந்து அதை நீக்குவதற்கு மாற்றுவழி கண்டுபிடிக்க முனைவோர் நமக்குத் தேவைப் படுகின்றனர். அதற்காகத்தான், தாகூரின் சாந்திநிகேதன், காந்திஜியின் சர்க்கா சங்கம், கிராம உத்யோக

சங்கம் போன்ற பலவிதமான மனித சோதனைச் சாலைகளும் ஆசிரமங்களும் ஏற்படுத்தப்பட்டுள்ளன. தோட்டக்கலை நிபுணர் அழகிய தோட்டங்களை உருவாக்குவதற்கு நன்கு பரிசோதிக்கப்பட்ட விதைகளை உற்பத்தி செய்கின்றார். அதைப்போலவே இவையெல்லாம் நாற்றங்கால் போல் இயங்குகின்றன. இந்தச் சோதனைச் சாலைகளில் நிரூபிக்கப்பட்டதீர்வுகள் உலகிற்கு அர்ப்பணிக்கப்படுகின்றன.

எனவே, மேம்பாடு எய்தும் நிலையின் மூலமாகத்தான் நாம் வன்முறையாலும், வெறுப்பினாலும் மனிதகுலம் அடைந்துவரும் துன்பங்களுக்கு ஒரு தீர்வு காணமுடியும். மக்களின் வாழ்வு எந்தக் கட்டுப்பாடும் இல்லாத குறுகிய தனிநபர் நலம் என்ற அடிப்படையில் இல்லாமல், நெடுந்தொலைநோக்கோடு சுயநலம் இல்லாத பற்றற்ற வகையில் திட்டமிடப்பட்டு நெறிப்படுத்தவேண்டும். அவ்வாறு திட்டமிடப்பட்டால் சமூகத்தில் உள்ள ஒவ்வொரு உறுப்பினருக்கும் அவர் எவ்வளவு கீழான நிலையில் இருந்தாலும், அனைவரது பொதுநலத்திற்காகத் தன்னுடைய பங்கை அளிக்க முழு வாய்ப்புக் கிடைக்கும். அப்பொழுது அவர்களது வாழ்க்கை, மாறுபட்டுள்ள சூழ்நிலையைக் கருத்தில் கொள்ளாமல் மற்றவரையே பின்பற்றி ஒழுகும் நிலையில் இருக்காது; இடத்திற்கேற்ப சிறிய மாறுதல்களை மட்டும் செய்யும் குறுகிய ஏற்பு நிலையிலும் இருக்காது; பொருட்களை உற்பத்தி செய்வோர் நலனுக்காகப் பெருகிவரும் சந்தையின் தேவைகளைப் பூர்த்தி செய்வதாக மட்டுமே என்றும் அமையாது; விரிவான பொதுவான பொறுப்புகளை விட்டுவிட்டு ஒரு சிறு பகுதியினரின் தேவைகளை மட்டுமே அடிப்படையாகக் கொண்டும் இருக்காது. இவ்வாறு திட்டமிடப்பட்ட வாழ்க்கை தனி மனிதர் அல்லது தனிக் குழுக்கள் ஆகியோரது தேவைகளை நிறைவு செய்வது மட்டுமல்லாமல் அனைவரது மகிழ்ச்சிக்கும் நலத்திற்கும் இட்டுச் செல்வதாகவும் இருக்கும். மேலும், மற்றவர்களது நலத்தைப் பாதிக்காத வகையில் சொந்த மேம்பாட்டிற்கும் சொந்த ஆற்றலை வெளிப்படுத்துவதற்கும் விரிவான வாய்ப்புகள் கிடைக்கும்.

~

வாழ்க்கைத் தரங்கள்

சென்ற பகுதியில் விவாதிக்கப்பட்ட காரணங்களினால் மக்களின் அன்றாட வாழ்வு அவர்கள் தங்கள் ஆளுமையை வெளிப்படுத்தக்கூடிய அளவில் நெறிப்படுத்தப்பட வேண்டியது அவசியம் என்பது புலனாகும். நாம் எதை உண்ணுகிறோம், எதை உடுத்துகிறோம், எத்தகைய வாழ்க்கை நெறியை மேற்கொள்கிறோம் என்பவையெல்லாம், நம்முடைய சொந்த வாழ்க்கையின்மேல் மட்டுமல்லாமல் மனித குலத்தின் எதிர்காலத்தின் மேலும் பாதிப்புகளை ஏற்படுத்துகின்றன. தான் பயன்படுத்தும் மதிப்புகளின் அளவுகோல் மூலம் ஒவ்வொரு நபரும் தன்னை வெளிப்படுத்திக் கொள்வதுபோல், தான் அமைத்துக் கொள்ளும் வாழ்க்கை நெறி மூலம் அவரின் ஆளுமையை வெளிப்படுத்துகிறார். இவ்வாறு, செய்வதற்கு எல்லோருமே கடைப்பிடிக்க வேண்டிய அடிப்படைகளும் தரங்களும் நிச்சயிக்கப்பட வேண்டும். இவை எல்லோரும் அவரவரின் திறமைகளையும் அவற்றின் மூலம் தங்களின் ஆளுமையையும் வளர்த்துக் கொள்ள ஒரு முழுவாய்ப்பு அளிக்கக்கூடிய பொதுவான நோக்கங்களிலிருந்து உருப்பெற வேண்டும். இத்தகைய அடிப்படைகள் வெறும் உடல் தேவைகளையோ அல்லது பொருள் தேவைகளையோ மட்டும் சார்ந்தாக இருக்கக்கூடாது; வாழ்க்கையை மேம்படுத்தவும் வளமுள்ளதாக ஆக்கவும் தேவையான பல்வேறு இனங்களைச் சார்ந்ததாகவும், வாழ்க்கையை வெறும் உயிரோடு இருத்தல் என்ற

நிலையிலிருந்து, உயர்த்துவதாகவும் இவை இருக்க வேண்டும். இவை ஒரு நபர் செயலாற்றுவதற்குத் தேவையான உணவைப் பற்றி நிச்சயமாக இருக்கவேண்டும். அதைத் தவிரப், போதிய மருத்துவ வசதி, மானத்தைக் காப்பதற்கு மட்டுமன்றி இல்லாமல், கலையையும் அழகையும் வெளிப்படுத்துவதற்கும் வாய்ப்பு அளிக்கக்கூடிய உடை வகைகள், உள்ளார்ந்த ஆற்றல்களை வளர்த்து, வாழ்க்கையை விரிவாக்கி ஒளிபெறச் செய்யும் கல்வி, படைப்பாற்றலை வெளிக்கொணரத் தேவையான வாய்ப்புகளை உருவாக்கச் சாதகமான பணி, மற்றும் தனிநபர் மற்றும் அவர் சார்ந்த குழு இவை இரண்டின் முன்னேற்றத்திற்கும் உதவக்கூடிய அவசியமான பிற வசதிகள் இவை அனைத்தையும் பற்றியதாக இருக்கும்.

மேற்கூறிய அனைத்துத் தேவைகளையும் நிறைவு செய்யக்கூடிய ஒரு தரம் தனிநபரும் சமூகமும் ஒருங்கே ஒப்புக்கொள்ளத் தக்கதாக இருக்கும். அதில் ஒரு பகுதியை மட்டும் கணக்கில் எடுத்துக் கொண்டு தேர்ந்தெடுக்க முடியாது. எந்தவிதத் தடையும் இல்லாமல் தனிநபர் தனது சொந்த விருப்பப்படியே வாழ அனுமதித்தால், அவர் முதல் இரு நிலைகளான பிறரைப் பின்பற்றும் நிலை அல்லது தனதாக ஏற்றுக்கொள்ளும் நிலை ஆகியவற்றில் இருந்தால், அவரது வாழ்க்கைமுறை சமூக முன்னேற்றத்திற்காக எதுவும் செய்யாது; மாறாகச் சமூகத்திற்கே ஊறுவிளைவிக்கலாம். அவர் பொருள் உற்பத்தி நிலையைச் சார்ந்தவராக இருந்தால் அவரது புதுமைப் படைப்புகள் மற்றவர்களது படைப்புகளுடன் மோதி அதன் மூலம் முன்னேற்றத்திற்கு முட்டுக்கட்டையிடலாம். ஒரு உற்பத்தியாளரை அவரது விருப்பப்படியேவிட்டால், அவர் அந்த வாய்ப்பைத், தான் உற்பத்திச் செய்கின்ற பொருட்களை விளம்பரத்தின் மூலமே தனது வியாபாரத்திற்கு சாதகமான நடைமுறைகளை நிலைப்படுத்தவே தனது வாய்ப்பைப் பயன்படுத்துவார். மாறாக, இதைச் சமூகத்திற்கே என்று விட்டுவிட்டால், தனிநபர் அடக்கி ஒடுக்கப்பட்டு எந்தக் கேள்வியும் கேட்காத ஒரு ஜடமாக மாறிவிடுவார். இதுதான் முதலாளித்துவம், ஏகாதிபத்தியம், பாசிசம், நாசிசம், அரசு சோசலிசம் இவைகளின்கீழ் உள்ள ஒரு சாதாரண மனிதனின் நிலையாக உள்ளது; அவர்தான் எல்லாவற்றையும் நிச்சயிக்கின்றார். இவ்வாறு, பயனடையும் உற்பத்தியாளர்களுக்கிடையிலும் ஒப்புக் கொள்ளப்பட்ட ஒரு திட்டமோ அல்லது வாழ்க்கை நெறிமுறையோ இல்லாததால், இது குழப்பங்களுக்கு இட்டுச்சென்றுள்ளது. ஒவ்வொரு உற்பத்தியாளரும் தன்னுடைய சொந்த விருப்பு வெறுப்புகளின்படி

இயங்குகின்றார்; இதனால் வாழ்க்கை முறைகளில் பரவலான குழப்பம் இருக்கின்றது.

வாழ்க்கைத் தரம் என்று மக்கள் சொல்லும் பொழுது அவர்கள் எந்தப் பொருளில் இதைச் சொல்லுகின்றார்கள் என்பதைப் புரிந்துகொள்வதே சிரமமாக இருக்கின்றது. அது ஒரு தெளிவற்ற சொற்றொடராக உள்ளது. எனவே, இதுதான் அது என்று நிச்சயமாகக் குறிப்பிட்டுச் சொல்லித் தன்னைக் கட்டுப்படுத்திக் கொள்ளும் பயமின்றி, வெகு எளிதில் கையாளக் கூடியதாக இச்சொற்றொடர் ஆகிவிட்டது. ஒவ்வொருவருக்கும் வாழ்க்கைத் தரம் பற்றிய தனித்தனிக் கொள்கையும், அந்தத் தரத்தில் எவை எவை அடங்கும் என்ற கருத்தும் இருக்கலாம். ஒருவருக்குக் குறைந்தது ஒரு ரேடியோவும் ஒரு மோட்டார்காரும் என்றும் இருக்கலாம். மற்றவருக்கோ, ஒரு நாளைக்கு இரண்டு வேளை சாப்பாடு கிடைத்தாலே அதுவே ஒரு அபூர்வமான ஆடம்பரமாக இருக்கலாம். எனவே, நமது நாட்டிலுள்ள சூழ்நிலையைக் கருத்தில் கொண்டு அனைவருக்கும் பொதுவான ஒரு தரத்தை நிர்ணயிக்க முயற்சி செய்வது அவசியம். இந்தத் தரம் பொருளாதார அடிப்படையில் இருக்க வேண்டுமா? அல்லது சமுதாயத் தேவைகள் அல்லது கலாச்சாரக் கருத்துக்கள் இவற்றின் அடிப்படையில் இருக்க வேண்டுமா? ‘உயர்ந்த’ அல்லது ‘தாழ்ந்த’ தரங்கள் என்றால் அவற்றின் பொருள் என்ன? உயர்ந்த தரம் என்றால் அதிக அளவில் பொருள் தேவையை நிறைவு செய்வதா? குறைந்த தரம் என்றால் லோகாதாயப் பொருள்களைக் குறைந்த அளவில் அனுபவிப்பதா?

சென்ற பகுதிகளில் வாழ்க்கையைப் பல கோணங்களிலிருந்து பார்ப்பது பற்றியும் அந்தந்தக் கோணங்களுக்கு ஏற்ற மதிப்புகளையும் அளவு கோல்களைப் பற்றியும் விவாதித்தோம். வாழ்க்கையைப் பண அடிப்படையில் மட்டுமே அல்லது உடனடியாக நிகழ இருப்பவை பற்றி மட்டுமோ மதிப்பிட முடியாது என்ற முடிவுக்கு வந்தோம். நிலைத்த தன்மைக்கும் வன்முறையற்ற வாழ்க்கைக்கும் இட்டுச் செல்லுகின்ற, நன்கு சமன் செய்யப்பட்ட ஒரு பொருளாதாரம் அமைய வாழ்க்கையை விரிவாகவும் வளமாகவும் ஆக்குகின்ற பல்வேறு இனங்களை முழுமையாகக் கருத்தில் கொள்ள வேண்டும் என்றும் முடிவு செய்தோம். அத்தகையதொரு பொருளாதாரத்தில் பணத்தின் முக்கியத்துவம் வெகு குறைவே. “மனிதன் வெறும் ரொட்டியினால் மட்டும் உயிர் வாழவில்லை”. மாறாகப், பரிபூரண நிலையைச் சென்றடைய மனிதனுக்கு அவனுடைய உடல்,

மனம், ஆத்மா ஆகிய அனைத்திற்கும் தடையேதுமின்றித் தன்னை வெளிப்படுத்திக் கொள்ள வாய்ப்புகள் அளிக்கும் அனைத்தினாலுமே வாழ்கிறான்.

இங்கிலாந்து நாட்டிலுள்ள வாழ்க்கைத் தரம் உயர்ந்த நிலையில் உள்ளது என்று பொதுவாகச் சொல்லப்படுகிறது. அங்கு ஒரு தோட்டக்காரரர் மாடியில் மூன்று அல்லது நான்கு படுக்கை அறைகள் கொண்ட ஒரு மாடி வீட்டில் குடியிருக்கலாம்; படுக்கையறையையொட்டி நவீனக் கழிப்பறையும் குளியல் அறையும் இருக்கும். கீழ்ப்பகுதியில் வரவேற்பு அறை, சாப்பாடு அறை, சமையல் அறை ஆகியவை இருக்கும். எல்லா ஜன்னல்களுக்கும் கண்ணாடிக் கதவுகள் போடப்பட்டுத் திரைச்சீலையினால் அவைகள் மறைக்கப்பட்டிருக்கும்; சுவர்களில் சுவர்க் காகிதங்கள் ஒட்டப்பட்டிருக்கும். ஒவ்வொரு அறையிலும் அந்த அறைக்குத் தகுந்த மேஜை, நாற்காலி, கட்டில், அலமாரி போன்ற அதிகம் விலையில்லாத எளிய சாதனங்கள் இருக்கும். எடுத்துக்காட்டாக, சாப்பாட்டு அறையில் சாப்பாட்டு மேஜையும், கையில்லாத நாற்காலிகளும், சாப்பாட்டு மேசை விரிப்புகள், பீங்கான் பாத்திரங்கள் ஆகியவை வைப்பதற்கான கண்ணாடியுடன் கூடிய ஒரு ஷெல்ஃபும் இருக்கலாம். சாப்பாட்டு மேஜையில் வெகு ஆடம்பரமாக இல்லாவிட்டாலும்கூட சூப், மீன், இறைச்சி, தின்பண்டம் ஆகிய வெவ்வேறு வகையான உணவுப் பொருள்களுக்கு ஏற்ற கோப்பைகள், தட்டுகள், கரண்டிகள், கத்திகள் போன்றவை இருக்கும். ஏனெனில், ஒரு சாப்பாட்டிற்குரிய கரண்டியையோ அல்லது கத்தியையோ வேறொன்றைச் சாப்பிடுவதற்குப் பயன்படுத்துவது முறையானதாகக் கருதப்படாது. மீன் சாப்பிடுவதற்கென்று ஒருவகையான கத்தியும் முள்கரண்டியும் இருக்கும். இவற்றைப் பரிமாறுவதற்கும் வெவ்வேறு வகையான பாத்திரங்கள் உண்டு. ஒரு நபர் சாப்பிட உட்கார்ந்தாரானால், குறைந்தது அதன் பின் ஐம்பது பொருட்களையாவது கழுவ வேண்டும். இதைத்தான் பொதுவாக உயர்ந்த வாழ்க்கைத் தரம் என்று சொல்லுகின்றோம்.

இந்தியாவில் பல இலட்சக்கணக்கான மக்களின் வாழ்க்கையை நிர்ணயிக்கின்ற ஒரு சமஸ்தானத் திவான் அல்லது பிரதம மந்திரி போன்றவரது வீடு விசாலமாக இருந்தாலும், அதில் மரச்சாமான்கள் அதிகம் இருக்காது. அவரது வரவேற்பு அறையில் தரை பளிங்கினாலோ அல்லது பளபளப்பான ஓடுகளினாலோ உருவாக்கப்பட்டதாக இருக்கும். அது நன்கு கழுவப்பட்டு சுத்தமாக இருக்கும். அதிலே

தூசியும் அழுக்கும் சேர்ந்தடையும் கம்பளங்கள் எதுவும் இருக்காது. திவான் கூட காலில் காலணி ஏதும் அணியாமல் வீட்டிலே உலாவி வருவார். நமது நாட்டின் தென் பகுதியில் மிகப் பெரிய மனிதர்களும் இப்படித்தான் செய்கிறார்கள். நமது திவான் தரையிலே ஒரு பலகையில் உட்கார்ந்து ஒரு வாழையிலையிலிருந்து சாப்பிடுவார். அவருக்குக் கத்தி, முள் கரண்டி ஆகியவற்றை எடுத்தாளும் கலையில் பயிற்சி அளிக்கப்பட்டிருக்கமாட்டாது. ஏனெனில், இந்தக் கலைக்கென்றே தனி விதிமுறைகள் உள்ளன; அவை சாதாரண மனிதர்களுக்கென்று ஏற்படுத்தப்பட்டவை அல்ல; இந்தக் கலையில் எதிலும் தேர்ச்சி பெற்று விடமுடியாது. எனவே, அவர் இயற்கை அளித்துள்ள விரல்களையே பயன்படுத்துவார். அவர் சாப்பிட்டு முடிந்த பிறகு அந்த இலையைக் கழுவவேண்டிய அவசியம் இல்லை. அதை அப்படியோ வெளியில் எறிந்துவிடலாம். அதை ஒரு ஆடு சாப்பிட்டுவிட்டு அதையே மீண்டும் பாலாக மாற்றிச் சொந்தக்காரருக்குத் தந்துடும். அவர் விரல்களை மட்டும்தான் கழுவவேண்டும். ஆனால், இவரது வாழ்க்கைத்தரம் 'கீழ்நிலை'யில் இருக்கிறது என்று சொல்லப்படும்.

மேற்சொன்ன வகையில் 'மேல்' அல்லது 'கீழ்' என்ற சொற்கள் பயன்படுத்தப்படுவது முறையானதுதானா? செயற்கையான முறையில் உருவாக்கப்பட்ட, பல்வேறு பொருள் தேவைகளை உள்ளடக்கியதாக 'அடிப்படை' அல்லது 'தரம்' உருவாக்கப்பட்டிருந்தால்தான் மேற்சொன்ன 'மேல்', 'கீழ்' என்ற சொற்கள் முக்கியத்துவம் பெறும். ஆனால், நாம் அதற்கு மாறாக வக்கிரமாக இருக்கத் தீர்மானித்து, மனிதனின் மேலான ஆற்றல்களுக்கு வாய்ப்பளிப்பதே விரும்பத்தக்கது என்று தீர்மானித்தால், திவானின் வாழ்க்கைத்தரம் உயர்ந்ததாகவும், ஆங்கிலத் தோட்டக்காரர் வாழ்க்கைத் தரம் தாழ்ந்ததாகவும் ஆகிறது. பொருள் குவிப்பு நோக்கை அடிப்படையாகக் கொண்ட தரத்திற்கு ஏற்ற சொற்கள் 'மேல்', 'கீழ்' அல்ல; அதற்கு ஏற்ற சொற்கள் 'சிக்கலானது', 'எளிமையானது' என்பனவே ஆகும். அவ்வாறு கொண்டால் நாம் திவானின் வாழ்க்கைத் தரம் 'உயர்ந்தது' ஆனால், 'எளிமையானது' என்றும், ஆங்கிலத் தோட்டக்காரரின் வாழ்க்கை 'கீழானது' ஆனால் 'சிக்கலானது' என்றும் கூறலாம். தற்சமயம் கடைப் பிடிக்கப்பட்டு வரும் சொற்கள், ஒரு சிக்கலான தரத்தை நாடும் உளப்பாங்கைச் சுட்டிக் காட்டுவதற்கென்றே படைக்கப்பட்டது போல் தோன்றுகிறது. இத்தகைய சிக்கலான தரமே பொருள் உற்பத்தியாளர்களது சந்தைக்கு அடிப்படையாக உள்ளது.

அறிவுப்பூர்வமாக யார்தான் சிக்கலானது என்று சொல்லப்படும் ஒரு தரத்தை விரும்புவார்?

சிக்கலான வாழ்க்கைத் தரம் அதனை ஏற்று வழிபடுவோரைக் கொத்தடிமையாக மாற்றிவிடுகிறது. காலை விடிந்தது முதல் இரவு வரை ஆங்கிலத் தோட்டக்காரரின் மனைவி தன்னையும் தன் வீட்டையும் சுத்தமாக வைத்திருக்க வேண்டுமென்றால், ஓய்வில்லாமல் உழைக்க வேண்டும். கம்பளங்களைக் காற்று உறிஞ்சும் கருவி மூலம் சுத்தமாக்க வேண்டும். கண்ணாடி ஜன்னல்களைத் துடைத்து மெருகேற்ற வேண்டும். திரைச் சீலைகள், கட்டில், விரிப்புகள், சாப்பாட்டு மேஜை விரிப்புகள், தட்டுக்கள், கிண்ணங்கள், சமையல் பாத்திரங்கள் ஆகியவற்றைச் சுத்தம் செய்வதுடன் மற்ற தினசரி வேலைகளான கடைக்குச் சென்று சாமான்கள் வாங்குவது போன்றவற்றையும் செய்யவேண்டும். ஒரு முள் கரண்டியை நன்றாக அதன் ஒவ்வொரு முள்களுக்கிடையிலும் சுத்தம் செய்யவேண்டுமென்றால், ஒருவரது கையைக் கழுவுவதைவிட அதிக நேரமும் உழைப்பும் தேவைப்படும். இத்தகையதொரு சிக்கலான தரம் நிலவி வருவதால் பெண்கள் குழந்தைகள் இருப்பதையே ஒரு தொல்லையாகக் கருதி அதை நீக்க விரும்புவது ஆச்சரியமான விஷயமா என்ன? இத்தகைய நாடுகளில் பரவலாகக் காணப்படும் ஒரு அறிவிப்புப் பலகை, 'குழந்தைகளும் நாய்களும் இங்கு அனுமதிக்கப்பட மாட்டார்கள்' என்பதாகும். தாய்மை என்பது ஏற்கெனவே நெருக்கடியாகவுள்ள தினசரி கால அட்டவணையை மேலும் நெருக்குகிறது.

ஆனால் சிக்கலானதரத்தைத் தேர்ந்தெடுப்பது, பரவலாகவுள்ள மதிப்புகளின் அளவுகோலின் பிரதிபலிப்புதான். தங்களுக்கு இருக்கின்ற பிரச்சாரம், விளம்பரங்கள், பொது வழக்கங்களை உருவாக்குதல் போன்ற யுக்திகளால் உற்பத்தியாளர்கள் இல்லத்தரசிகளை இத்தகைய ஒரு வாழ்க்கை முறையை ஏற்றுக்கொள்ளும்படியும், அவ்வுற்பத்தியாளர்களின் விசுவாசமான நுகர்வோர்களாகத் தொடர்ந்து இருக்கும்படியும் செய்து விடுகின்றனர். பொருள் தேவைக்கு அடிமைப்படுத்தும் இத்தகைய பொறிகளைப் பற்றி நாம் ஜாக்கிரதையாக இருக்க வேண்டும். மேலும், இவை நமது நேரத்தையெல்லாம் வாழ்க்கையை வில்லங்கப்படுத்தும் வீணான வகைகளில் செலவழிப்பதற்கு மாறாக நமக்கு எதுவும் அளிப்பதில்லை.

இல்லத்தரசிகளுக்கு அவர்களது வேலைப்பளுவை மிச்சப்படுத்தும் கருவிகளை அறிமுகப்படுத்தி அவர்களுக்கு ஓய்வை உருவாக்குகிறோம் என்று இதிலே ஈடுபாடு உள்ள சிலர் அலட்சியமாகக் கூறலாம். ஆனால், மனித உழைப்பைத் தேவையற்றதாக்கி, ஒரு கருவி உருவாக்கப்படும் போது, சேமிக்கப்பட்ட பணத்தையும் நேரத்தையும் உடனே ஈர்த்துக் கொள்ள மேலும் ஒரு கருவி உருவாக்கப்படுகிறது. பின் அது இல்லத்தரசியை முதலில் இருந்த நிலையைவிட மேலும் மோசமானதொரு நிலையில் விட்டுச் செல்கிறது.

எடுத்துக்காட்டாகத் நமது ஆங்கிலத் தோட்டக்காரரின் மனைவியை எடுத்துக் கொள்வோம். முன்பெல்லாம் அவரது கம்பளங்கள் அவ்வப்போது கிடைக்கும் தொழிலாளர்கள் மூலம் சுத்தம் செய்யப்படும். காற்று உறிஞ்சி சுத்தம் செய்யும் கருவி கண்டுபிடிக்கப்பட்டது. அது வேலையாட்களின் உழைப்பைத் தேவையற்றதாக்கிவிட்டது. கருவியை விற்பனை செய்யும் ஒரு விற்பனையாளர் அந்தத் தோட்டக்காரர் மனைவியைச் சந்தித்து இந்தக் கருவியின் அற்புதமான செயல்திறனைப் பற்றி அழகாக எடுத்துரைத்திருப்பார். இல்லத்தரசியிடம் எவ்வாறு இந்தக் கருவி இருந்தால், கம்பளம் சுத்தம் செய்வதற்கு வேலையாட்களைக் கூப்பிட வேண்டாம் என்றும், அதன் மூலம் ஓர் ஆண்டில் எவ்வளவு தொகை சேமிக்க முடியுமென்றும், சேமித்த தொகைக்குக் கிடைக்கும் வட்டி மூலம் அவர் ஆயுட்காலத்தில் எவ்வளவு மொத்தமாகச் சேமிக்க முடியுமென்றும், சேமித்த தொகைக்குக் கிடைக்கும் வட்டி மூலம் அவர் ஆயுட்காலத்தில் எவ்வளவு மொத்தமாகச் சேமிக்க முடியுமென்றும் கூறியிருப்பார். இத்தகைய விற்பனைச் சாதுரியத்தால் இந்த இல்லத்தரசி காற்றை உறிஞ்சிச் சுத்தப்படுத்தும் கருவியை வாங்குவார். அதன் மூலம் நிச்சயமாக ஒரு சில ஷில்லிங்குகளை ஓர் ஆண்டில் சேமிப்பார். ஆனால் இனி அவர்தான், கம்பளத்தை இந்த உழைப்பைச் சேமிக்கும் கருவி மூலம் தானே சுத்தம் செய்ய வேண்டும். இவ்வாறு, சில ஆண்டுகள் சென்றபின் பவுண்டுகள் சேமித்த பிறகு விற்பனையாளர் மீண்டும் வந்து கிண்ணங்கள் சுத்தப்படுத்தும் ஒரு புதிய கருவியை அவருக்குக் கொடுப்பார். இந்தப் புதிய கருவியின் செயல்திறன் பற்றி விரிவாக எடுத்துரைப்பார். இல்லத்தரசியின் சேமிப்புப் புதிய கருவியை வாங்குவதற்குப் போதுமானதாக இல்லாதிருந்தால் விற்பனையாளர் உடனே தவணைத் திட்டம் மூலம் இதைப் பெறலாம் என்று கூறுவார். இப்பொழுது ஒரு சிறு தொகை

செலுத்தினால் போதும் என்றும் கருவியை இல்லத்தரசியிடமே விட்டுவிட்டு அதன்பின் ஆண்டுதோறும் ஐந்து அல்லது ஏழு ஆண்டுகளுக்குச் சிறு தொகையாகச் செலுத்திக் கொண்டு வந்தால் அதன் பின் அந்தக் கருவி அவருக்கே சொந்தமாகி விடும் என்று கூறுவார். இதைக்கேட்டு இந்தத் தூண்டுதலுக்கு அவர் பலியாகித் தனது எதிர்காலச் சேமிப்புகளையெல்லாம் இந்தக் கிண்ணம் கழுவும் கருவிக்காக அடகு வைத்து விடுவார்! இப்பொழுது இல்லத்தரசிக்குத் தனது அண்டை வீட்டாரின் அவர் இல்லத்தரசிக்குத் தினந்தோறும் அரைமணி நேரம் கிண்ணங்களைக் கழுவிக்கொடுத்து, அதன் மூலம் வாரத்திற்கு இரண்டு ஷில்லிங் பெற்றுக் கொள்ளும் ஒரு வயதான மூதாட்டியாக இருக்கலாம். சேவை தேவையில்லை. ஆனால், இல்லத்தரசிதான் இனி அந்தக் கருவியுடன் உழைக்க வேண்டும். காற்றுஉறிஞ்சிக் கருவியையோ அல்லது கிண்ணம் கழுவும் கருவியையோ பழுதுபார்க்க வேண்டுமென்றால் அதைத் தயாரித்த நிறுவனம் இதைப் பழுதுபார்க்க ஒரு பணியாளரை அனுப்பும். அவருக்கு அவரது பணிக்காக ஒரு சிறு தொகை கொடுத்தால் போதும். இவ்விதமாக மனித உழைப்பைத் தேவையற்றதாக்கிச், சேமித்த ஓய்வும் பணமும் உற்பத்தியாளர்களால் எடுத்துக் கொள்ளப்படுகிறது. அதே நேரத்தில் தோட்டக்காரரின் மனைவி மற்றவர்களின் உழைப்பை ஒதுக்கிவிட்டதால், தானே மாடு போல் உழைக்க வேண்டியுள்ளது. தனது இயந்திர வேலைக்காரர்களைக் கவனிப்பதற்காக அதிக வேலை செய்ய வேண்டியிருக்கிறது. அவருக்கு நிறைய ஓய்வு கிடைக்கும் என்று சொன்னது ஒரு மாயையாகத் தோன்றுகிறது. சேமித்த பணமும், மற்றொரு வேலைப்பளு தவிர்க்கும் கருவியை வாங்குவதற்காகச் செலவிடப்படுகிறது. இறுதியில் அவர் முன்பிருந்த நிலையைவிட மேலான ஓர் நிலையில் இல்லை; முன்பிருந்ததைவிட, தனது இயந்திரங்களை விரட்டி வேலை வாங்கி மேலும், கடுமையாக உழைக்க வேண்டியிருக்கிறது. வேலை வாய்ப்பு இல்லாமல் இங்கு விரட்டி அடிக்கப்பட்ட மனித உழைப்பு இறுதியில் உற்பத்தியாளர்களின் தொழிற்சாலை வாசலில் வேலைக்காகவும் கூலிக்காகவும் சென்றடைகிறது. இதைப் பற்றிப் பிறகு பார்ப்போம்.

தோட்டக்காரரின் மனைவியின் வாழ்க்கைத் தரம் அவரது உயர் தர ஆற்றல்களை வெளிப்படுத்தக்கூடிய வாய்ப்புகள் கிடைக்கும் அளவிற்கு மாறி உள்ளதா? அவரது சிக்கலான வாழ்க்கைத் தரம் அவருக்கு ஆழ்ந்து சிந்திக்கவும் சீர்தூக்கிப் பார்க்கவும், தேவையான நேரத்தை அளித்திருக்கின்றதா?

மாறாக, எல்லாவற்றையும் இப்பொழுது அவர் தானே செய்ய வேண்டியிருப்பதால் ஒரு பத்திரிகையைப் புரட்டிப் பார்ப்பதற்குக் கூட அவருக்கு நேரமிருக்காது. காலை முதல் மாலை வரை அவர் உழைக்கின்றார். இவையெல்லாம் எதற்காக? அவரது நேரம் முழுவதும் வாழ்க்கையில் உண்மை நிலையை வெளிக்கொணராத சிறுசிறு வேலைகளால் நிரப்பப் பட்டுள்ளது. வாழ்வது என்ற சொல்லின் முழுப் பொருளின்படி இது ஒரு வாழ்க்கையாகுமா? வெறும் உயிரோடு இருத்தலைவிட இது மோசமானது.

மாறாக, ஒரு எளிய வாழ்க்கை மிக உயர்ந்ததாகவும் மனித வாழ்க்கையில் மேன்மையானவற்றை எல்லாம் உட்கொண்டதாகவும் இருக்கமுடியும். ஒருவேளை அது சிக்கலான வாழ்க்கையில் நாம் பிறர் காட்டுகின்ற வழியைப் பின்பற்றுவதால் தனி நபரின் ஆளுமை அழிக்கப்படுகின்றது.

சாப்பிடுவதை எடுத்துக்கொண்டால் ஊட்டத்தைப் பொறுத்தவரையில் மேற்கத்திய வழியானாலும் அல்லது இந்திய வழியானாலும் அதில் எந்த வேறுபாடும் இல்லை. இந்திய வழியில் சாப்பிடுவதில் நன்மைகள் உண்டு. அது மலிவானது, சுகாதாரமானது. பரிமாறும் கலையில் ஒருவரின் எண்ணங்களுக்கு அதிக வாய்ப்பளிக்கின்றது. ஒரு பசுமையான வாழை இலையில் அளிக்கப்படும் உணவைவிட அதிக வண்ணமயமானது எது? பாலேடு நிறமுள்ள சோறு, மஞ்சள் பருப்புடன்கூடிய சப்பாத்தி, வெள்ளைத் தயிர், சிவப்புச் சட்டினி, பழுப்பு ஊறுகாய், பலவகையான வண்ணம் கொண்ட காய்கறி வகைகள், சிவப்புத் தக்காளி ஆகியவை ஒரு மகிழ்ச்சிகரமான காட்சியை முதலில் உருவாக்குகின்றது. சாப்பாடு முடிந்தவுடன் இலைகள் எடுக்கப்பட்டபின், தரையை மட்டும்தான் சுத்தப்படுத்த வேண்டும். தம்முடைய விரல்களால் சாப்பிடுகிறவர்கள் தனது வாயையும் பற்களையும் சாப்பாட்டிற்குப் பிறகு கழுவிச் சுத்தம் செய்து கொள்கின்றனர். இது மிகவும் விரும்பத்தக்க ஒரு ஆரோக்கியமான பழக்கம். ஆனால், கத்தியையும் கரண்டியையும் பயன்படுத்துவோர் இந்த நல்ல பழக்கத்தைக் கைவிட்டுவிட்டனர். அவர்கள் செய்வதெல்லாம் தங்கள் விரல் நுனிகளை ஒரு கிண்ண நீரில் நனைத்துப் பிறகு உதடுகளை நனைத்தபின் அதை ஒரு துணியால் துடைத்துக்கொள்வதுதான். மிகச் சிக்கலான மேற்கத்திய பாணியில் மேன்மையோ அல்லது உயர்ச்சியோ எங்கே இருக்கிறது? சிக்கலான வாழ்க்கை முறை செலவையே அதிகரிக்கின்றது. அதற்கு ஈடாகச் சுத்தத்திலோ அல்லது கலையிலோ எந்த நன்மையையும்

அளிக்கவில்லை. எனவே, முன்பே கூறியபடி, மேற்கத்திய பாணியையும் நம்முடைய பாணியையும் முறையே 'உயர்ந்தது', 'தாழ்ந்தது' என்று கூறுவதற்கு மாறாக முந்தையது 'சிக்கலானது', நம்முடையது 'எளிமையானது' என்று கூறுவதே இந்த இரண்டிற்கும் உள்ள வேறுபாட்டைத்துல்லியமாக வெளிக்கொண்டு வரும்.

ஒரு குறிப்பிட்ட வாழ்க்கை முறையில் வெவ்வேறு குணங்களைச் சுட்டிக் காட்டிக்கூடிய "உயர்ந்த" மற்றும் "தாழ்ந்த" தரங்கள் இருக்கக் கூடும். மிகச் சன்னமான நூல் கொண்டு நெய்யப்பட்ட வேட்டியை பயன்படுத்தும் ஒருவர், சாதாரண வகை வேட்டியோடு மனநிறைவு அடைபவரைவிட, உயர்ந்த தரத்தை உடையவாகிறார். ஆனால், மேல்நாட்டுப் பாணியில் தைக்கப்பட்ட சூட், காலர், டை, ஒருவேளை தொப்பி கூட, அணிபவர் இந்தக் காரணத்தினாலேயே வேட்டியும் சட்டையும் அணிபவரைவிட உயர்ந்த தரத்தைக் கொண்டுள்ளார் என்று கூற இயலாது. தொப்பி அணிபவருக்குப் பிறர் செய்வது போலவே செய்யவேண்டும் என்ற மனப்பான்மை இருக்கின்றது. வேட்டி அணிபவரோ வேட்டியைத் தனது விருப்பத்திற்கு ஏற்ற வகையில் உற்பத்தி செய்து அணிந்துக் கொள்வதால் தனிச்சிறப்புடையவராகிறார். நமது தட்பவெப்ப நிலைமையைக் கருத்தில் கொண்டு பார்ப்போமேயானால் அவர் செய்வது மிகச் சரியானதே. அதேபோல் வெறும் சோற்றை மிளகாயுடனோ அல்லது ஊறுகாயுடனோ சாப்பிடும் ஒருவர், நன்கு சமன் செய்யப்பட்ட உணவை உண்பவருடன் ஒப்பிடுகையில் குறைந்த தரம் உள்ளவராகிறார்.

புல்லுருவிப் பொருளாதாரத்திலோ அல்லது கொள்ளைப் பொருளாதாரத்திலோ உள்ள ஒருவரது வாழ்க்கை, சேவைப் பொருளாதாரத்தில் உள்ள ஒருவரது வாழ்க்கையைவிட நிச்சயமாகத் தரம் குறைந்ததுதான். எவ்வளவு விலை உயர்ந்ததாக ஒரு கோடீஸ்வரரின் வாழ்க்கை இருந்தாலும், அது நாட்டு மக்களின் சேவைக்காகவே தன்னை அர்ப்பணித்துக் கொண்ட ஒரு ஆஸ்ரம வாசியின் வாழ்க்கையுடன் ஒப்பிடும்போது கீழானது தான்.

முந்தைய எடுத்துக்காட்டில் நாம் ஒப்புரவுப் பொருளாதாரத்தில் உள்ள இந்தியத் திவானைப் பற்றி விவாதித்தோம். அவரது வாழ்க்கை முறையில் பொருட்களின் தாக்கம் எப்படியிருந்த போதிலும் அவர் ஆங்கிலத் தோட்டக்காரரைவிட ஒரு உயர்ந்த வாழ்க்கைத் தரத்தைப் பெற்றிருக்கிறார். ஆங்கிலத் தோட்டக்காரர் உயர்ந்தபட்சம் தாளாண்மைப் பொருளாதாரத்தைச் சேர்ந்தவராக இருக்கிறார்.

நவீனக் கால வாழ்க்கையின் போக்கு நடைமுறை வழக்கங்களைப் பின்பற்றுவதாக இருக்கின்றது. அப்படிச் செய்யும்பொழுது அது வாழ்க்கையின் சிக்கல்களைப் போட்டி போட்டுக் கொண்டு அதிகரித்து மனிதனின் தரத்தைக் குறைத்து விடுகின்றது.

அமெரிக்காவில் வாழ்க்கையைப் பற்றிப் போலியான எண்ணங்கள் பரப்பப்படுவதால், வீட்டு வாழ்க்கையே விரைவாக உருக்குலைந்து போய்க் கொண்டிருக்கிறது. அங்கு ஒரு தம்பதியர் ஒன்று அல்லது இரண்டு அறைகளில், மனித உழைப்பைத் தேவையற்றதாக்கும் சாதனங்களுடன் குடியிருக்கிறார்கள். கணவனும் மனைவியும் காலையில் வேலைக்குச் செல்வார்கள். ஒவ்வொருவரும் காலையில் ஒரு சிற்றுண்டிச் சாலையில் காலைச் சிற்றுண்டியும், வேலை செய்யும் இடத்திலேயே மதிய உணவும் சாப்பிடுவார்கள். மாலையில் இருவரும் சந்தித்துத், தங்களது இரவு உணவை ஒரு ஓட்டலிலே சாப்பிட்டுவிட்டு, அவர்களது மொத்த வருமானம் ஒரு கார் வைத்துக்கொள்ளும் அளவுக்கு இருக்குமேயானால், சாப்பாட்டிற்குப் பிறகு ஒரு சினிமாவிற்குச் சென்று பிறகு தமது அறைகளுக்குச் சென்று வானொலியைக் கேட்பார்கள். வீட்டிற்கென்றே சிறப்பாகவுள்ள, வீட்டை ஒழுங்காக வைத்துக் கொள்ளுதல், சமைத்தல் போன்ற மற்றச் செயல்கள் எதுவும் அங்கு இல்லை. குழந்தைகள் பெற்றுக் கொள்வதைப் பற்றி அவர்கள் கவலைப்படமாட்டார்கள். அவர்களது ‘உயர்ந்த’ வாழ்க்கைத்தரம் அதற்கு இடமும் கொடாது. இவர்கள்தான், தங்களது முதலாளிகளுக்காக உழைக்கின்ற அடிமைகள். உற்பத்தியாளர்களே உயர்ந்த வாழ்க்கைத் தரத்தை அமைத்துத் தருகின்றனர். ஏனென்றால், அப்பொழுதுதான் அவர்களுக்குத் தங்கள் தொழிற்சாலையில் வேலை செய்ய ஆட்கள் கிடைப்பார்கள். ஆங்கிலத் தோட்டக்காரரின் மனைவிக்கு, எப்பொழுதாவது வந்து வேலை செய்துகொண்டிருந்த வேலையாட்களும் மற்றைய வீட்டுப் பணியாட்களும், தொழிற்சாலை வாசலுக்குத் துரத்தி அடிக்கப்பட்டுவிட்டார்கள். அதனால் அவர்களது வாழ்க்கைத் தரமும் ‘உயர்ந்து’விட்டது.

மக்கள் வாழ்க்கையில் மேம்படவேண்டும் என்ற பரந்த நோக்கத்தோடு இத்தகைய உயர்ந்த வாழ்க்கைத் தரம் வலியுறுத்தப்படவில்லை. மாறாக, அவையெல்லாம் சுயநல நோக்கோடு, இதிலே ஈடுபாடு கொண்டவர்கள் பயன்பெற வேண்டும் என்பதற்காகவே வலியுறுத்தப்படுகின்றன. உற்பத்தியாளர்கள் ஒரு வீட்டிலிருந்த பணியாட்களை ஆலைத் தொழிலாளராக

மாற்றுவதோடு மட்டும் நிற்கவில்லை; உயர்ந்த வாழ்க்கைத் தரங்களை அமைத்துக் கொடுப்பதால், தங்களது ஊழியர்களின் சுதந்திரமான இயக்கத்தையும் ஆற்றலையும் செயலிழக்கச் செய்துவிடுகின்றனர். எவ்வளவுக்கெவ்வளவு இந்தத் தரங்கள் உயர்கின்றனவோ அவ்வளவுக் கவ்வளவு தொழிலாளர்கள் தங்களது பேரம் பேசும் சக்தியை இழந்து விடுகின்றனர்.

தனது தொழிலாளர்கள் வேறு எதன் மீதும் நாட்டம் கொண்டிருக்காமல் வேலைக்கு ஒழுங்காக வந்து அதனால் தன்னுடைய ஆலையின் உற்பத்தி மாறுதல்களுக்கு உட்படாமல் சீரான ஒரே நிலையில் இருக்கவேண்டும் என்று விரும்பும் ஒரு ஆலை அதிபர், அந்தத் தொழிலாளர்கள் ஒரு சிக்கலான வாழ்க்கைத் தரத்தையே கைக்கொண்டிருக்கத் திட்டமிடுவார். அதை அவர் மிக உயர்ந்த வாழ்க்கைத் தரம் என்றும் மகிழ்ச்சியோடு கூறுவார். இந்த நோக்கத்தை நிறைவேற்றிக் கொள்வதற்காக அவர் தனது தொழிலாளர்களுக்கு உயர்ந்த சம்பளம் கொடுத்துப் பல்வேறு தொழிலாளர் நலத் திட்டங்கள் வகுத்து, ஆலையிலேயே சிற்றுண்டிச்சாலை, சினிமா, விளையாட்டுக்கூடம், வீட்டுவசதி போன்றவைகளையும் அளிப்பார். இதன் விளைவாகத், தொழிலாளர்கள் நாம் முன்பு குறிப்பிட்ட அமெரிக்கத் தம்பதியரைப் போல் ஒரு சிக்கலான வாழ்க்கைத் தரத்திற்குப் பழக்கப் பட்டுவிடுவார்கள். அதன்பின், தொழிலாளரது கொள்கைக்கும் கோட்பாட்டுக்கும் ஆலை அதிபர் ஊறு விளைவித்தாலும் அவர்கள் தங்களது சொகுசான வாழ்க்கையை விட்டுவிட மனமில்லாமல் இருப்பார்கள். அந்த வாழ்க்கைத் தரம் அதிகம் செலவு விளைவிப்பதும் ஆகும். வேலையை விட்டு விலக்கப்பட்டால் அத்தகைய வாழ்க்கைத் தரத்தை ஏற்று நடத்த தொழிலாளர்களிடம் சேமிப்பு எதுவும் இருக்காது. பல்வேறு பொருட்களின் தேவையை நிறைவு செய்ய பணத்தைச் செலவழிக்க அவர் பழக்கப்பட்டுவிட்டார். இந்தப் பொருட்கள் எல்லாம் இன்றியமையாத தேவைகள் என்று உருவமெடுத்துவிட்டன. இவையெல்லாம் இல்லாமல் வாழவே முடியாது என்று நம்பவும் அவர் தயார் செய்யப்பட்டுவிட்டார். இவ்வண்ணம் தொழிலாளரது சுதந்திர இயக்கமும் பேரம் பேசும் சக்தியும் கட்டுப்படுத்தப்பட்டு, அவர்தமது பணியிடத்தோடு ஒட்டி வைக்கப்பட்டுள்ளார். இத்தகைய வாழ்க்கைத் தரம் காளை மாட்டின் மூக்கணாங்கயிறு போலச் செயலாற்றுகிறது. அது அவருடைய சுதந்திர எண்ணங்களைச் செயலிழக்கச் செய்து, முதலாளியின் விருப்பத்திற்கு ஏற்ப அவர் இருக்க ஏற்படுத்தப்பட்டுள்ளது.

அந்நிய அரசின் கீழ்ப் பணியாற்றும் அரசு ஊழியர்களுக்குக் கொடுக்கப்படும் உயர்ந்த சம்பள விகிதங்களும் இதுபோன்றதே. இந்தத் தூண்டில் இரையால் கவரப்பட்டு வலையிலே சிக்கித் தேசபக்தி உடைய பலர் தங்களது கடமை நெறியிலிருந்து விலகிச் சென்றுள்ளனர். தங்களது சொந்த மக்களுக்கு எதிராகவே கடுமையான நடவடிக்கை எடுக்கும் அளவுக்கு அவர்கள் மனசாட்சி மரத்துப் போய்விட்டது. தடைகளேதுமின்றிப் பற்றற்ற நிலையில் அவர்கள் இருந்தால் இத்தகைய நடவடிக்கைக்கு அவர்கள் ஒருபோதும் இசைவு தந்திருக்கமாட்டார்கள். சுகமான, கவர்ச்சிகரமான வாழ்க்கை முறையினால் ஈர்க்கப்பட்டு, அவர்களது மதிப்புகள் பற்றிய அறிவு உருக்குலைந்து போய் உள்ளது; அவர்களது செயல் சுதந்திரமும் முடக்கப்பட்டுள்ளது. மூலதனத்திற்கும் தொழிலுக்கும் இடையேயுள்ள பேரம் பேசும் சக்தியின் நோக்கிலே இதைப் பார்ப்போம்; தொழிலாளருக்கும் முதலாளிக்கும் இடையே ஒரு தகராறு எழுமேயானால், முதலாளி, அவருக்கு இருக்கின்ற அதிகப் பண பலத்தால் தொழிலாளரின் எதிர்ப்புசக்தி முறியடிக்கப்படும் வரையில் தக்க தருணத்திற்காகக் காத்திருக்க முடியும். ஆனால், தங்களது ஊதியத்தையே நம்பி வாழும் தொழிலாளர்களால் பசியும் பட்டினியும் எதிர்நோக்கும்பொழுது வெகு காலத்திற்குப் பொறுத்திருக்க முடியாது. ஆனால், எளிய மலிவான வாழ்க்கை முறையுடைய தொழிலாளர்கள், அதிகச் செலவுள்ள சிக்கலான வாழ்க்கை முறையுள்ளவர்களைவிட அதிக காலம் தாக்குப் பிடிக்க முடியும். எனவேதான் தொழிலாளர்களுடைய வாழ்க்கைத் தரம் சிக்கலானதாக இருப்பதையும், அவர்களால் அதிக காலம் தாக்குப் பிடிக்க முடியாத நிலையிலேயே அவர்கள் இருப்பதையும் முதலாளி விரும்புகிறார். சிக்கலான வாழ்க்கைமுறை, உற்பத்தியாளர்களுக்குத், தொழிலாளர் பற்றி இந்தக் காரணங்கள் மட்டுமின்றி, நாம் முன்பு பார்த்த ஆங்கிலத் தோட்டக்காரர் வீட்டைப் போல், உற்பத்தி செய்யப்படும் பொருட்களை விற்க ஏதுவான சந்தைகளையும் அளிக்கிறது. எனவே, உற்பத்தி நிலையிலும் விற்பனை நிலையிலும், சிக்கலான வாழ்க்கைத் தரம் உற்பத்தியாளர்களுக்கு இலாபகரமாக உள்ளது.

அமெரிக்கா போன்ற தொழில் வளர்ச்சி அடைந்த நாடுகள் இத்தகைய கொள்கையை 'அறிவார்ந்த சுயநலம்' என்ற அடிப்படையில் பின்பற்றுகின்றன. ஆனால், அது மனிதனது சுதந்திரமான செயலாற்றலுக்கும் அவனது ஆளுமை வளர்ச்சிக்கும் தீங்கு விளைவிப்பதாக உள்ளது.

சிக்கலான ஒரு வாழ்க்கைத் தரத்தைப் புகுத்துவதற்கோ அல்லது பின்பற்றுவதற்கோ வேறு நோக்கங்களும் உள்ளன. ஆனால், இவை பெரும்பாலான மக்களுக்குச் சம்பந்தம் இல்லாததால் அவற்றைப் பற்றிச் சுருக்கமாகவே சொல்வோம்.

ஆடம்பரத்திற்குச் சிக்கலான வாழ்க்கைத் தரம் அவசியம். பிறரது கவனத்தை ஈர்ப்பதற்காகவோ அல்லது தன்னை மற்றவர்களிடமிருந்து வேறுபடுத்திக் காட்டிக் கொள்வதற்காகவோ ஒருவர் தன்னுடைய பணி ஆட்களுக்கெல்லாம் சீருடை அளிக்கலாம். சீருடை ஒரு பணியாளரின் ஆளுமையை அமுக்கி அவரைத் தனித்தன்மை இல்லாத ஒரு இயந்திரமாக மாற்றிவிடுகிறது. அவர் 'இராமன்' அல்லது 'தீன் மொகமத்' என்றிருந்த நிலைமாறி 'பியூன்', 'டிரைவர்', 'வெயிட்டர்' அல்லது 'ஆபிஸ் பையன்' என்று மாறிவிடுகிறார். பரிதாபத்திற்குரிய அந்தப் பணியாட்களுக்குத் தங்களது சொந்த வாழ்வில் அத்தகைய விலைமதிப்புமிகுந்த சீருடை கிடையாது. எனவே, அவர்கள் இந்தச் சீருடையை அணிவதில் பெருமையும் இறுமாப்பும் கொள்கின்றார்கள். ஆடம்பரமான செயல்கள் 'தெளிவாகத் தெரிகின்ற வீண்செலவு' என்று பொருத்தமாகக் கூறப்படுகிறது. நம்முடையப் போன்ற ஒரு ஏழை நாட்டில் இத்தகைய பழக்கங்கள் தண்டனைக்குரிய வீண்செலவு எனக் கருதப்பட வேண்டும்.

பிறரிடமிருந்து தன்னைத் தனியே காட்டிக்கொள்ள வேண்டுமென்றால் அது சிக்கலான வாழ்க்கைத் தரத்தால் தான் முடியும். முதல் வகுப்பில் பயணம் செய்வதும், மேல்மட்டக் குடியிருப்புப் பகுதிகளில் அதிக வாடகை கொடுத்துக் குடியிருப்பதும் இந்த வகையில் அடங்கும்.

நம்முடைய நாட்டில் 'தரம்' ஒன்றே ஒன்று என நிச்சயிக்கமுடியாது. எந்த வகையில் தேர்ந்தெடுக்கப்பட்டாலும் அது அந்தந்தப் பகுதிகளில் உள்ள தட்பவெப்பம், ஊட்ட உணவுத் தேவைகள், மக்கள் முன்னேற்றத்திற்கான வசதிகள், ஆளுமையை வெளிப்படுத்துவதற்கான வாய்ப்புகள் இவற்றையெல்லாம் கருத்தில் எடுத்துக்கொண்டே தேர்ந்தெடுக்கப்பட வேண்டும். தென்னிந்தியாவில் முக்கிய உணவாக அரிசி போதுமானது. ஆனால், அது அதிகம் தீட்டப்படாமல் இருக்க வேண்டும். மேலும் பால், பருப்பு, காய்கறிகள், கொழுப்பு போன்ற இதரப் பொருட்களுடன் சமன் செய்யப்பட வேண்டும். இங்குள்ள தட்பவெப்ப நிலையில் அதிக உடையோ காலணிகளோ தேவையிருக்காது. படுப்பதற்கு ஒரு

பாயே போதும். வடக்குப் பகுதியில் கோதுமையும் அதனுடன் சமன் செய்ய இதரப் பொருட்களும் போதும். இங்குக் குளிர்காலத்தில் அதிக உடைகளும் காலணிகளும் கட்டில் போன்றவைகளும் தேவைப்படும். எனவே, ஒரு பகுதியில் தேவைப்படுவது இன்னொரு பகுதியில் தேவையற்றதாகிவிடும். எனவே தான் வாழ்க்கை முறையை அந்தந்தப் பகுதியிலுள்ள சுற்றுப்புறச் சூழ்நிலையுடன் நெருங்கிய தொடர்பு கொண்டு, அதற்கு ஏற்ப முடிவு செய்வது அவசியம்.

நாம் தேர்ந்தெடுக்கின்ற அடிப்படை, நிலைத்த தன்மைக்கும் வன்முறையற்ற நிலைக்கும் இட்டுச் செல்ல வேண்டுமேயானால் அது அந்தப் பகுதி மக்களின் பொருளாதரத்துடன் தக்கபடி பொருந்தியிருக்க வேண்டும். முந்தைய ஒரு பகுதியில் நாம் இயற்கை எவ்வாறு மாறி மாறி சுழன்று வருகிறது என்றும், எவ்வாறு இயற்கையில் ஒரு அலகின் வாழ்க்கை மற்றொன்றை நிறைவு செய்கின்ற வகையில் இருக்கின்றது என்றும், இந்தச் சுழற்சி தடைப்பட்டால் எவ்வாறு வன்முறை தோற்றுவிக்கப்பட்டு அது அழிவை அடைகிறது என்றும் பார்த்தோம். நம்மால் ஏற்றுக்கொள்ளப்படுகின்ற வாழ்க்கைத் தரம் ஒவ்வொருவரது ஆற்றல்களை வளர்ப்பதற்கும் ஆளுமையை வெளிப்படுத்த வாய்ப்பு அளிப்பதுடன், சமூகத்திலுள்ள வெவ்வேறு உறுப்பினர்களையும் இணைத்துச் சமூகத்தின் வளமும் வலுவும் கொண்டவர்கள் அந்த நற்பேறு கிடைக்கப் பெறாதவர்களுக்கு உதவி செய்யும் வகையிலும் இருக்க வேண்டும்.

ஆங்கிலத் தோட்டக்காரரது படுக்கைகள் சுருள்வில் கொண்ட மெத்தைகளுடன் அமைக்கப்பட்டிருக்கும். அவை தொழிற்சாலையில், முன்பு தோட்டக்காரருக்குக் கம்பளங்களைச் சுத்தம் செய்யவும், கிண்ணங்களைக் கழுவவும் உதவி செய்த வேலையாட்களால், தயாரிக்கப்பட்டிருக்கும். இவர்கள் எல்லாம் தேவையற்றவர்களாக ஆக்கப்பட்டு, ஆலை முதலாளி அளிக்கும் உயர்ந்த வாழ்க்கைத் தரங்களினால் கவரப்பட்டு, ஆலையில் வேலை பார்க்கச் சென்றவர்களாவார். அந்த மெத்தைகள் எஃகுச் சுருள் வில்களினால் ஆனவை. அவையும் ஆலை தயாரிப்பே. இந்த மெத்தைகளில் ஏதாவது பழுதுபார்க்க வேண்டுமானால் ஆலையிலிருந்து ஒரு பணி அணியைக் கூப்பிட வேண்டும். மெத்தை தயாரிப்புக்கும் மக்களின் வாழ்க்கைக்கும் இடையே உள்ளார்ந்த ஒற்றுமை இல்லை.

நமது திவான் ஒரு உயர்ந்த ஆனால், எளிய வாழ்க்கை முறையை உடையவர். அவர் ஒரு பாயிலே தூங்குவார். அந்தப்

பாய் கரடுமுரடானதாக இருக்க வேண்டும் என்ற அவசியம் இல்லை. அது மிகச் சன்னமான இழைகளால் நெய்யப்பட்ட பத்தமடை பட்டுப்பாயாக இருக்கலாம், இந்த வகைப் பாய்கள் மெத்தைகளை விடவும் போர்வையை விடவும் அதிகக் குளிர்ச்சியானவை; மேலும், அவை உள்ளூர்ச் சரக்கு ஆகும். இந்தப் பாய் தயாரிப்பது, பாய் முடைவோருக்கு அவர்களது கலையையும், தொழில் திறமையையும் வளர்க்க வாய்ப்பளிப்பதுடன் படைப்பாற்றலை வெளிக் கொணரவும் ஒரு வடிகாலாக அமைகிறது; மேலும், அவர்களது ஆளுமையை உருவாக்கவும் வெளிப்படுத்தவும் உதவி செய்கிறது. இந்தப் பாய்களிலே வெவ்வேறு வகையான வடிவமைப்புகள் உருவாக்கப் பட்டுள்ளன. அவை மிகவும் நெகிழ்ச்சி உடையவை; ஆதலால், அவற்றைப் பட்டுப்போல் மடித்துவிடலாம்; அவற்றை எளிதில் கழுவலாம்; எனவே, அவை சுத்தமாக இருக்கும். பாய்கள், ஜோடி எட்டணாவிலிருந்து இருநூறு ரூபாய் வரை அவை உருவாக்கப்பட்ட பொருளை ஒட்டியும், அதில் ஈடுபடுத்தப்பட்ட தொழில் திறமையை ஒட்டியும் இருக்கும். திவான் இதில் செலவழிக்கும் பணம் அந்தத் தொழிலாளர்களுக்கும் அவர்களது குடும்பத்திற்கும் நேராகச் சென்று உதவும். இது உள்ளூரிலே கிடைக்கும் மூலப் பொருட்களைக் கொண்டு தயாரிக்கப்படுவதால், மூலப் பொருள், உற்பத்தியாளர், நுகர்வோர் எல்லாவற்றையும் இணைத்து ஒரு முழு வட்டத்தை உருவாக்குகிறது. இத்தகையதொரு பொருளாதாரத்தில் மூலப்பொருட்களைப் பாதுகாக்கவோ அல்லது சந்தைகளைக் கண்டு பிடிக்கவோ, உருவாக்கவோ அல்லது கடல் பாதையை வியாபாரத்திற்காகப் பாதுகாப்புடன் வைத்துக் கொள்ளவோ, எந்த ஒரு தரைப்படையோ, கடற்படையோ, விமானப்படையோ தேவையில்லை. திவான் தனது வாழ்க்கைத் தரத்தில் இங்கிலாந்தில் தயாரிக்கப்படும் சுருள்வில் மெத்தைகளையும் சேர்த்திருந்தால் ஏற்பட்டிருக்கக்கூடிய வன்முறைக்கு எந்த அவசியமும் இல்லை.

இதேபோல் திவானின் வேட்டியும் மற்ற உடைகளும் உயர்தரக் கதரினால் தயாரிக்கப்பட்டிருப்பதால் உள்ளூரிலுள்ள நூற்போருக்கும் நெய்வோருக்கும் அவர்கள் வளர்ச்சியடையத் தேவையான வாய்ப்பளித்து ஊக்கமளிக்கும்.

இது போலவே நமது ஒவ்வொரு தேவையும் உள்ளூர் உற்பத்தியுடனும் நம்மைச் சுற்றியுள்ள மக்களின் வாழ்க்கையுடனும் இணைக்கப்பட்டிருக்க வேண்டும். அப்படியிருந்தால்தான் ஒரு உறுதியான, ஒன்றுடன் ஒன்று இணைந்த, பொருளாதாரம்

உருவாக முடியும். அப்பொழுதுதான் அது நிலைத்த தன்மைக்கு இட்டுச்செல்லும். ஏனெனில், அப்போது அது வன்முறையினால் அழிவுக்கு ஆளாகாமல், ஆரோக்கியமான வளர்ச்சியை உருவாக்கும்.

பொதுவாக வாழ்க்கைத் தரம் நம்மைச் சுற்றியுள்ளவர்களின் வாழ்க்கைக்கு எந்தச் சம்பந்தமும் இல்லாமல், பணத்தையும் பொருட்களையும் ஒட்டியுமே விவரிக்கப்படுகிறது. அத்தகைய தரங்கள் செயற்கையானவை. மக்களின் வாழ்க்கையிலிருந்து அவை வேர் விடாததால் அவை நிரந்தரமாக இருக்காது. மேலெழுந்தவாரியாகவும், மேலிருந்து திணிக்கப்படுவதாகவும் இருப்பதால் அவை நிலையாகவும் இருக்காது. ஆங்கிலத் தோட்டக்காரரது வாழ்க்கைத் தரம் இந்த வகையிலே உள்ளது. இது ஆத்மாவைக் கொன்றுவிடும் தன்மை வாய்ந்த இராணுவக் கட்டுப்பாட்டுக்கும், அனைத்தையும் ஒரே தரமாக்கும் நிலைக்கும் இட்டுச் செல்லும்.

வாழ்க்கையை உருவாக்கும் சிறு சிறு துகள்கள் எல்லாவற்றையும் இவ்வாறு நிர்ணயிக்க வேண்டிய அவசியம் இல்லை. நாம் செய்ய வேண்டியதெல்லாம் இன்றியமையாத குறைந்தபட்சத் தேவைகளை உறுதி செய்துகொண்டு, மக்களுக்குத் தேவையான மூலப்பொருட்களை அவர்களுக்கு அளித்து, அவர்களது சூழ்நிலையைச் சரி செய்து கொடுப்பதுதான். அதன்பின் மற்றவற்றையெல்லாம் எவ்விதக் குறுக்கீடுமின்றி அவர்களது சொந்த வளர்ச்சிக்கும் சாமர்த்தியத்திற்கும் விட்டுவிட வேண்டும். ஒரு குளத்தில் உள்ள நீர் மட்டத்தை உயர்த்த வேண்டுமென்றால் நாம் செய்யவேண்டியதெல்லாம் அந்தக் குளத்தில் உள்ள நீரின் அளவை அதிகரிப்பதுதான்; பின் நம்முடைய உதவியின்றி இயற்கையின் சட்டத்திற்குக் கட்டுப்பட்டு நீர்மட்டம் தானாக உயரும்.

நம் நாட்டிலுள்ள மக்கள் பட்டினியோடும் அரைகுறை உடையோடும் இருக்கிறார்கள் என்றால், அது அவர்கள் ஏதோ அழகுப் போட்டியில் கலந்து கொள்ள உடல் பருமனைக் குறைப்பதற்காகவோ அல்லது நிர்வாண வழிபாட்டு மரபைப் பின்பற்றுகிற வகையிலோ இல்லை. அவர்களுக்கு எப்படி, எதைச் சாப்பிட வேண்டும், எதை உடுக்க வேண்டும் என்று தெரியும். அவர்களுக்குத் தேவையானது, ஒரு அட்டவணை இல்லை; மாறாக உணவும் உடையும் தான். இவற்றைப் போதுமான அளவில் உற்பத்தி செய்வதற்கு நாம் நடவடிக்கை எடுக்க வேண்டும்.

நாம் மக்களது உற்பத்தித் திறனை அதிகரித்து அவர்கள் தயாரிக்கும் பொருட்கள் உள்ளூரிலேயே விலை போகும்படி நுகர்வை நெறிப்படுத்தினால் மக்களது வாழ்க்கைத் தரம் தானாகவே உயரும். அப்படி இயற்கையாகவே உருவாகும் 'தரம்' மக்களது கலாச்சாரத்தையும் மேதைமையையும் வெளி உலகிற்குப் பறைசாற்றும். மேலும், அது மக்களின் வாழ்க்கையிலேயே வேர் விட்டுள்ளதால் நிலைத்தும் இருக்கும்.

ஆங்கிலத் தோட்டக்காரரது வாழ்க்கைத் தரம் அவரைச் சுற்றியுள்ள மக்களின் வாழ்க்கையோடு தொடர்பின்றி இருந்ததால், தனி நபர் பற்றியதாக இருந்தது. அவரது வீட்டு நான்கு சுவர்களுக்குள் அது சிறைப்பட்டிருந்தது. "ஆங்கிலேயருக்கு அவரது வீடே கோட்டை" என்று சொல்லப்படுகிறது. ஆம்; அது உள்ளே இருப்பவர்களுக்கு எவ்வளவுதான் வசதிகள் கொடுத்தாலும் வெளி உலகைத் திறமையாக அடைத்து விடுகிறது. நமது நாட்டிலும், மேற்கத்திய பாணியைப் பின்பற்றுபவர்களால், சுற்றியுள்ள வாழ்க்கை ஓட்டங்களிலிருந்து பிரிந்து தனியே அடைத்து வைக்கும் நிலை ஏற்படுத்தப்படுகிறது.

நாம் நாடும் அடிப்படை ஒரு தனிக் குடும்பத்திற்காகவோ, அல்லது ஒரு வர்க்கத்திற்காகவோ அல்ல. மாறாக அது அந்தப் பகுதி மக்கள் அனைவருக்குமாகத்தான். எனவே இந்த அடிப்படை, அனைவரது வாழ்க்கையையும் இணைக்கும் என்று கொள்ளலாம். நமது பழங்காலக் கிராம அமைப்பு இந்த வகையில்தான் முயற்சி செய்தது; கிராமத்திலுள்ள ஒவ்வொருவருக்கும், அவர்களது உயிர் வாழ்க்கைக்குத் தேவையானவற்றைக், கிராம மொத்த உற்பத்தியிலிருந்து ஆண்டுதோறும் ஒரு பங்காக அவர்கள் ஆற்றிய பணிக்கு ஈடாக அளித்தது. இந்த முறை அனைவரும் சேர்ந்தே ஒரு முழு அமைப்பு ஏற்படுத்தப்பட்டுள்ளது என்பதை அங்கீகரித்தது. அதனால், நாம் மனிதனின் உயர்ந்த படைப்பாற்றலை வளர்த்துக் கொள்ளத் தேவையான வாய்ப்புகளே நாம் வேண்டுவது.

நமது திவானை மறுபடியும் எடுத்துக் கொள்வோம்; அனைவருக்குத் தமது காகிதங்கள் வைக்க ஒரு தோல் பை தேவைப்பட்டது என்றால் அவர் சம்பந்தப்பட்ட தொழிலாளியைக் கூப்பிட்டுத் தமக்கு இந்த வகையான தோலில் இந்த வடிவில் இந்தக் கொள்ளளவில் பை இருக்க வேண்டுமென்று கூறுவார். உடனே, பை தைக்கும் அந்தத் தொழிலாளி தேவையான தோலைப் பெறத்

தோல் தொழிலாளியை நாடிப் போவார். இவையெல்லாம் பல தொழில் நுணுக்கப் பிரச்சினைகளை உருவாக்கும்.

அவையெல்லாம் தீர்க்கப்பட வேண்டும். இவ்வாறு, தீர்க்கப்படும்போது தொழிலாளியின் சாமர்த்தியத்திற்கும் கெட்டிக்காரத்தனத்திற்கும் வாய்ப்புக் கிடைக்கும். இவ்விதமாகத் திவானின் தேவை அவரைச் சுற்றியுள்ளவர்களின் படைப்பாற்றலைச் செயல்படுத்த வாய்ப்பை ஏற்படுத்துகிறது. இதற்குப் பதிலாகத் திவான் ஒரு ஆங்கிலக் கடைக்குச் சென்று, அங்கு ஏற்கனவே தயாரித்து வைக்கப்பட்டுள்ள ஒரு கைப்பெட்டியை வாங்கினார் என்றால், அது அவர் விரும்பிய வகையில் முற்றிலுமாக இருக்காது. ஏனெனில், அவர் முன்பே தயாரித்து வைக்கப்பட்டுள்ளவற்றிலிருந்து ஒன்றைத்தான் தேர்ந்தெடுக்க வேண்டும். மேலும், தனக்கு என்ன தேவை என்பதைப் பற்றி அவர் தனது சிந்தனையைச் செலவழித்திருக்கமாட்டார். இவ்வாறு, சிந்திப்பதை அவர் சார்பில் அவருக்கென்று தனியாக இல்லாமல் பொதுப்படையான ஒரு நோக்கமாக உற்பத்தியாளர்கள் ஏற்கனவே செய்திருப்பார்கள். உள்ளூரிலேயே ஒரு பொருளை ஒருவர் வாங்க விரும்பினால், அவர் அந்தப் பொருளைப் பற்றிய பல்வேறு சிறு சிறு விஷயங்களைப் பற்றிச் சிந்திக்கின்றார். எந்த விதமான பொருள் தமக்கு வேண்டும் என்பதைப் பற்றி முடிவுசெய்து, தன்னைச் சுற்றியுள்ளவர்களிடம் அதைத் தயாரிக்க வழிகாட்டுகின்றார்.

இவ்விதமாக நுகர்வோரின் வாழ்க்கையும் சிந்தனையும் தயாரிப்போரின் வாழ்க்கையுடனும் படைப்பாற்றலுடனும் பின்னிப் பிணைக்கப்படுகிறது. இந்தவகையில் ஒவ்வொருவரும் மற்றவர்தம் முன்வைக்கும் பிரச்சினையைத் தீர்த்து வைப்பதில் முயற்சி செய்கின்றனர். நமது வாழ்க்கையும் தனித்தனிக் கூறுகள் அல்ல; அவை ஒன்றுடன் ஒன்று நெருங்கிச் சார்ந்திருக்கின்றன. ஒரு முறையான வாழ்க்கைத் தரம் என்பது சமூகத்திலுள்ள தனித்தனி மனிதர்களின் வாழ்க்கை என்ற முத்துக்களை ஒன்று சேரக் கோர்க்கும் ஒரு பட்டு நூலாகும். இது போன்றதுதான் திவானின் வாழ்க்கைத் தரம். ஏனெனில் அது அவரது வாழ்க்கையை நூற்போர், நெய்வோர், பாய் முடைவோர், தோல் பை தைப்போர், தோல் பதனிடுவோர் என்பவர்களோடு மட்டுமல்லாமல் அவர் சாப்பிட்டபின் எறிந்த இலையை உண்ணும் ஆட்டுடனும் இணைந்துள்ளது. தனக்கென மட்டுமே எந்த மனிதனும் வாழ முடியாது. தொழிற்சாலையிலே தயாரிக்கப்பட்ட பொருட்களை நாம் பயன்படுத்தும்பொழுது

நம்மைச் சுற்றியுள்ள மனிதர்களுடன் இத்தகைய உயிரோட்டமான தொடர்பு இல்லை. அப்பொழுது வாழ்க்கைத் தரம் என்பது, வளர்ச்சியடையக் கூடிய படைப்பாற்றல் அற்ற உயிரில்லாத, இயந்திரங்களுடன்தான் இணைக்கப்பட்டு இருக்கிறது.

எனவே வாழ்க்கைக்கென்று நாம் தேர்ந்தெடுக்கும் அடிப்படை சமூகத்திலுள்ள பல்வேறு பகுதியினரை, அவர்கள் ஒருவரோடு ஒருவர் ஒத்துழைக்கும்படி செய்து உயிருள்ள இயக்கமாக ஒருங்கிணைக்கச் செய்வதாக இருக்கவேண்டும். அத்தகைய அடிப்படை தனித்தனி மனிதர்களின் நன்மைக்கெனக் கணக்கிடப்படாமல், சமூகம் முழுவதையும் இறுக்கி இணைக்கும் சிமெண்ட் போல் செயல்படும். அப்பொழுது பரஸ்பர நம்பிக்கை, ஒற்றுமை, மகிழ்ச்சி ஆகியவை இருக்கும். அது சமூகத்தில் பிணக்கத்திற்குப் பதில் பலத்திற்கு ஆதாரமாக இருக்கும்.

பக்குவப்படுத்தாத பஞ்சின் இழைகள் வலிவற்றும் உறுதியற்றும் இருக்கும். ஆனால், ஆயிரக்கணக்கில் அவை நூற்கப்பட்டு, இழைகளை முறுக்கேற்றியபின் வலுவான கயிறாக உருவாக்கப்பட்டால் அது ஒரு கடற் கப்பலையும் இழுக்கக் கூடிய வலுவைப் பெற்றுவிடுகிறது. ஒரு திருப்திகரமான வாழ்க்கைத் தரம் அளிக்கும் முடிவும் இப்படித்தான் இருக்க வேண்டும். அது, சமூகத்தை ஒன்று சேர்த்து உறுதியான ஒரு அமைப்பாக உருவாக்கத் தேவையான நெருக்கமான பிணைப்பில், உற்பத்தியாளரையும் நுகர்வோரையும் கொண்டுவர வேண்டும். அப்பொழுதுதான் அது நிலைத்த தன்மைக்கு உரிமை கொண்டாட முடியும்.

~

வேலை

'வேலை' என்ற சொல் நடைமுறையில் அதிகளவில் பயன்படுத்தப்பட்டு வந்தாலும், உண்மையான பொருளைக் கண்டறிவதில் மக்களால் அதிகக் கவனம் செலுத்தப்படாத சொற்களில் ஒன்றாகவே அது இருக்கின்றது. வேலை என்றால் என்ன? இயற்கையால் வகுக்கப்பட்ட பொருளாதாரத்தில் அது என்ன பங்கு ஆற்றுகின்றது?

பல நாடுகளும் எதிர்நோக்கியுள்ள பிரச்சினைகளில் முக்கியமான ஒன்று இலட்சக்கணக்கான மக்களுக்கு வேலை வாய்ப்பு அளிப்பதாகும். எனவே, வேலையின் முக்கியத்துவத்தைப் பற்றி முற்றிலுமாக அறிந்துகொள்வது மிக அவசியம். இதற்கு முந்திய ஒரு பகுதியில் இயற்கையில் நிலைத்த தன்மையையும், தொடர்ச்சியையும் உருவாக்குவதில், எவ்வாறு அதன் பல்வேறு கூறுகள் பிரபஞ்சத்தின் நிலைத்த ஒருங்கிணைப் பேணுவதற்காக இயற்கையின் பிரதிகளால் ஒருங்கு சேர்க்கப்படுகின்றன என்பதை ஆராய்ந்தோம். மண்ணுக்கு உரமூட்டும் புழுக்கள், விதைகளை எடுத்துச் சென்று பரப்பும் பறவைகள், செடி கொடிகளை வளப்படுத்தும் தேனீக்கள் -வேலையும் இத்தன்மையதே; இயற்கையில் இந்தப் பிராணிகளின் வாழ்க்கைக் குறிக்கோளும் இத்தகையதே.

மனிதனைப் பொறுத்தமட்டில், வாழ்க்கை என்பது என்ன, வெறும் உயிரோடு இருத்தலைத் தவிர அதன் உட்கூறுகள் யாவை என்பதைப் பற்றியும் ஆராய்ந்தோம்.

இயற்கையில் கீழான நிலையில் உள்ள பிராணிகளிடமிருந்து வேறுபட்டுத், தன்னுடைய விருப்பு சுதந்திரத்தைப் பயன்படுத்தி இயற்கையிலுள்ள வெவ்வேறு அலகுகளை ஒருங்கிணைத்துத் தன்னுடைய நோக்கங்களை நிறைவு செய்ய அவற்றைப் பயன்படுத்திக் கொள்ள மனிதனால் முடியும். அவ்வாறு செய்யும்பொழுது தன்னுடைய ஆற்றல்களை அவனால் வளர்த்துக் கொள்ள முடியும். தன் முன் எழும் பிரச்சினைகளைத் தீர்ப்பதில் தனது மதிப்புகளின் அளவுகோலைப் பயன்படுத்தித் தன்னுடைய ஆளுமையை வெளிப்படுத்தவும் முடியும். இதுவே மனிதனுக்கு வேலை என உருவாகும்; அதன் நோக்கமும் இதுவே. வேலை என்பது என்ன என்பதைச் சரிவர புரிந்துகொள்ள வேண்டுமென்றால், மனிதனின் தொடக்ககால வரலாற்றில், அது இருந்த மிக எளிய நிலையைக் கருத்தில் கொள்ளவேண்டும். தற்காலத்தில் அதில் ஏற்பட்டிருக்கும் குழப்பத்தை ஏற்படுத்தும் பிற்சேர்க்கைகளை எல்லாம் நீக்கிவிட்டு, இதனை ஆராய வேண்டும். வேலையின் - அதன்தூய்மையான தன்மையின் தொடக்கத்தை, ஆதி மனிதன், உணர்ச்சிகளால் உந்தப்பட்டுச் செயல்படும் பிராணிகளிலிருந்து தனது வழிமுறைகளை மாற்றிக்கொண்டு, கற்களினால் தனக்கு வேண்டிய கருவிகளைச் செய்யத் தொடங்கிய காலத்தில் தேடிக் கண்டறியலாம். அவனுடைய வேலை, தன்னுடைய தேவைகளைத் தன்னுடைய அறிவு, எதிர்நோக்கு, செயலாக்கம் ஆகியவற்றின் மூலம் நிறைவு செய்வதே ஆகும். ஒரு பறவை தன்னுடைய கூட்டைக் கட்டிக்கொண்டு, இரை தேடிச் செல்வதற்கு ஒப்பாகும் இது. தன் தேவைகளை நிறைவு செய்து மகிழ்ச்சியாக இருக்க மனிதன் வேலை செய்கிறான். தன்னுடைய சொந்த விருப்பங்களை நிறைவு செய்வதைத் தவிர இதில் அவனுக்கு வேறு கூலி கிடையாது. இந்தச் செயலே அவனது ஆற்றல்களைக் கூராக்கி, அவன் ஒரு சிந்திக்கும் பிராணியாக வளர்ச்சியடைய போதுமானதாக இருந்தது. அவன்தான் வேட்டையாடிக், கொண்டு வந்ததைத் தன்னுடைய எளிய குகைக் குடியிருப்புக்குக் கொண்டு வந்தான்; அவனுடைய மனைவி அதைப் பக்குவப்படுத்தி உண்ணுவதற்கு உகந்ததாக ஆக்கிக்கொடுத்தாள். இன்றுவரை குறைந்தது நமது நாட்டிலேயாவது மகளிரது வேலை, நம்முடைய தேவைகளை நம்முடைய வீட்டிலேயே நிறைவு செய்து கொள்வது என்ற இந்த நிலையில் உள்ளது.

வேலையின் உட்கூறுகள்

வேலையைப் பகுத்துப் பார்ப்போமேயானால் நாம் அது பல்வேறு பகுதிகளைக் கொண்ட கூட்டுப் பொருள் என்றும் அதன் ஒவ்வொரு பகுதியும் இறுதி நோக்கத்தை அடையத் தனது பங்கை ஆற்றுகின்றது என்றும் காண்போம். முக்கியமாக அது நடைமுறை வழக்கம், ஓய்வு, முன்னேற்றம், மனமகிழ்ச்சி ஆகியவற்றை உள்ளடக்கியதாக இருக்கிறது. இவற்றில் ஒன்றை மட்டும் தனியாக எடுத்து, அதை மட்டும், தானே இருக்கக்கூடிய ஒரு உயிருள்ள அலகாக உருவாக்க முடியாது. நடைமுறை வழக்கத்தை மட்டும் எடுத்து ஒருவரிடமும் ஓய்வை மற்றொருவரிடமும் நாம் எடுத்துக் கொடுக்க முடியாது. அதே போல் மன மகிழ்ச்சியை மட்டும் ஒரு மூன்றாவது மனிதன் தனக்கென அபகரிக்க முடியாது. இசையில் ஒவ்வொரு சுரத்திற்கும் அதற்கெனத் தனிச்சிறப்பு வாய்ந்த ஒரு நேரமும் அமைதியும் உள்ளது. அது, அந்தச்சுரத்திலிருந்து வேறுபடுத்த முடியாத ஒரு அங்கமாகும். அதற்கு உரிய அமைதி இல்லாவிட்டால் அதற்கு எந்தப் பொருளும் இருக்காது. பாட ஆசைப்படும் ஒருவர் பல மணி நேரம் பயிற்சி செய்ய வேண்டும். அப்படிச் செய்தால்தான் இறுதியாக இசை மூலம் தனது ஆழ்ந்த உணர்ச்சிகளை வெளிப்படுத்தி, மகிழ்ச்சி அடைய முடியும். இந்த நடைமுறைப் பயிற்சியை ஒருவர் செய்துவிட்டு, மற்றொருவர் அந்த மகிழ்ச்சியை அனுபவிக்க இயலாது. வானொலியில் உள்ள இசையை ஒருவர் சும்மா கேட்டு மகிழலாம். ஆனால் அது ஒருவரைப் பாடகராக ஆக்கமுடியாது. அதே போல் செய்யத்தக்க எந்த ஒரு செய்கைக்கும் தொடர்ந்த பயிற்சி மிகவும் அவசியம்.

மற்றொரு எடுத்துக்காட்டாக, சக்கைப் பொருள், ஊட்டச்சத்துக்கள், ருசி இவையாவும் உள்ளடங்கிய ஒரு முழுமையான உணவை எடுத்துக் கொள்ளலாம். உணவை நன்கு மென்று சாப்பிட விரும்பாமல், ருசி மட்டுமே வேண்டுமென்று ஆசைப்படுபவர், நவீன விஞ்ஞானத்தின் உதவியுடன் தான் விரும்பியவற்றைப் பெறலாம்; ஆனால், அதிக காலத்திற்கு அவரால் தாக்குப்பிடிக்க முடியாது. அதேபோல் நமது உணவு நன்கு செரிக்கப்பட்டு உடலோடு முழுவதும் கலப்பதில் சக்கைப்பொருள் மிக முக்கியமான பங்கு வகிக்கின்றது. அதுபோல் வேலையின் முழு பயனைப் பெறவும், இயற்கை வகுத்த குறிப்பிட்ட நோக்கத்திற்கு அது பயன்படவும் வேலையின் உட்கூறுகள் அவசியம்.

நினைவுக்கு எட்டாத பழங்காலத்திலிருந்தே மனிதன் தனது விருப்புச் சுதந்திரத்தை, வேலையை அது உள்ளடக்கிய வெவ்வேறு கூறுகளாகப் பிரித்து, நடைமுறை உழைப்பை, எதிர்க்க சக்தி இல்லாதவர்கள் மேல் சுமத்தியும், உழைப்பிலிருந்து கிடைக்கப் பெறும் சுகத்தை, வலுமிக்கவர்கள் அபகரித்துக் கொள்ளவும் பயன்படுத்தி வந்திருக்கின்றான். நடைமுறை வேலைப் பளு, அடிமைகளின் தோல்களில் இறக்கப்பட்டது; உழைப்பின் பயனை அடிமைகளின் எஜமானவர்களே அனுபவித்தனர். கிரேக்க, ரோம் நாகரிகங்கள் இவ்வாறு உழைப்பைத் தவிர்த்தல், உழைப்பின் பயனை மட்டும் அபகரித்தல் ஆகியவற்றையே அடிப்படையாகக் கொண்டு உருவாக்கப்பட்டன. இதன்விளைவாக அவர்கள் தமது பண்டைப் பெருமை என்கின்ற சாம்பலை மற்றவர்களுக்கு எடுத்துச் சொல்லவும்,ஒரு எச்சரிக்கையாக இருக்கவும் விட்டுவிட்டு அழிந்துபோயின. இந்த எச்சரிக்கையைப் பொருட்படுத்தாமல் நவீனக் காலத் தொழில் பேரரசுகள், சுகத்தையும் பயனையும் பொருள்களை உற்பத்தி செய்கின்ற நாடுகளுக்கு ஒதுக்கிவிட்டு, மூலப்பொருள்களை உற்பத்தி செய்யும் நாடுகளுக்குக் கொத்தடிமை வேலையைத் தந்துவிடும் செயலை மீண்டும் செய்கின்றன. இயற்கையின் நியதிக்கு இந்த முயற்சிகள் புறம்பாக இருப்பதால், அவை தோல்வியையே அடையும். நம் காலத்திலேயே, இயற்கையைத் தடுத்து நிலை குலையச் செய்யும் முயற்சிகளினால் ஏற்படும் பயங்கர வன்முறைக்குக் கண்கூடான சான்றுகள் உள்ளன. அடிக்கடி நிகழும் உலகப் போர்களே, இந்தப் பேரரசுகள் தங்களது ஆதிக்கத்தை மனித குலத்தின் மேல் நிறுவ முயற்சிக்கும் வழிமுறைகளாக உள்ளன. ஒரு சில காலத்திற்கு அவை வெற்றியடைவது போல் தோன்றலாம்; ஆனால், அழிவையும் நாசத்தையும் அவை உள்ளடக்கி இருப்பதால் வன்முறை மூலம் தோற்றுவிக்கப்பட்ட அமைப்புகள் இறுதியில் அழிந்துவிடும்.

முந்தைய பகுதியில் எவ்வாறு வேலைப்பளுவைத் தவிர்க்கும் கருவிகளைத் தயாரிப்போர், நமது வெற்றிகரமான விற்பனை அமைப்புகள் மூலம் வீட்டுப் பணியாளர்கள், விவசாயிகள், விவசாயக்கூலிகள் ஆகியோரைத் தங்களுடைய இயந்திரங்களைப் பேணும் ஆலைக் கூலிகளாக மாற்றிவிட்டார்கள் என்பதைப் பார்த்தோம். இங்கிலாந்தில் ஏற்பட்ட இத்தகைய ஒரு மாற்றம் அங்குக் கிராமப் பகுதியிலுள்ள நிலங்களைச் சாகுபடி செய்ய ஆட்கள் இல்லாததால், தரிசாக விடவேண்டிய நிலை ஏற்பட்டது. எந்த ஒரு நாடும் நிலக்கரியாலோ, இரும்பாலோ அல்லது ஈயத்தாலோ

வாழமுடியாது. நாட்டிற்கு உணவு மிகவும் முக்கியம். எனவே, தனக்குத் தேவையான மூலப் பொருட்களையும், உணவையும் பெற, மற்ற நாடுகளைத் தனது அரசியல் ஆதிக்கத்தின்கீழ்க் கொண்டு வருவது இங்கிலாந்திற்கு அவசியமாயிற்று. தனக்கு வேண்டிய அத்தியாவசியமான பொருட்களை மற்றவர்கள் தயவையோ அல்லது மாறி வரும் தனிநபர் வாணிபத்தையோ நம்பி விட்டுவிட அதனால் இயலாது. மற்ற நாடுகளும் அத்தகைய அரசியல் ஆதிக்கத்திற்கு எதிர்ப்பேதுமின்றிப் பணிந்துவிடும் என்று எதிர்பார்க்க முடியாது. எனவே, இங்கிலாந்தின் வாழ்க்கையின் அடிப்படையே வன்முறையாக உள்ளது. மாறி மாறிவரும் ஒவ்வொரு தலைமுறையும் தனது அமைப்புகளை நிறுவிப் பராமரிக்க இளைஞர்களையும், திறமையையும் போர்க்களத்திலே பலி கொடுக்கின்றன. இது ஒரு புத்திசாலித்தனமான வழிமுறையா? அப்பாவி மக்களை அடிக்கடி பலி கொடுத்துத் தக்கவைத்துக் கொள்ளும் இந்த வழிமுறையின் ஒன்றுக்கும் உதவாத தன்மையைச் சாதாரண மனிதனும் ஏற்றுக்கொள்வான். எனவேதான் பிரச்சினைகளைக் குழப்பித் திசை திருப்பச், சிக்கலான ஒரு வாழ்க்கைத் தரத்தை விளம்பரப்படுத்துதல், பொய்யான மதிப்புகளை அளிக்கும் ஒரு கல்வித் திட்டம், வன்முறையைப் போற்றும் பாங்கு, இவையெல்லாம் பொதுமக்களைத் தவறான வழியில் இட்டுச் செல்ல பயன்படுத்தப்படுகின்றன. அப்பொழுதுதான் அத்தகைய அமைப்பைத் தொடர்ந்து பராமரிப்பதற்குத் தேவையான,எந்தக் கேள்வியும் கேட்காத, மக்களின் ஆதரவு கிடைக்கும். இத்தகைய பிரச்சாரத்தின் பயங்கரமான விளைவுகளைத், தாய்மார்கள் தங்களது பிள்ளைகளின் வாழ்க்கையை இந்த நோக்கத்திற்காகப் பெருமிதத்துடன் தியாகம் செய்வதிலும், மனைவியர் தங்களது கணவர்களைப் போர்க்கள அபாயத்திற்கு உள்ளாக்க வற்புறுத்துவதிலும் காணலாம். தங்கள் பிள்ளைகள் மற்ற தாய்மார்களின்பிள்ளைகளைப் பெருத்த அளவில் கொன்று குவிக்கவும் அந்த முயற்சியில் தாங்களும் கொல்லப்படவும், பயிற்சி பெற்றிருக்கின்றார்கள் என்று தாய்மார்கள் பெருமை கொள்வது இயற்கையா? ஒரு அன்பு மனைவி தன் அருமைக் கணவர், 'அகில உலகக் கொள்ளை' என்ற பலிபீடத்தில் பலியாவதை அமைதியாகச் சிந்தித்துப் பார்க்க முடியுமா? இருந்தாலும், இத்தகைய விளைவுகள் மக்கள் மனதில் பொய்யான மதிப்புகளைப் பதிப்பதால் உருவாக்கப்பட்டுள்ளன. இத்தகைய பொய்யான மதிப்புகள் துரோகமான வழியில் அவர்களது விருப்புச் சுதந்திரத்தை வன்முறை, அழிவு என்ற பாதையில் வழிதவறிச் செல்லக் கட்டாயப்படுத்தப்

படுகின்றன. தெளிவாக அவர்கள் சிந்தித்தால், இத்தகைய பாதைகளிலிருந்து அவர்கள் ஓடி விடுவார்கள்.

இத்தகையதோர் வக்கிரமான முறையை நடைமுறையில் கொண்டுவர வன்முறை போற்றப்படுகிறது. கொலையைச் சில்லறை முறையில் செய்தால், அதற்கு மரண தண்டனை உண்டு; ஆனால், மொத்த அளவில், ஏதுமறியா இளம் உயிர்களைக் கொன்றால் அத்தகைய கொடூரச் செய்கையைச் செய்பவர்களுக்குப் பரிசாகத் தேசீயக் கௌரவம் அளிக்கப் படுகிறது. இந்தக் கௌரவம், பட்டம், பதவி அளிப்பதன் மூலமும், வெஸ்ட் மினிஸ்டர் ஆலயம், செயிண்ட் பால் தேவாலயம் போன்ற புனித இடங்களில் நினைவுச் சின்னம் நிறுவுவதன் மூலமும் அளிக்கப்படுகிறது. த்தகைய ஏமாற்று வழிகளில் இயங்கும் ஓர் அமைப்பில் அடிப்படையிலேயே தவறு இருக்கவில்லையா? இத்தகைய தலைகீழ் முறை பொது மக்களது மென்மையான உணர்ச்சிகளை மரத்துப் போகச் செய்து, அவர்களை அறிவிழக்கச் செய்து விடுகிறது. சென்ற பகுதியில் சிக்கலான வாழ்க்கைத் தரம் எவ்வாறு மக்களுக்கு அமைதியாக இந்த நிலை பற்றி ஆழ்ந்து சிந்திக்க நேரமில்லாமல் செய்துவிடுகிறது என்பதைப் பார்த்தோம். அது மக்களைத் திருப்தியும் அகமகிழ்வும் அடையச் செய்து, ஆதிக்கத்தில் உள்ளோர் தமது குறிக்கோள்களை எவ்விதத் தடையுமின்றி அடைய உதவுகிறது.

இதற்கான வழிமுறை மிகமிக எளிது. இயற்கையின் நியதிப்படி மனிதன் தன்னைத் திருப்திப்படுத்தவே வேலை செய்கிறான் என்று பார்த்தோம். எனவே, அவனது தேவைகளே அவனை உழைக்க வைக்கும் நேரடித் தூண்டுகோல்கள் ஆகும். அவனது தேவைகளை அதிகரித்தால் அவனது உழைப்பும் அதிகமாகும். தேவைகளைப் பல்வேறு வகையில் உருவாக்க வேண்டும் என்ற வாதத்திற்கு அடிப்படைக் காரணமே இதுதான். அவனது பொருளாதார வாழ்க்கைத் தரத்தை உயர்த்துவதும் அல்லது அதைச் சிக்கலாக்குவதும் எருதுக்கு மூக்கணாங்கயிறு பயன்படுத்துவது போலவே உள்ளது என்பதையும் பார்த்தோம். அது மனிதனின் சுதந்திரமான இயக்கத்தையும் செயல்பாட்டையும் சுருக்கித் தடுத்துக், கடிவாளத்தைப் பிடித்துக் கொண்டிருப்பவன் விரும்பும் வழியிலேயே இட்டுச் செல்லத்தான் உதவும். இவ்வாறு, இட்டுச் செல்லப்படுபவன் தன்னுடைய சொந்தச் சிந்தனை ஆற்றலை இழந்து எந்தக் கேள்வியும் கேட்காமல் பின் தொடருவான்.

தற்கால உலகம் எவ்வாறு பொருட்களை அதிக அளவில் உற்பத்தி செய்வோர் காலடியில் கிடக்கிறது என்றும், அவர் எவ்வாறு மக்களின் குரலை அமுக்கித், தனக்கு எந்த வகையிலும் இலாபத்தை ஈட்டும் ஒரு அமைப்பைப் பரப்பி, அதன் மூலம் பயனடைகிறார் என்றும் பார்த்தோம். போர்களுக்கு இடையில் அமைதி நிலவும் காலங்களில் அவர் சைக்கிள்களை உருவாக்கி விற்கிறார்; போர் மேகங்கள் சூழ்ந்தவுடன் துப்பாக்கிகளையும், குண்டுகளையும் தயாரிப்பதில் தனது கவனத்தைத் திருப்புகிறார். சுயநலத்தினால் ஏமாற்றப்பட்டு அறிவிழந்த மக்கள் அவரது கட்டளைகளுக்கு ஏற்ப இத்தகையதொரு அமைப்பைச் செயல்படுத்த தங்கள் அன்பிற்குரியவர்களின் உயிரையும் இழக்க மகிழ்ச்சியோடு தயாராகின்றார்கள். இவையெல்லாம் வேலையின் ஒரு அங்கமாகிய கண்டிப்புடன்கூடிய நடைமுறை உழைப்பைத் தனிப்படுத்தி, உழைப்பின் மூலம் கிடைக்கின்ற பயனையும் சுகத்தையும் மட்டும் அடையவே செய்யப்படுகின்றது.

முழுமையான வேலை, சமன் செய்யப்பட்ட உணவு போல் நமது உடலுக்குச் சக்தியையும் ஆரோக்கியத்தையும் ஓய்வையும் அளிக்கிறது. உடலுக்கு வேண்டிய பயிற்சியை அளிக்கின்ற அதே சமயத்தில், உள்ளத்தின் வளர்ச்சிக்கும் நிறைவிற்கும் அது வாய்ப்பளிக்கின்றது. ஆனால், தற்காலப் போக்கு, வேலையிலுள்ள கடின உழைப்பைச் சமூகத்தில் வலுவற்ற ஒரு வர்க்கத்தினருக்குக் கொடுத்துவிட்டு, உழைப்பின் பயனையெல்லாம் ஆதிக்கம் செலுத்தும் வர்க்கத்திற்கு ஒதுக்கிவிடுவதாக இருக்கிறது. வேலையின் உட்கூறுகள் இந்த நோக்கத்திற்காகத் தனித்தனியாகப் பிரிக்கப்படுகிறது. வேலையிலுள்ள அடிமைத்தனமான உழைப்பை ஒதுக்கிவிட்டு, அதிலுள்ள மகிழ்வூட்டும் உடற்பயிற்சி மட்டும் ஒரு மாத்திரை போல் கால்ஃப், டென்னிஸ், கிரிக்கெட், ஆக்கி போன்ற விளையாட்டுக்கள் மூலம் பெறப்படுகின்றது. இவையெல்லாம், ஏழைகள் எளிதில் அணுக முடியாத ஆடம்பரங்களாகும்.

வேலையை இவ்வாறு துண்டாடுவது, நிலத்தில் விளையாட்டுக்களிலும், இதர விருப்பார்வத் தொழில்கள் மூலமும் உடல் தசைகளுக்குக் கிடைக்கும் இயக்கத்தை ஒரு ஆடம்பரக் கப்பலில் பயணம் செய்வோருக்கு உருவாக்கிக் கொடுப்பதற்கு ஒப்பானதாகும். அத்தகைய கப்பல்களில் விளையாட்டு அரங்குகளில் குதிரையேற்றம், படகு ஓட்டம் ஆகியவைகளுக்கு மாற்றாக இயந்திரங்கள் வைக்கப் பட்டிருக்கும். ஒரு இயந்திரக் குதிரையின்

மேல் சவாரி செய்பவர் உட்கார்ந்து கொண்டு குதிரையின் துள்ளல், ஓட்டம், பாய்ச்சல் ஆகியவற்றை வேண்டியபடி தரும் மின்சாரப் பித்தான்கள் கொண்ட கடிவாளத்தைப் பிடித்துக் கொள்வார். தரையில் குதிரையின் மேல் உட்காரும்போது கிடைக்கும் ஏற்ற இறக்கங்கள் போல் இயந்திரக் குதிரையின் சேணத்தில் உட்காரும்போதும் கிடைக்கும்; ஆனால், உயிருள்ள எழுச்சிமிக்க ஒரு பிராணி அவருக்குக் கீழ் இருக்காது; அதேபோல் படகு ஓட்ட விரும்புபவர்களுக்கு ஒரு பெஞ்சில் உட்கார்ந்து, கால்களை வைத்துக் கொள்ள ஒரு உதை காலும் துடுப்புகளும் இருக்கும். நீரின் எதிர் விசையை அளிக்க, துடுப்புகளில் சுருள்வில்களும் பொருத்தப்பட்டிருக்கும். இங்கு தரையில் இருப்பதுபோலவே குதிரை ஏற்றமும், படகு ஓட்டமும் இருக்கும். ஆனால், அவற்றில் தரையில் இயற்கையாகக் கிடைக்கின்ற இன்பம் இருக்காது. அழகிய கண்காட்சி காற்றிலும், நீரிலும் செல்லும் போது கிடைக்கின்ற சுகம் இவைகளில் இருக்காது. பயணத்தின்போது ஒருசில நாட்களுக்கு இத்தகைய கருவிகள் பயன்படலாம். ஆனால், இயற்கையிலேயே கிடைப்பதற்கு மாற்றாக எக்காலத்திற்கும் அவை அமைய முடியாது.

இவ்வாறு, வேலை நடைமுறை உழைப்பு என்றும் மகிழ்ச்சி என்றும் துண்டாடப்படுகிறது. எக்காலத்திற்கும் கடின உழைப்பைச் செய்ய வேண்டும் என்று சிலர் ஒதுக்கப்படுகின்றனர். உழைப்பின் மூலம் கிடைக்கும் மகிழ்ச்சியைத் தனக்கெனச் சிலர் அபகரித்துக் கொள்கின்றனர். இவ்வாறு, பிரிக்கப்படும் பொழுது சமநிலைப்படுத்தப்படாவிட்டால், வேலையின் நடைமுறை உழைப்பு அடிமை வேலையாகவும், உழைப்பின் பயன் அளவற்ற நுகர்ச்சியாகவும் ஆகிவிடுகிறது. மனிதகுல முன்னேற்றத்திற்கும் நல்வாழ்வுக்கும் இவை இரண்டுமே தீங்கானது. அடிமை வறுமையில் உழன்று மரணம் அடைகின்றார். எஜமானரோ அளவுக்கு மீறித் துய்ப்பதால் மரணம் அடைகின்றார். காலங்காலமாகத் தொடர்ந்து நடைபெற்றுக்கொண்டு வரும் இத்தகைய முயற்சிகள், மனிதனை மேலான முதிர்ச்சி நிலைக்கு இட்டுச் செல்வதில் அவற்றின் இயலாமையைப் போதுமான அளவிற்கு மீண்டும் மீண்டும் நமக்கு எடுத்துக்காட்டியுள்ளன. நம்முடைய தலைமுறையிலேயே வேலையில் கட்டுப்பாடுடன் கூடிய உழைப்பையும், உழைப்பின் பயனையும் பிரித்தெடுக்கும் முயற்சி மனிதகுலத்தின் மேல் போர், பஞ்சம், மரணம், வறுமை ஆகிய பயங்கரங்களைக் கட்டவிழ்த்துள்ளது. இவற்றையெல்லாம் கவனத்தில் கொண்டு, இதற்கு ஒரு முடிவு கட்டவேண்டாமா?

உழைப்பைப் பங்கீடு செய்தல்

உழைப்பைப் பங்கீடு செய்வதன் மூலம் சிறுசிறு பகுதிகளில் தனிச்சிறப்பும் திறமையும் கைகூடும் என்பதால் அத்தகைய பங்கீட்டினால் விளையும் நன்மைகளைப் பற்றி யாருமே கருத்துவேறுபாடு கொள்ளமாட்டார்கள். நமது நாட்டில் நினைவுக்கு எட்டாத காலத்திலிருந்தே இவ்வாறு, தொழிலைப் பகிர்ந்தளித்துத் தனிப்படுத்துவது நடைமுறையில் இருந்து வந்துள்ளது. அதைப் பாரம்பரியத்திற்கும் சாதி முறைமைக்கும் உட்படுத்தியதால் அது பாழாகப் போயிற்று. அத்தகைய தீவிரத் தன்மை பல இன்னல்களுக்கும் மேலும், முன்னேறிச் செல்வதற்கு வேறுவழி இல்லாத ஒரு முடிவுக்கும் இட்டுச் சென்றுள்ளது.

உழைப்பைப் பகிர்ந்தளிப்பது என்ற பெயரில் மேல்நாட்டுத் தொழிலதிபர்கள் வேலையை மிக நுணுக்கமான பல்வேறு செயல்முறைகளாகப் பிரித்துள்ளனர். ஆனால், அவ்வாறு பிரிக்கும்பொழுது ஒரு சாபக் கேட்டிற்கு உள்ள விரும்பத்தகாத குணங்களெல்லாம் சேர்ந்துள்ள சொற்றொடராக வேலையும், சலிப்பூட்டும் உழைப்பும் ஒரே பொருளுடையதாக மாறி விட்டன.

வேலையின் இறுதியில் பெறப்படும் பொருளைப் பற்றிய சிந்தனைகள் ஒருபுறமிருக்கட்டும்; வேலை செய்பவர்களுக்கு நன்மையும் உடல் நலமும் அது தரவேண்டுமானால் அதன் ஒவ்வொரு சிறுகூறும், சலிப்பு ஏற்படுத்தாத வெவ்வேறு வகைப் பண்பும்

கவர்ச்சியும் உடையதாக இருக்க வேண்டும். அப்பொழுதுதான் நரம்புகளில் தளர்ச்சி ஏற்படுவதைத் தடுக்கமுடியும். எனவே, ஒரு குறிப்பிட்ட வரம்பிற்குள்தான் உழைப்பைப் பகிர்ந்து அளிக்க முடியும். அதற்குமேல் சென்றால், அது முழுமையானது என்று உரிமை கொள்ள இயலாது. வேலையின் பிரிக்கப்பட்ட ஒவ்வொரு சிறு பங்கும் மொத்தத் தொழிலின் முழுமையை ஒட்டி இருக்க வேண்டும். அந்தத் தொழிலின் ஒரு சிறு பகுதி என அதைக் குறைத்துவிடலாகாது. எடுத்துக்காட்டாக, தச்சுத் தொழிலை எடுத்துக் கொண்டால், அதை வண்டி செய்வோர் என்றும், செக்கு செய்வோர் என்றும் பிரிக்கலாம். இவை இரண்டுமே தொழில்நுணுக்கம் வாய்ந்தவை; அதில் வேலை செய்வோருக்கு அவர்களது எல்லா ஆற்றலுக்கும் போதுமான வாய்ப்புத் தருபவை; அதில் உருவாகும் பொருட்களும் முழுமையானவை; உடனே விலைபோகக்கூடியவை. இதற்குப் பதில், இந்தத் தொழில்களைச் சக்கரங்களின் ஆரங்களை மட்டும் செய்வது அல்லது சக்கரத்தின் புறச் சுற்றுவட்டத்தை மட்டும் செய்வது என்று ஒரு வகையிலும், மரத்தை மட்டும் வெட்டுவது என்று வேறு வகையிலும் பிரித்தால் அது சலிப்பூட்டும் சுவையற்ற வேலையென ஆகும். தோல் தொழிலை எடுத்துக்கொண்டால், காலணி செய்வது அல்லது அதிலேயே செருப்பை மட்டும் செய்வதில் தனித்திறமை பெறுவது என்பது சரியான முறையாகும். ஆனால், அதற்குப் பதில் புரதத்திற்கான தோலை மட்டும் அல்லது காலணியின் மேல் பகுதியை மட்டும் வெட்டுவது எனப் பிரிப்பது முறையான பாகுபாடாகாது. நவீனத் தொழிற்சாலைகளில், வேலைப் பகிர்வு எவ்வளவு நுணுக்கமான சிறிய சிறிய வழிமுறைகளில் சென்றிருக்கிறது என்றால், ஒரு மனிதனின் செயலும் கவனமும் ஒரு ஆணியை அடிப்பதில் மட்டும் அல்லது ஒரு திருகாணியைத் திருகுவதில் மட்டும் என்று பிரிக்கப்பட்டுள்ளது. எடுத்துக்காட்டாய் ஒரு காலணி செய்யும் தொழிற்சாலையை எடுத்துக் கொள்வோம். அங்கு மின்சக்தியின் மூலம் தரைக்கு இணையாக நகர்ந்து செல்லும் ஒரு தோல் பட்டை வாரில் நூற்றுக்கணக்கான, காலணி செய்வதற்குரியபடி உருவக் கட்டைகள் சென்று கொண்டிருக்கும். இந்தக் கட்டைகளின் மீது வழிநெடுகிலும் இருக்கும் தொழிலாளர்கள் தங்களுக்கு என ஒதுக்கப்பட்ட வேலையைச் செய்வார்கள். படி உருவக் கட்டை, வாரில் மெதுவாகச் சென்று கொண்டிருக்கும்பொழுது வரிசையில் முதலாவதாக நின்று கொண்டிருக்கும் தொழிலாளர் அவரிடமிருக்கும் பசையையும் பிரஷையும் கொண்டு, கட்டை அவருக்கு முன்னால்

செல்லும்பொழுது அதன் பாதத்தில் பசையைப் பிரஷ் மூலம் தடவுவார். இதே வேலையை நூற்றுக்கணக்கானகட்டைகள் மேல்காலை எட்டு மணி முதல் மாலை ஐந்து மணி வரை, இடையில் உணவருந்த மட்டும் சிறிது நேரம் எடுத்துக் கொண்டு செய்து கொண்டேயிருப்பார்.

இதே வேலையைத் தொடர்ந்து தினமும் எட்டு மணி நேரம் என்றும் ஆண்டில் 300 நாட்கள் செய்தால், அது அவருக்கு எவ்வளவுதான் ஊதியம் கொடுத்தாலும் நரம்புத் தளர்ச்சி அளிக்கவும் அவரைப் பைத்தியக்கார விடுதிக்கு அனுப்பவும் போதுமானது.

உலகிலேயே மிகவும் தொழில் வளர்ச்சி பெற்ற நாடான அமெரிக்காவில் வேறு எந்த நோயையும்விட அதிக அளவில் மக்கள் நரம்புத் தளர்ச்சியினால் அல்லல்படுகிறார்கள் என்பதில் என்ன வியப்பு? மனிதனது அமைப்பு உயிரில்லாத இயந்திரம் இல்லை. அவனது அமைப்புக்கு அவனிடமுள்ள அனைத்து ஆற்றல்களுக்கும் பயிற்சி அளிக்கக்கூடிய ஒரு சமநிலையான செயல்முறை தேவைப்படுகிறது. இந்தத் தேவையை ஒரு பரவலான உழைப்பின் அலகு மூலமே உறுதி செய்யமுடியும்.

★ மற்ற எல்லாவகை நோய்களால் பாதிக்கப்பட்டவர்களின் மொத்த எண்ணிக்கையைவிட, அமெரிக்காவில் மனநோய்களால் அல்லலுறும் நோயாளிகள் மருத்துவமனைகளில் அதிகம் உள்ளனர். பள்ளியில் படிக்கும் 16 மாணவர்களில் ஒருவர் இப்போது மனநோய் மருத்துவமனையில் தனது வாழ்நாளில் ஒரு பகுதியைக் கழிப்பார். உங்களுக்கு 15 வயது ஆகியிருந்தால், உங்கள் வாழ்வில் ஏழு ஆண்டுகளை மனநோய் இல்லத்தில் அடைபட்டுக் கழிப்பது 20இல் 1 என்ற அளவில் நிச்சயமானது. சென்ற பத்து ஆண்டுகளில் மனநோய்கள் இரட்டிப்பாகி உள்ளது. இதே விகிதத்தில் இது இன்னும் ஒரு நூற்றாண்டுக் காலத்திற்கு அதிகரித்துக்கொண்டே போனால், மொத்த மக்கட் தொகையில் பாதி மனநோய் இல்லங்களில் இருக்கும்; மற்றொரு பாதி அளவிற்கு வெளியே இருந்து வரிகள் மூலம் உள்ளே இருப்பவர்களைப் பராமரிக்கும். (டேல் கார்னிகி எழுதி, வோரா கம்பெனி லிமிடெட் கப்பா தேவி பம்பாய் வெளியிட்டுள்ள 'ஐந்து நிமிட வாழ்க்கை வரலாறுகள்' என்ற புத்தகத்தில் பக். 55. மேயோ சகோதரர்களின் வாழ்க்கை வரலாறு).

வெறும் வழிமுறைகளாகவுள்ள சிறுசிறு அலகுகள் மனித சக்தியைப் பெருமளவில் வீணடிக்கின்றன. ஏனெனில், அவை தொழிலாளர்களை வெகு குறுகிய காலத்திலேயே வேலை செய்யத் தகுதியில்லாதவர்களாக மாற்றிவிடுகின்றன. கடினமாக உழைக்கக்கூடிய ஒரு தொழிலாளி 45 வயது எய்தும் முன்னரே சீர்குலைந்து போய்விடுகிறார். ஆனால், இந்த இழப்பு, ஊதியமுறை மூலம் உற்பத்தியாளரிடமிருந்து சமூகத்திற்கு மாற்றப் படுகிறது. இதனால் மனித உழைப்பில் பெரும் இழப்பு ஏற்பட்டால் தொழிலதிபர்கள் செழிப்புடன் வாழமுடிகிறது. தனது வேலை முறையினால் ஏற்படும் அழிவைப் பற்றி முதலாளி சிறிதும் கவலைப்படுவதில்லை. ஏதாவது ஒரு தொழிலாளிக்கு வேலை செய்ய முடியாத நிலை ஏற்பட்டால் அவரை உடனே வேலையிலிருந்து நீக்கிவிட்டு அதற்குப் பதில் அவரையிட இளமையான ஒருவர் சேர்த்துக் கொள்ளப்படுவார். இதிலே அன்பிற்கோ அல்லது வேறு மனிதாபிமான உணர்ச்சிகளுக்கோ இடமில்லை. தனக்காகவே உழைத்து உருக்குலைந்துபோன ஒரு தொழிலாளியைப் பணியிலிருந்து தள்ளி விடும்போது முதலாளி தான் புகை பிடித்த பின் தூக்கி எறிந்துவிடும் சுருட்டுக்குமேல் அதைப்பற்றி நினைப்பதில்லை. இவ்வாறு, செயலிழந்துபோன தொழிலாளர்களை உதறித் தள்ளும் பொழுது உண்மையில் அவருக்கு அது இலாபமாக இருக்கிறது. ஏனெனில், பதிலுக்கு அமர்த்தப்படும் இளைஞன் மூலம் அவருக்கு அதிக உழைப்புக்கிடைக்கிறது. இவ்வாறு, ஒரு மனிதனிடமிருந்து அவனது வாழ்க்கையையே பறித்துவிடும் முதலாளிக்கு எந்தவிதப் பொறுப்பும் இருக்கவில்லை. இது மனித ஆற்றலையும் வாழ்க்கையையும் எந்த உணர்வும் இன்றி வீணடிப்பது ஆகாதா? அத்தகைய வீணான இழப்பு நிலைத்த தன்மைக்கு இட்டுச் செல்லுமா?

இத்தகைய தொழிலாளர்கள் அதிக ஊதியத்தை அனுபவிப்பதாகத் தோன்றினாலும் உண்மையில், அது 45 ஆண்டுகளுக்குப் பிறகு உள்ள அவர்கள் வாழ்க்கைக்கு அளிக்கப்படும் தற்போதைய மதிப்பேயாகும். ஊதியம் என்பது ஒரு சிக்கலான வாழ்க்கைத் தரத்தின் பராமரிப்பும் பயனும் ஆகும். அதற்கே அளவுக்கு மீறிய முக்கியத்துவம் அளிக்கப்படுகிறது. அதனால், மனிதனின் மேலான ஆற்றல்கள் புறக்கணிக்கப்பட்டு அவனது விருப்புச் சுதந்திரத்தைப் பயன்படுத்துவது பறிக்கப்பட்டு அவனது மதிப்புகளின் அளவுகோலும் உருச்சிதைந்து போகின்றது.

இத்தகைய சூழ்நிலையில் தொழிலாளியின் வேலையும் நிலையும் செக்குமாட்டைப் போல் உள்ளது. மாட்டின்கண்கள் மறைத்து இருப்பதால் அது எங்கே, எப்படிப் போகின்றது? என்பது தெரியாது. அது அதனுடைய மூக்கணாங்கயிற்றினால் கட்டுப்படுத்தப்பட்டுள்ளது. கயிற்றைக்கூட ஒருவர் பிடித்து வழி நடத்திச் செல்வதில்லை; அது செக்குடன் பிணைக்கப்பட்டுள்ளது. மாடு தொடர்ந்து இடது புறமாகவே நாள் முழுவதும் ஒரு குறிப்பிட்ட எல்லைக்குள் சுற்றிச்சுற்றி வந்து கொண்டிருக்கிறது. இந்த இயக்கத்தால் அது எந்த இடத்திற்கும் போகவில்லை. செக்குக்குச் சொந்தக்காரர் மிகக் 'கருணை'யோடு அதற்குக் கொஞ்சம் செக்கிலிருந்து எடுக்கப்பட்ட பிண்ணாக்கை அளிப்பார். இந்தப் பிண்ணாக்கும் மாடு நாள் முழுவதும் பாடுபட்டதின் பலன்தான். நம் ஆலைத் தொழிலாளர்களும் இதைவிட உயர்ந்த நிலையில் இல்லை. வாழ்க்கையில் உள்ள மகிழ்ச்சியும் சுதந்திரத்திலுள்ள ஆரோக்கியமான சூழ்நிலையும் அவர்களுக்கு இல்லை. உயர்வுக்கும் வளர்ச்சிக்கும் தேவையான அனைத்து வாய்ப்புகளும் அவர்களிடமிருந்து பறிக்கப்பட்டுள்ளன. இது இயற்கை நிர்ணயித்தபடி உள்ள வேலையில்லை. எனவே, இது தொழிலாளர்களுக்கு அழிவையும் அவர்களது மேலான ஆற்றல்களுக்குச் சீர்கேட்டையுமே கொண்டுவரும். இந்த இழைப்பை எந்தப் பண ஊதியமும் ஈடுசெய்ய முடியாது.

உற்பத்தியாளர்கள் இவ்விதமாகக் கடினமான உழைப்பைத் தங்களிடமிருந்து தவிர்த்து, உழைப்பின் பயனையும் சுகத்தையும் மட்டும் கவர்ந்துகொள்ள முயற்சி செய்யும்பொழுது, நமது சோசலிச நண்பர்கள் உழைப்பிலிருந்து ஓய்வை மட்டும் தனியே அள்ளியெடுக்கக் கனவு காண்கின்றார்கள். முறையானதொரு வேலையைச் சரியாக உணர்ந்து கொண்டால், அதிலேயே ஓய்வுக்கான வழி இருப்பதைக் காணலாம். இசையில் ஒரு சுரத்தின் அமைதி அதன் முக்கியப் பாகமாக இருப்பது போல், ஓய்வும் உழைப்பில் ஒரு உள்ளடங்கிய அங்கமாகும். இந்த இரண்டையும் பிரிக்க முடியாது. ஓய்வு என்பது எல்லாச் செயல்களையும் முற்றிலுமாக நிறுத்துவது ஆகாது. சோம்பேறித்தனம் கேட்டிற்கே இட்டுச்செல்லும். பயனுள்ள ஓய்வு, ஒரு ஆற்றலுக்கு ஓய்வு கொடுத்து நம்முடைய இதர ஆற்றல்களுக்குப் பயற்சி கொடுப்பதாகும்; மேசை நாற்காலியுடன் தனது மூளைக்கு வேலை கொடுத்துப் பணியாற்றும் ஒருவருக்கு, அவருக்கு ஏற்பட்டுள்ள நரம்புத் தளர்ச்சிக்கு ஈடாகத் தோட்டக்கலை போன்ற ஒரு ஊக்கமான தொழில் தேவை.

மனிதனால் சிதைக்கப்படாமல் இயற்கை நிர்ணயித்தபடி இயங்க வேண்டிய எந்த ஒரு வேலையும், இவ்வாறு ஒன்றை ஒன்று இட்டு நிரப்பும் பகுதிகளை உள்ளடக்கியதாக இருக்கவேண்டும்.

ஒரு சமயம் நான் ஒரு அனுபவமிக்க பொறியாளருடன், மேற்சொன்ன வேலையின் தன்மையைப் பற்றி விவாதித்துக் கொண்டிருந்தேன். அவர் வேலையும் ஓய்வும் ஒரே சமயத்தில் எவ்வாறு இருக்க முடியும் என்பதைத் தன்னால் எண்ணிப்பார்க்க முடியவில்லை என்று குறிப்பிட்டார். இதை, கொள்கையளவில் விளக்குவது கடினமானது. ஆனால், நடைமுறையில் நடத்திக் காட்டுவது எளிதானது. எனவே, நான் அவரை ஒரு தொழிலாளர் பணியில் இருக்கும் பொழுதும் சென்று அவரே இதைக் கண்டறியலாம் என்று யோசனை கூறினேன். அவரும் இதனை ஏற்றுக்கொண்டு என்னைத் தொப்பிகள் செய்து வாழ்க்கை நடத்தும் ஒரு பள்ளி ஆசிரியரிடம் இட்டுச் சென்று, தொப்பி செய்யும் பொழுது எங்கே ஓய்வும் மாறுதலும் கிடைக்கின்றது என்று தமக்குச் சுட்டிக்காட்டும்படி என்னைக் கேட்டுக் கொண்டார்.

எவ்வாறு தொப்பி செய்யப்படுகின்றது என்று எங்களுக்குக் காட்டும்படி ஆசிரியரிடம் கூறியபோது அவர் தமது கூடையைக் கொண்டுவந்து அதிலிருந்து மெத்தென்று பூம்பட்டு வகைத் துணியை எடுத்து அதிலிருந்து கோழி முட்டை வடிவமான ஒருதுண்டை வெட்டினார். பிறகு செந்நிறமான உள்வரி துணியை எடுத்து அதே போல் இன்னொரு துண்டை வெட்டினார். இத்துடன் சில பழைய செய்தித்தாள்களின்துண்டுகளைச் சேர்த்துத், தையல் இயந்திரத்தில் சில பூ வடிவங்களைத் தைத்துப், பின் அதைத் தொப்பியின் மேல் பகுதியில் வைத்தார். அதன் பிறகு மேற்பகுதியில் காற்றோட்டத்திற்காக ஒரு சில துளைகள் செய்தார். இவ்வாறு, வெவ்வேறு வகையான வேலைகளில் அவர் ஈடுபட்டிருக்கும் பொழுது நான், பொறியாளருக்குத் தொப்பி செய்வதற்கான மூலப் பொருட்கள் சில இத்தாலியிலிருந்தும் சில ஜப்பானிலிருந்தும் வருகின்றன என்றும், எனவே அவற்றைப் பெறுவதில் ஆசிரியருக்கு அயல்நாட்டு வாணிகம் பற்றிய சில பிரச்சினைகள் எழும் என்றும், மேலும் அவர் கத்தரிக்கோல் எடுத்து வெட்டும் பொழுது அவரது ஒரு ஆற்றல் பயன்படுகிறது என்றும், அவர் பூ வடிவங்களைத் தைக்கும் பொழுது அவரது கலைத் திறமையும், அவர் தொப்பியின் மேல் பகுதியில் காற்றோட்டத்திற்காகத் துளைகள் போடும்பொழுது அவரது நரம்பு மண்டலத்தில் வேறு ஒரு பகுதியும் பயன்படுகிறது

என்றும், அப்பொழுது அவரது கலை உணர்ச்சிக்கு ஓய்வு கிடைக்கிறது என்றும் விளக்கினேன்.

இவ்வாறு, நாங்கள் பேசிக்கொண்டிருக்கும் பொழுது வீட்டின் கொல்லைப் புறத்தில் அவரது சிறு குழந்தை கத்தியது. உடனே ஆசிரியர் தம்முடைய வேலையை விட்டுவிட்டுக் குழந்தையிடம் ஓடி அதைத் தூக்கிக்கொண்டு தம்முடைய மனைவியையும், விருந்தினர் வந்திருந்த பொழுது குழந்தையைக் கத்தவிட்டதற்காகக் கோபித்தார். இவ்வாறு, ஆசிரியர் தம் மனைவியிடம் சண்டை போட்டுக் கொண்டிருந்த பொழுது நான் பொறியாளரிடம், "இப்பொழுது அவருக்கு வேடிக்கையும் விளையாட்டும் கிடைத்து இருக்கிறது" என்றேன். பொறியாளரும் வாய்விட்டுச் சிரித்து விட்டு நீங்கள் சொல்வதின் பொருளை இப்பொழுது முற்றிலுமாகத் தெரிந்து கொண்டேன் என்று சொல்லிக் கிளம்பத் தயாரானார்.

வாழ்க்கை தனது இயற்கையான போக்கிலேயே செல்ல அனுமதிக்கப்பட்டால், அது நம்முடைய எந்த முயற்சியும் இன்றித், தனது தேவை அனைத்தையும் நிறைவு செய்துகொள்ள வலுவுள்ளதாகவே இருக்கிறது.

வேலையும், வாழ்க்கையில் அதன் செயலாக்கமும் மேற்கூறியபடிதான் இருக்கிறது. அது மனிதன் தன்னுடைய ஆற்றலைப் பயன்படுத்தவும் தன்னுடைய வாழ்நாளில் தன்னை வளர்த்துக் கொள்ளவும், அதன்பின் அவனிடம் இருப்பதில் சிறந்ததைத் தன்னுடைய வேலையில் அழியாத முத்திரையாகப் பதித்துத் தன்னுடைய ஆளுமையை நிலைநிறுத்திக் கொள்ளவும் வழிவகுக்கிறது.

எவ்வாறு ஒரு ஓவியன் தன்னுடைய அழகு உணர்ச்சியை ஒரு ஓவியம் தீட்டும் துணிக்கு மாற்றி, எதிர்காலச் சந்ததியினர் வியந்து போற்றும் படியான ஒரு அரிய கலைப்படிப்பை விட்டுச் செல்கிறான் என்பதைப் பார்த்தோம். ஓவியன் வண்ணக்கலவையைக் குழைத்துத் துணியில் தீட்டும் பொழுது அது நாட்கணக்காகச் செய்யும் ஒரு சலிப்பூட்டும் வேலையாகத் தோன்றியிருக்கலாம். ஆனால், ஒரு அரிய கலைப் படைப்பை உருவாக்குவதற்கு அத்தகைய உழைப்பு அவசியம். இத்தகைய சலிப்பூட்டும் கடின உழைப்பை ஒரு அச்சுப் படிவம் தவிர்க்கலாம். ஆனால், அத்தகைய படிவத்தின் மூலம் பெறப்பட்ட பொருள் ஒரு தலை சிறந்த ஓவியனின் படைப்புடன் ஒப்பிடும்பொழுது குப்பைக் காகிதம் போன்றதுதான்.

ஓவியம் தீட்டப்படுவதற்கு முன்பேகூட வண்ணங்களைத் திறமையாகக் கலந்து இணைப்பதற்குப் பல மணிக்கணக்கான கடின உழைப்புத் தேவைப்பட்டிருக்கும். அஜந்தா குகைகளில் பயன்படுத்தப்பட்ட வண்ணங்கள் இத்தனை நூற்றாண்டு காலமாக அழியாத, ஒரு முழுநிலை எய்த பல ஆண்டுக் காலமாக உருவாயிருக்கும். அந்த காலத்திலிருந்த கலைஞர்கள் அத்தகைய கடின உழைப்பைக் கண்டு எவ்விதத் தயக்கமோ, ஆச்சரியமோ கொள்ளவில்லை. அவர்களது ஒப்பில்லாத திறமையைக் கண்டு வருங்காலச் சந்ததியினர் வாழ்த்தி வணங்குகின்றார்கள். இந்தக் கலைஞர்களும் அத்தகையதொரு விளைவை உழைப்பில்லாமல் பெற எந்தக் குறுக்கு வழியையும் கண்டுபிடிக்கவில்லை. இயற்கை ஒரு கண்டிப்பான எஜமான் ஆகும். நாம் நிலைத்த தன்மையை அடைய விரும்பினால், நாம் முழுமையான உழைப்பை நல்க வேண்டும். அந்தக் கணத்திற்கு மட்டும் நிறைவு செய்யக்கூடிய நிலையற்ற உழைப்பு இந்த நோக்கத்தை ஈடுசெய்யாது. இயற்கை ஏமாற்றப்படுவதையோ அடக்கி ஒடுக்கப்படுவதையோ ஏற்காது.

இதேபோல் பாறைகளைக் குடைந்து எல்லோரா குகைக்கோவில்களை உருவாக்கியவர்கள் எதிர்காலத் தலைமுறையினருக்கு, அவர்களது ஆர்வத்துடன் கூடிய உழைப்புக்கு ஒரு அழகிய அடையாளமாக இவற்றை விட்டுச் சென்றிருக்கிறார்கள். இந்தக் கோவில்களில் உள்ள இசைவுப் பொருத்தமும், சரிசீர் அமைப்பும் உழைப்பை ஒதுக்கித் தள்ளுவதன் மூலமோ விளைந்த விளைவுகள் அல்ல; ஒரு வாய்ப்பை முற்றும் எதிர்நோக்கி உழைத்ததன் விளைவாகும். நல்லமுறையில் நெறிப்படுத்தப்பட்ட உழைப்பு, உழைப்பவரையும், உழைப்பின் மூலம் கிட்டிய பொருட்களையும் வாழ்த்துகிறது.

நல்லமுறையில் உண்மையாக உழைத்த உழைப்பிற்கு மேலும் ஒரு எடுத்துக்காட்டாக, டில்லியில் குதுப்மினார் அருகில் எழுத்துக்கள் பொறிக்கப்பட்ட மிகப் பழமையான எஃகுத் தூணைக் கூறலாம். இந்தத் தூண்திறந்த வெளியில் வெயிலிலும் மழையிலும், தட்பத்திலும் வெட்பத்திலும் நூற்றாண்டுகளாக இருந்து கொண்டிருக்கிறது. எனினும், இதில் ஒரு துளிகூட துரு ஏறவில்லை. தற்கால உலோக விஞ்ஞானிகளை இந்தத் தூணின் கலவை வியப்பில் ஆழ்த்தியுள்ளது. இத்தகைய வியத்தகு தூணை உருவாக்கிய கொல்லர்கள் இத்தகையதொரு விளைவை உருவாக்க எந்தக் குறுக்கு வழியையும் நாடவில்லை. இத்தகையதொரு உலோகத்தை

உருவாக்குவதில் உள்ள உழைப்பையும் கட்டுப்பாட்டையும் உதாசீனப் படுத்தவில்லை. தங்களது வேலையை இயற்கை நிர்ணயித்தபடி செய்து முடித்தார்கள்; இந்த உண்மையை இன்னும் நமக்கு எடுத்துக்காட்டும் நினைவாலயமாக அது விளங்குகிறது.

தங்கச் சுரங்கத் தொழிலுடன், செல்வத்தையும் சுக வாழ்வையும் பற்றிய எண்ணத்தைப் பொதுவாக இணைப்போம். ஆனால், கடின உழைப்பை ஒரு வர்க்கத்தினருக்கு என்று ஒதுக்கியும், சுகத்தை மற்றொரு வர்க்கத்தினர் அபகரித்தும் உள்ள நிலை, இந்தியாவில் புகழ்வாய்ந்த தங்கச் சுரங்கங்கள் உள்ள மாவட்டத்தை ஒரு ஏழ்மையான பகுதியாக மாற்றி உள்ளது. இந்த மாவட்ட விவசாயிகள் எவ்வளவு வறிய நிலைக்குத் தள்ளப்பட்டிருக்கிறார்கள் என்றால் அவர்கள் சிறிய பால் அளிக்கும் பசுவையே, வயலை உழவும் பயன்படுத்தி, 'இருநோக்கப் பசுவைப்' பராமரிக்கும் கட்டாயத்திற்கு ஆட்படுத்தப்பட்டுள்ளனர்.

ஒருமுறை நான் அங்கு சென்றிருந்தபொழுது 7000 அடி ஆழத்திலுள்ள ஒரு சுரங்கத்திற்கு அழைத்துச் செல்லப்பட்டேன். அங்கு சிறிய 'டேவி' விளக்குகள் தரும் குறைந்த வெளிச்சத்தில் இருண்ட ஊடுவழிகளில் காலை முதல் மாலை வரை தூசி, குப்பை, அபாயம் இவற்றிற்கு இடையில் தொழிலாளர்கள் பாறைகளை வெடி வைத்து வேலை செய்து கொண்டிருக்கிறார்கள். இதற்கு அவர்களுக்குக் கிடைத்த கூலியெல்லாம் ஒருவேளை சோற்றுக்குத்தான் போதுமானது. அவர்களது வேலை மிகவும் கடினமானது.

வேலை முடிந்து சுரங்கத்தைவிட்டு புதிய காற்றைச்சுவாசித்து வெளிச்சத்திற்கு வரும்பொழுது அவர்கள் முற்றிலும் களைத்துத் தளர்ந்து விடுகிறார்கள். இந்த மாநிலத்திற்கு இந்த மாவட்டம் மது விற்பனை மூலம் மிக அதிக வருவாயை அளிக்கின்றது. இந்தச் சுரங்கத் தொழிலாளர்களின் நாடி நரம்புகளெல்லாம் கடின உழைப்பால் தளர்ந்து போனபின் அவர்கள் புகலிடமாக மதுவை நாடிச் செல்வதில் என்ன வியப்பு? இந்தத் தொழிலாளர்களிடம் மோகநோயும் வெகுவாகப் பரவியுள்ளது. மனிதனின் நரம்பு மண்டலம் அதிக அளவில் பாதிக்கப்படும்போது மது, மாதர் இவர்கள் மூலம் கிடைக்கும் கேளிக்கையை இயற்கையாகத் தேடிப்போவது எதிர்பார்க்கக்கூடிய ஒன்றுதான். மனித உடலமைப்பு இத்தகையதாகத்தான் இருக்கிறது.

நான் சுரங்கத்தைப் பார்த்து முடித்த பின் சுரங்க மேலாளர் என்னிடம் சுரங்கத் தொழிலாளர்களின் வாழ்க்கையை மேம்படுத்த ஏதாவது சமூகப் பணியை நான் கூறமுடியுமா? என்று கேட்டார். அப்பொழுது அவருக்கு நான் இரண்டு யோசனைகளைக் கூறினேன். முதலாவதாகச் சிறந்த பணி. சுரங்கங்களை மூடுவதன் மூலம் அவர்களது உழைப்புக்கும் வேலைக்கும் உரிய கௌரவம் கொடுப்பது. இரண்டாவதாக அவர்களது துயர்களை மூழ்கடிக்க உதவும்வண்ணம் மேலும், அதிக அளவில் மதுக் கடைகளைத் திறப்பது. இதைக் கேட்டதும் சுரங்க மேலாளர் அதிர்ந்து போனார் என்று கூறத்தேவையில்லை. இந்த இரண்டு வழிமுறைகளையுமே அவரால் ஏற்றுக்கொள்ள முடியவில்லை. ஏனெனில், இந்த நிறுவனம்தான் மிக அதிக அளவில் ஆதாயப் பங்கு அளித்து வந்தது. மனிதர்களைவிட அவர்களுக்குப் பொன்னும் பணமுமே மேலானது.

இயற்கை நிர்ணயித்தபடி வேலையின் மூலம் முழுப்பயனையும் நாம் பெற விரும்பினால், அதைச் செயலாக்கம் இல்லாத சிறுசிறு கூறுகளாகப் பிரிப்பதற்குப் பதில், அதனை அதனுடைய எளிய மூலப் படிவத்தையொட்டி எவ்வளவு நெருக்கமாக வைக்க முடியுமோ அவ்வளவு நெருக்கமாக வைக்க வேண்டும்.

ஊதியங்கள்

தொழிலாளருக்கு நன்மை அளிப்பதன் மூலம் இயற்கை, உழைப்புக்கு நல்லமுறையில் பரிசளிக்கிறது என்று பார்த்தோம். வேலையின் மூலம் கிடைக்கும் இத்தகைய நன்மைகளே இயற்கையான ஊதியங்களாகும்.

வாழ்க்கை மேலும் மேலும் சிக்கலானபோது மனிதன் உழைப்பைப் பகிர்ந்தளிக்க ஆரம்பித்து உழைப்பின் இயற்கையான பயனின் ஒரு பங்காகப் பண ஊதியத்தைக் கொண்டு வந்தான். நாம் வேலையின் உண்மையான செயலாக்கத்தை மட்டும் நம் முன்னால் கொண்டால், இத்தகைய குழப்பங்கள் நம்மை நமது பாதையிலிருந்து விலக்கிவிட்டுச் செல்ல வேண்டிய அவசியம் ஏற்படாது.

துரதிருஷ்டவசமாக ஊதிய முறை நடைமுறைக்கு வந்தபின் வேலையின் செயல் தன்மையை விட்டு விட்டு வேலையால் கிடைக்கப்பெறும் இறுதிபொருள் வலியுறுத்தப்பட்டு வருகிறது. தற்போது செயல்தன்மை புறக்கணிக்கப்பட்டுச், செய்யப்பட்ட பொருளே ஓங்கி நிற்கிறது. முதலாளி வெளிச்சந்தையில் மிக அதிக இலாபத்திற்கு விற்கக்கூடிய பொருளைப் பற்றியே

நினைக்கிறார். அத்தகைய பொருட்களை மிகக் குறைந்த விலையில் பெற முயல்கிறார். அவற்றை உற்பத்தி செய்ய ஒரு ஊதியத்தை அளிக்க முன்வருகிறார். மிக அதிக எண்ணிக்கையில் இருக்கும் தொழிலாளர்கள் இந்தப் பொருட்களைத் தயாரிப்பதில் தார்மீக விளைவுகள், வேலை செய்யவேண்டிய சூழ்நிலைகள், கையாளப்படும் வழிமுறைகள், இறுதி விளைவுகள் இவை எப்படியிருந்த போதிலும், இப்பொருட்களைத் தயாரிக்க போட்டி போட்டுக் கொண்டு முன் வருகின்றனர். பணத்தைத் தவிர வேறு எந்த மதிப்புகளும் கருத்தில் கொள்ளப்படுவதில்லை. இவ்விதமாக வேலை வணிகச் சார்பாக்கப்பட்டுள்ளது. உழைப்பும் யார் அதிகவிலை கொடுக்கத் தயாராக இருக்கிறார்களோ அவர்கள் விரும்பியபடி கையாளும் ஒரு விற்பனைப் பொருள் என்ற இழிந்த நிலைக்கு வந்துவிட்டது. முதலாளியும் உழைப்பை எவ்வளவு மலிவான விலையில் பெறமுடியுமோ அவ்வாறு பெற முயலுகிறார்.

ஒரு அடிமை வர்த்தகர் ஆப்பிரிக்காவின் மேற்குக் கடற்கரையில் பிடிக்கப்பட்ட அடிமைகளை அமெரிக்காவின் தோட்டத்திற்குக் கப்பல்கள் மூலம் அனுப்ப கடற்பணியாட்களைக் கோருகின்றார். அதேபோல் சீனாவில் அபினைத் திணிப்பதற்குக் கஞ்சாச் செடி பயிரிடுவோர் தொழிலாளர்களைக் கோருகின்றார். அவர்களுக்குத் தேவையான தொழிலாளர்களும் பணம் ஒன்றை மட்டுமே கருத்தில் கொண்டு, வேறு சமூகத்தார்மீகக் கருத்துக்களைப் பற்றிச்சிறிதும் எண்ணாமல் பணியாற்ற முன்வருவார்கள். இவ்வண்ணமாகத் தார்மீக மதிப்புகள் வலுவற்றதாக்கப்படுகின்றன.

தனது கைக்குழந்தைக்குப் பாலூட்டும் பொழுதோ அல்லது தனது மக்களுக்கு வேண்டிய உணவைச் சமைக்கும்பொழுதோ ஒருதாய் இயற்கை வகுத்தபடி 'சேவைப் பொருளாதாரத்தில்' செயலாற்றுகிறாள். பதிலுக்கு அவளுக்குக் கிடைப்பதெல்லாம் தனது மக்கள் நன்கு உண்டு மகிழ்ச்சியாயிருப்பது கண்டு அவள் அடையும் ஆனந்தம்தான். அது தான் அவளது ஊதியம்.

கைக்குழந்தைக்கு ஒரு செவிலித்தாய் பாலூட்டும் போதோ அல்லது ஊதியம் பெறும் சமையல்காரர் உணவு தயாரிக்கும் போதோ இது முயற்சிப் பொருளாதார நிலைக்கு இயங்கி விடுகிறது. மேற்கூறிய இரண்டு எடுத்துக்காட்டுகளிலும் தாயின் வேலையும் செயலாக்கமும் வியாபாரச் சார்புடையதாகி விடுகிறது. செவிலித்தாயும் சமையல்காரரும் தாங்கள் பெறும் பண ஊதியத்தால்

திருப்தி அடைகின்றார்கள். குழந்தைகள் நலன் இரண்டாவது இடம்தான் பெறுகிறது.

உண்மையான தேவையின் அடிப்படையில் இல்லாமல், தாயின் உடற்கட்டுக் குலையாமல் இருப்பதற்காகத் தாய்ப்பாலிற்குப் பதில் குழந்தைக்கு பாட்டில் மூலம் செயற்கைப் பால் அளிக்கப்படும் பொழுது, மேலும் கீழான "கொள்ளைப் பொருளாதார" நிலைக்கு இறங்கி விடுகிறோம். உற்பத்தியாளர் குழந்தையைப் பற்றிக் கவலைப்படுவதில்லை. தன்னுடைய பொருளின் பெருமை மூலமும், தாயின் உடல் அழகைப் பற்றிய 'கரிசனத்தின்' மூலமும் சந்தையில் தன்னுடைய பொருளை எப்படித் 'தள்ளுவது' என்பதைப் பற்றியே கவலை கொள்ளுகிறார்.

குழந்தை உணவைப் பற்றிய விளம்பரங்கள் உண்மைக்குப் புறம்பாக இருக்கும்போது நாம் 'புல்லுருவிப்' பொருளாதார நிலைக்கே போய் விடுகிறோம். குழந்தைக்கு எந்தக் கேடு நிகழ்ந்தாலும் அதைப் பற்றிக் கவலை கொள்ளாமல் இலாபம் ஒன்றே இங்கு அனைத்தையும் மீறிய குறிக்கோளாகக் கொள்ளப்படுகிறது. இவ்வாறு தாயின் இயற்கையான ஒரு செயலை இறுதியாகப் பண ஊதியத்திற்காகப் பல்வேறு நபர்கள் செய்ய முற்படுகின்றனர். இவ்வண்ணமாகத் தாயின் பணியின் கௌரவமும், அதை ஒட்டியுள்ள உடல் நலமும் இழக்கப்படுகின்றன. எஞ்சியிருப்பதெல்லாம் பணத்திற்காக நிகழும் கொடுக்கல் வாங்கல் வியாபாரம்தான்.

ஒரு காலத்தில் காஷ்மீரில் மிகவும் மிருதுவாகவும் வெதுவெதுப்பு அளிப்பதாகவும் உள்ள மென்மயிர்த் தோலினால் மூடப்பட்ட "டர்க்கிஷ்" துண்டு போன்ற, வண்டிகளில் விரிக்கக்கூடிய கம்பளம் தயாரிக்கப்பட்டு வந்தது. இதைத் தயாரிப்பதற்கு மிகுந்த திறமையும் அதிக நேரமும் வேண்டும். எனவே, அவற்றின் விலையும் அதிகம். நாளடைவில் ஆலையில் செய்யப்பட்ட கம்பளங்கள் அவற்றின் இடத்தைப் பிடித்துக் கொண்டன.

ஒரு முறை சர்க்கார் சங்க ஊழியர் ஒருவர் சாலை போடுவதற்காகக் கற்களை உடைத்துக்கொண்டிருந்த ஏழைத் தொழிலாளர்கள் சிலரைக் கண்டார். அவர்களை விசாரிக்கும்பொழுது இவர்களெல்லாம் மேற்சொன்ன கம்பளங்களை நெய்யும் கலையில் தேர்ச்சிபெற்ற நெசவாளர்கள் எனக் கண்டறிந்தார். அவர்கள் தயாரித்த பொருட்களின் இடத்தை ஆலைத் தயாரிப்புகள் பிடித்துக் கொண்டபின் அவர்கள் தங்கள் தொழிலை இழந்து விட்டார்கள்:

உலகமும் அவர்களது தேர்ச்சி பெற்ற கலை ஆற்றலின்பயனை இழந்தது.

வேலையிலிருந்து, வேலையால் கிடைக்கும் பொருளுக்கு முக்கியத்துவம் மாற்றப்படுவதால் தேர்ச்சி பெற்ற தொழிலாளர்கள் கல்லுடைக்கும் தொழிலாளராக மாற்றப்படுகிறார்கள். இதுதான் மனித ஆற்றலை இயற்கையாகவும் செம்மையாகவும் பயன்படுத்துவதா? வேலையின் உண்மையான செயலாற்றலை ஒதுக்கிவிட்டுப் பண ஊதிய முறையினால் உருவானதே வேலையின் இந்த இழிந்த நிலை.

ஆலையில் தயாரிக்கப்பட்ட பொருட்கள் கைவினைஞர்களிடமிருந்து அவர்களை மேம்படுத்தும் வேலையின் பயனைக் கவர்ந்துள்ளன. முன்னதாக, எவ்வாறு இங்கிலாந்தில் சுதந்திரமான விவசாயிகள், பிரிட்டிஷ் ஆலைகளில் கீழ்ப்படிந்து நடக்கும் தொழிலாளர்களாக மாற்றப்பட்டனர் என்பதைப் பார்த்தோம். நம் நாட்டிலும் இத்தகைய ஆலைகளிலிருந்து தயாரிக்கப்படும் பொருட்களை இறக்குமதி செய்வதால், மக்கள் தங்களது வாழ்க்கையை நடத்த வாயில்லாப் பிராணிகளுடன் போட்டிப்போடும் சூழ்நிலைக்குத் தள்ளப்பட்டுள்ளனர். பெரும்பாலான நகரங்களில் வண்டிகளையும் ரிக்ஷாக்களையும் மாட்டிற்கும் குதிரைக்கும் பதில் மனிதனே இழுப்பதைச் சாதாரணமாகப் பார்க்கலாம். தொழில் வளர்ச்சி அடைந்த நாடுகளிலுள்ள வேலைப் பளுவை மிச்சப்படுத்தும் கருவிகளுக்கு எதிர் இணையாகும் இது.

இங்கிலாந்திலே இது உழைப்பை மிச்சப்படுத்தலாம். ஆனால், இந்தியாவில் இது மக்களை, உடலோடு உயிர் ஒட்டி வைத்துக்கொள்ளத் தேவையான ஆதாரங்களைத் தேடி அலையும் மிக மோசமான நிலைக்குத் தள்ளி விடுகிறது. புதிய இன்னல்கள் எதையும் உருவாக்காமல் பிரச்சினைகளைத் தீர்ப்பதாகச் சொல்லி, உரிமை கொண்டாடும் எந்த முயற்சியும் ஓரிடத்தில் செழிப்பை உருவாக்கி மற்றொறிடத்தில் வறுமையை உண்டு பண்ணக்கூடாது. ஒரு தேர்ச்சிபெற்ற கைவினைஞனைக் கல்லுடைக்கும் தொழிலாளியாகவோ அல்லது ரிக்ஷா இழுப்பவராகவோ மாற்றி, விலங்குகளுடன் உணவுக்காகப் போட்டிபோட வைப்பதுதான் முன்னேற்றமா?

மனித ஆற்றலில் சிறந்ததை வளர்ப்பதாகவும் ஒழுக்கத்தை உருவாக்குவதாகவும் இருந்த பண்டைய பெருமையான நிலைக்கு நாம் வேலையை மீண்டும் கொண்டுவர வேண்டும். வேலையை

அதன் தளைகளிலிருந்து விடுவித்து, அதை இயற்கையான முறையில் முற்றிலுமாக இயங்க அனுமதித்தால் தான் இதைச் செய்யமுடியும்.

மனிதன் வாழ்க்கையின் ஒளியில் மிளிர வேண்டுமானால், அவனுக்கு வேலை என்னும் தீ அவசியம். முறையான வேலை, அதைச் செய்பவருக்கு மட்டுமின்றி அவரைச் சுற்றியுள்ள எல்லோருக்குமே சுகம் அளிக்கும். தன்னுடைய குழந்தைகளுக்காகக் கடுமையாகப் பாடுபடும் ஒருதாய், அந்த உழைப்பில் தன்னுடைய மகிழ்ச்சியை அடைகிறாள். மேலும், குடும்பம் முழுவதுமே அவளுடைய அன்பான அரவணைப்பின்கீழ் வருகின்றது. அக்குழந்தைகளின் உள்ளமும் உடலும் நன்கு பராமரிக்கப்பட்டு அவர்கள் சிறந்த குடிமக்களாக உருவாவார்கள். எவ்வளவு திறமைசாலியாக ஒரு செவிலியரோ அல்லது வீட்டு நிர்வாகியோ இருந்தாலும் அவரால் ஒரு இல்லத்தில் தாயாரின் இடத்தை இட்டு நிரப்ப முடியாது.

அதேபோல் வேலையின் உண்மையான செயலாக்கத்தைப் பண ஊதியம் என்ற தூண்டில் இரையினால் ஆற்ற முடியாது. தாயின் அன்பை வாங்கவோ விற்கவோ முடியாது. அதை வியாபாரமாக்குவதால் வேலையில் உள்ள தொழில் பூர்வமான ஈடுபாடு பெரும் இழப்புக்கு ஆளாகிறது. நோயாளியை, அவர் தரும் பணத்திற்காக மட்டும் கவனிக்கும் ஒரு மருந்துவரைவிட, ஒவ்வொரு நோயாளியையும், நோயையும் அதிக அக்கறையுடன் ஆராய்ந்து அணுகும் ஒரு மருத்துவர் அதிக அனுபவமும் அறிவும் பெறுவார். முதல் மருத்துவர் பண ஆசையினால் தொழில் செய்கிறார்; பின்னர்த் தமது தொழிலை நேசிப்பதால் தொழில் செய்கிறார். முதல் மருத்துவர் மருந்துகளை விற்கும் ஒரு வியாபாரியே; மருந்துகளை உபயோகிக்க அவர் ஆலோசனை கூறும்பொழுது உற்பத்தியாளரின் ஒரு விற்பனையாளராக ஆகிறார். ஆனால், இரண்டாவது மருத்துவர்தான் உண்மையிலேயே தொழில் செய்பவர். பணத்தையே அடிப்படையாகக் கொண்ட பொருளாதாரத்தில், மருத்துவருக்குக் கொடுக்கப் பணம் இல்லாவிட்டால், அவர் யாராலும் கவனிக்கப்படாமல் மரணம் அடையலாம். மற்றொருவர், உண்மையிலேயே எந்த நோயும் இல்லாமல் வீண் ஆர்ப்பாட்டக்காரராக இருந்தாலும், அவரிடம் பணம் இருக்குமேயானால் அவருக்காக மருத்துவ உலகமே அவர் வேண்டிய பொழுதெல்லாம் அவரைக் கவனிக்க ஓடோடி வரும்.

அதேபோல் தன்னுடைய வழக்குகளில் ஒரு தார்மீக ஈடுபாடு கொண்டு நடத்தும் ஒரு வழக்குரைஞர் உண்மையாகத் தொழில் செய்கிறார். பணத்திற்காக மட்டும் வழக்கை எடுத்துக்கொள்ளும்

மற்றொருவர் சட்டத்தை வியாபாரம் ஆக்குகிறார். வழக்குரைஞரின் அளவுக்கு அதிகமான பணப் பசியைத் தீர்ப்பதற்கான வழிவகை இல்லாததால் எவ்வளவோ மனிதர்கள் சிறைக்கம்பிகளுக்குப் பின்னால் வாடிக் கொண்டிருக்கிறார்கள்.

துரதிருஷ்டவசமாக வாழ்க்கையின் ஒவ்வொரு அங்கமும் சந்தைக்குக் கொண்டுவரப்பட்டுப் பணப் பொருளாதாரத்தின் இறுகிய பிடிக்குள் அகப்பட்டுக் கொண்டிருக்கிறது. இதனால், மனிதாபிமானக் கண்ணோட்டத்துடன் தொழில் நடத்துபவர்களைக் காண்பதே அரிதாகவுள்ளது.

நாம் பார்த்த மேற்சொன்ன இனங்களில் எல்லாம், முக்கியத்துவம் வேலையிலிருந்து ஊதியத்திற்குச் சென்றுள்ளது. ஊதியத்தில் படைப்பாற்றலுக்கு வகையில்லாததால் எவ்வித முன்னேற்றமும் அங்கு இல்லை. மருத்துவத் துறையில் நமது நாடு தலைசிறந்த விஞ்ஞானி எவரையும் உருவாக்கவில்லை என்று மக்கள் அங்கலாய்க்கிறார்கள். இதற்கான காரணத்தைக் கண்டுபிடிப்பது கடினம் அல்ல. இந்தத் தொழில் 'புல்லுருவிப் பொருளாதாரம்' அல்லது 'கொள்ளைப் பொருளாதார' முறையிலேயே கடைப் பிடிக்கப்பட்டு வருகிறது. 'முயற்சிப் பொருளாதாரத்தை'ச் சிலரே எட்டுகின்றனர். 'ஒப்புரவு' பொருளாதாரத்திலும் 'சேவைப் பொருளாதாரத்திலும்' அபூர்வமாக இருக்கும் ஒரு சிலராலும் பயன்தரத்தக்க விளைவை ஏற்படுத்த முடியவில்லை. ஏனெனில், இந்தத் துறை மிக விரிவானது. ஆனால், அவர்களுக்கு இருக்கும் வசதி குறைவானது.

வாழ்க்கையில் ஒவ்வொரு பிரிவிலும் உண்மையாகவும் நேர்மையாகவும் தொழில் செய்பவர்களுக்குப் பஞ்சமாக இருக்கிறது. வேலையிலிருந்து ஊதியத்திற்கும், வேலையால் உருவாக்கப்படும் பொருளுக்கும் முக்கியத்துவம் மாற்றப்பட்டுப், பணமே கோலோச்சும் பொருளாதாரத்தில் இது தவிர்க்க முடியாதது போலும்.

வேலையின் இயற்கையான தன்மையை நாம் சரிவர உணர்ந்து கடைப்பிடித்தால், அது உடலுக்கு உணவு எப்படியோ அதுபோன்றே நமது மேலான ஆற்றல்களுக்கு இருக்கும். அது உயிரூட்டி ஊட்டம் பெறச் செய்து ஒரு மேலான மனிதனை, அவனால் செய்து முடிக்கக்கூடிய உயர்ந்த படைப்பை உருவாக்க வலியுறுத்தும். அது அவனுக்குள்ளிருக்கும் மிருகத்தைக் கட்டுப்படுத்தி, முன்னேற்றப் பாதையில் இட்டுச் சென்று, அவனது விருப்புச்

சுதந்திரத்தை முறையான வழியில் நெறிப்படுத்தும், அவனது மதிப்புகளின் அளவுகோலை வெளிப்படுத்தித் தனது ஆளுமையை வளர்த்துக்கொள்ள ஒரு அருமையான பின்னணியையும் அளிக்கும்.

~

முடிவுரை

உழைப்பைப் பகிர்ந்தளிக்கும் முயற்சியின் முக்கியத்துவத்தை, வேலையின் செயலாக்கத்திற்குப் பதில், இயந்திரங்களின் சொந்தக்காரரைப் பொறுத்தமட்டில், அவற்றின் மூலம் கிடைக்கும் பொருளுக்கும், தொழிலாளர்களைப் பொறுத்தமட்டில் ஊதியத்திற்கும் மாற்றப்படுவதில் தான் முடிந்தது என்று கண்டோம். இதில் தொழிலாளியின்மேல் வேலை ஏற்படுத்தும் பாதிப்பு என்ற முக்கியமான விஷயம் முற்றிலுமாகப் புறக்கணிக்கப்பட்டுள்ளதால்தான் இதன் விளைவு விபரீதமாக உள்ளது.

இயற்கையில், ஒத்துழைப்புக்கான முக்கியக் காரணம் தொழிலாளரின் சுயநலமும், உடனடியாக அவர் பெரும் நன்மையும் என்று பார்த்தோம். பூவிலிருந்து தேனையும் மகரந்தத்தையும் எடுத்துக் கொள்வதையே தேனீ கருதுகின்றது; செடிகளைக் கருவுறச் செய்வதைப் பற்றி அது கவலைப்படுவதில்லை. ஆனால், இயற்கையின் பார்வையில் தேனும் மகரந்தமும் தேனீக்கு அது செய்த சேவைக்கான ஊதியமாகும்.

உழைப்பைப் பகிர்ந்தளிப்பது, உழைப்பினால் கிடைக்கும் பயனை இலாபம்,சம்பளம், கூலி, வாடகை, வட்டி என்று சிறுசிறு பிரிவாகப் பிரித்துள்ளது. ஆனால், இவை தொழிலாளர்களிடமிருந்து அவரது உழைப்பின் பயனை அபகரிக்கும் விளைவையே ஏற்படுத்தியுள்ளது. தேனீக்களின் உழைப்பின் மூலம் உருவாக்கப்பட்டதை

தேனடையிலுள்ள தேன் மெழுகுப்பூச்சு செய்வதுபோல் சுரண்டுபவர் உழைப்பின் பயனில் பெரும்பகுதியை எடுத்துக்கொண்டு போய்விடுகிறார்.

தங்களது ஒத்துழைப்பை அளிப்பதற்கு பிராணிகளுக்கு சுயநலம்தான் ஒரே தூண்டுகோல் என்ற முடிவுக்கே நமது ஆராய்ச்சி நம்மை இட்டுச் சென்றுள்ளது. இத்தகைய பயன்களைக் குலைக்கும் எல்லா முயற்சிகளும் நிலைத்த பொருளாதாரத்திற்கு மாறுபட்டவை; அவை வெகு சீக்கிரத்தில் வன்முறைக்கும் இட்டுச் செல்லும். சமபங்கீட்டை குறிக்கோளாகக் கொண்ட சோஷலிஸ்டுகள் முதலில் இலாபங்களை சேர்த்து, பிறகு அதைப் பங்கீடு செய்யத் திட்டமிடுகின்றனர். ஆனால் நேரடியாகப் பயனளிக்கும் இயற்கைக்கு இது மாறுபட்டுள்ளது. எனவே, சோஷலிஸ்டுகளின் வழிமுறையும் நாளடைவில் வன்முறைக்கே இட்டுச் செல்லும்.

~

திட்டமிடுதல்

முறையான ஒரு திட்டமிட்ட பொருளாதாரத்தைப் பற்றி விவாதிக்க இது ஒரு தக்க இடமாக இல்லாதிருப்பினும், ஊதியத்தையும் உற்பத்திப் பொருட்களையும் மட்டுமே மையமாக எடுத்துக்கொண்டுத் தீட்டப்படும் எந்தத் திட்டமும் இயற்கையோடு ஒட்டியிருக்காது என்பதை இங்குச் சுட்டிக்காட்டுவது பொருத்தமாகவே இருக்கும். நிலைத்த பொருளாதாரத்தை அடைய இட்டுச் செல்லும் நமது நோக்கத்தை ஈடு செய்யும் எந்தவொரு திட்டமும் வேலையின் செயலாக்கத்தை மையமாகக் கொள்ள வேண்டும். யாருக்காக வேலை பணிக்கப்பட்டுள்ளதோ அந்த நபரின் இயற்கைக் குணங்கள் மற்றும் ஆற்றல் இவற்றின் மீது அது நிலைநிறுத்தப் பட வேண்டும்.

ஒரு விவசாயி அறுவடை முடிந்தபின் தானியங்களைக் களஞ்சியத்தில் சேமித்து வைத்தார். ஆனால், எலிகள் அவரது சேமிப்பை கவரத் தொடங்கின. அவர் இந்தப் பிரச்சினையைப் பற்றிச் சிந்தித்து, இயற்கையின் வழியில் திட்டமிட்டார். எலிகளை ஒழிக்க ஒரு பூனையை வளர்த்தார். எலிகளைப் பிடிப்பதே பூனையின் குணம். ஆனால், அவரது வழி இயற்கையின் ஒழுங்குக்கு ஒத்துப்போனது. பூனைக்குப் பால் அளிக்க ஒரு பசுவை வாங்கினார்; அதன்பின் பசுவையும் வீட்டையும் கவனித்துக் கொள்ள ஒரு பெண்ணைத் திருமணம் செய்துகொண்டார். இத்தகைய செயலாக்கத் திட்டம் வெற்றிக்கு இட்டுச் சென்றது.

ஆனால், துரதிருஷ்டவசமாகத் தற்காலத்தில் வெளிக் கொணரப்படும் பெரும்பாலான திட்டங்கள் உற்பத்தி செய்யப்படும் பொருட்களை மையமாகக் கொண்டும், ஊதியம் பற்றிச் சிறிது கவனம் செலுத்தியும் தீட்டப்படுகின்றன. ஜெர்மனியிலும், ரஷ்யாவிலும் நடப்பது போல் அந்தத் திட்டங்கள் உடனே சில நல்ல முடிவுகளைக் கொடுக்கும் என்பதில் ஐயமில்லை. ஆனால், அவை நிலைத்து இருக்காது. நிலைத்த தன்மைக்கான பாதையை அவை பின்பற்றாததால் நாளடைவில் அவை வன்முறையை உருவாக்கும்.

காந்தியப் பொருளாதாரப் பேராசிரியர் டாக்டர். ஜே.சி. குமரப்பா
(1892-1960 நூற்றாண்டு அஞ்சலி)

1929ஆம் ஆண்டு மே மாதம் 9ஆம் தேதி; பிற்பகல் சுமார் இரண்டே கால் மணி; சபர்மதி ஆற்றின் கரையில் அமைந்த சபர்மதி ஆசிரமத்தில் உச்சிமுதல் பாதம் வரை மேல்நாட்டு நாகரிக உடை அணிந்த சுமார் 35 வயதுள்ள ஒரு மனிதர் தனது கைத்தடியைச் சுழற்றிக் கொண்டு மேலும் கீழும் நடந்து கொண்டிருந்தார். அவருக்கு ஆசிரமத்தில் கொடுக்கப்பட்டிருந்த வசதிகள் திருப்தி தரவில்லை. மேல்நாட்டு நாகரிக வகையிலேயே வாழ்க்கை நடத்திக்கொண்டிருந்த அவருக்கு ஆசிரமத்திலுள்ள கயிற்றுக் கட்டிலும் இந்தியப் பாணியிலான கழிப்பறையும் சிறிதும் பிடிக்கவில்லை. பிற்பகல் 2.30 மணிக்கு இருந்த வேலையை முடித்துக் கொண்டு, எப்பொழுது திரும்பலாம் என்று அவர் துடித்துக் கொண்டிருப்பது போல் இருந்தது. திடீரென்று அவர் முன்னால் ஒரு விநோதமான காட்சி புலப்பட்டது. தரையிலே ஒரு முதியவர் உட்கார்ந்து கொண்டு ஒரு பழங்காலக் கருவியில் நூல் நூற்றுக் கொண்டிருந்தார். முதியவர் இந்த விருந்தாளியைப் பார்த்துவிட்டுத் தமது கைப்பையிலிருந்து கடிகாரத்தை அடிக்கடி எடுத்து மணியைப் பார்த்துக் கொண்டிருந்தார். சரியாக 2.30 மணிக்கு, நூற்பதை விட்டுவிட்டு விருந்தாளியை, "நீங்கள்தான் மிஸ்டர் கார்னீலியஸா?" என்று கேட்டார். அப்பொழுதுதான்

விருந்தாளிக்குத் தம்மைக் கேள்வி கேட்பது மகாத்மா காந்தி என்றும், அவருடன்தான் தமக்கு வேலை இருக்கிறது என்றும் புலனாயிற்று. உடனே, சாணமிட்டு மெழுகியிருந்த தரையில், தமது விலையுயர்ந்த ஆடைகளைப் பற்றிச் சிறிதும் நினைக்காமல் உட்கார்ந்துவிட்டார். மேல் நாட்டு உடையில் தரையில் உட்கார அவர் படும் சிரமத்தைப் பார்த்து, வேறு ஒரு முதியவர் பக்கத்தில் உள்ள வீட்டிலிருந்து ஒரு நாற்காலியைக் கொண்டுவந்தார். விருந்தாளி, காந்திஜியே தரையில் உட்கார்ந்து இருக்கும் பொழுது தான் நாற்காலியில் உட்கார முடியாதென்று மறுத்துவிட்டார். பிறகு விருந்தாளியும் காந்திஜியும் தங்கள் சுற்றுப் புறத்தையும் சூழ்நிலையையும் மறந்து ஆழ்ந்த விவாதத்தில் ஈடுபட்டார்கள். கண்டதும் காதல் என்று சொல்வதற்கு எடுத்துக்காட்டாக அமைந்தது இந்தச் சந்திப்பு. காந்திஜியால் அழைக்கப்பட்ட விருந்தாளிதான் பிற்காலத்தில் பேராசிரியர் ஜே.சி. குமரப்பா என்று இந்தியா முழுவதும் புகழ்பெற்ற ஜோசப் செல்லதுரை கார்னீலியஸ். அவர் எழுதிய 'பொது நிதி நிர்வாகமும் நமது வறுமையும்' என்ற நூலைப் பற்றிப் பேசவே காந்திஜி அவரை அழைத்து இருந்தார்.

ஜோசப் செல்லதுரை கார்னீலியஸ் மதப்பற்றும், சீலமும் மிக்க ஒரு கிறித்தவக் குடும்பத்தில், எஸ்தர் ராஜநாயகம், துரைசாமி கார்னீலியஸ் தம்பதிக்கு ஏழாவது குழந்தையாக 1892 சனவரி 4ஆம் தேதி பிறந்தார். தாயார் புகழ்பெற்ற வேதநாயகம் சாஸ்திரியார் குடும்பத்தைச் சார்ந்தவர். தந்தையார் புனித ஜான் கார்னீலியஸ் என்பவரின் மகன் ஆவார். செல்லதுரை பிறக்கும் பொழுது அவரது தந்தையார் தஞ்சாவூரில் பொதுப்பணித் துறையில் ஒரு அலுவலராக வேலை பார்த்து வந்தார். செல்லதுரையின்தாயார் முறையாகக் கல்லூரி சென்று படித்தவர் அல்லர். ஆனால், அவரது தலைமுறைக்கு அவர் அதிகம் படித்திருந்தார். குறிப்பாகத், தமிழில் தேர்ச்சி பெற்றிருந்தார். அன்பு, கருணை, மற்றவர்களுக்கு உதவும் பாங்கு அவரிடம் சிறப்பாக அமைந்திருந்தன. தந்தையார் கண்டிப்பானவர்; எந்த வேலையையும் குறித்த காலத்தில் குறித்த முறையில் செய்ய வேண்டும் என்பதில் அக்கறை கொண்டவர். தம் பெற்றோரிடம் இருந்த குணங்கள் மகனிடம் நன்கு பதிந்தன.

செல்லதுரை சென்னை கிறித்துவக் கல்லூரியில் வரலாற்றுப் பாடத்தில் சேர்ந்து தேறினார். பிறகு இங்கிலாந்து சென்று அக்கௌண்டெண்டாகத் தேறி ஆங்கிலேயர் கம்பெனியில் தணிக்கையாளராகப் பணியாற்றினார். அவரது நடையுடை பாவனை

எல்லாம் முற்றிலும் மேல்நாட்டு பாணியிலேயே இருந்தது. செல்லதுரையின் தந்தை 1917ஆம் ஆண்டு காலமானார்.

முதல் உலகப்போர் ஆரம்பித்தவுடன் தாயாரின் விருப்பப்படி இந்தியா திரும்பினார். பிறகு பம்பாயில் தணிக்கையாளராகத் தொழிலை ஆரம்பித்தார். 1924-ல் தாயார் காலமானபின் 1927-இல் தமது தமையனார் அழைப்பின் பேரில் அமெரிக்கா சென்றார். அங்குப் பொழுதை வீணாக்காமல் சிரக்யூஸ் பல்கலைக்கழகத்தில் சேர்ந்து வாணிப நிர்வாக இயலில் பி.எஸ்ஸி. பட்டம் பெற்றார். அமெரிக்காவில் இருக்கும் பொழுது வார இறுதி விடுமுறை நாட்களில் சிறுசிறு கூட்டங்களில் செல்லதுரை பேசிவரலானார். குறிப்பாக, இந்திய நாகரிகத்தைப் பற்றி அமெரிக்க மக்களுக்கு எடுத்துக் கூறுவதாக இந்தக்கூட்டங்கள் அமைந்தன. அதில் ஒரு கூட்டத்தில். 'இந்தியா ஏன் ஒரு ஏழை நாடாக இருக்க வேண்டும்' என்ற தலைப்பில் பேசினார். இப்பேச்சு நியூயார்க் டைம்ஸ் பத்திரிகையில் விவரமாக வெளியிடப்பட்டது. அதைக் கொலம்பியா பல்கலைக்கழகப் பேராசிரியர் டாக்டர் ஈ.ஆர்.ஏ. செலிக்மேன் படித்துச், செல்லதுரையை முதுகலைப் பட்டத்திற்குப், 'பொதுநிதி நிர்வாகத்தின் மூலம் இந்தியாவின் ஏழ்மை' என்ற தலைப்பில் ஆராய்ச்சி செய்யுமாறு வற்புறுத்தினார். இந்த ஆராய்ச்சிக் கட்டுரைதான் பின்னர்ப் 'பொது நிதி நிர்வாகமும் நமது வறுமையும்' என்ற நூலாக மாற்றப்பட்டது. அதை வெளியிடுவதற்காக அவர் முயற்சி செய்தபொழுதுதான் சிலர் அவரிடம் காந்திஜியை அணுக ஆலோசனை கூறினர். அதன் விளைவுதான் நாம் முதலில் கூறிய சபர்மதி ஆசிரமச் சந்திப்பு.

செல்லதுரை கொலம்பியா பல்கலைக் கழகத்தில் இருக்கும்பொழுது அங்கு டாக்டர்.எச்.ஜே. டேவன் போர்ட் என்ற பொருளாதாரப் பேராசிரியர், 'முயற்சியின் அடிப்படையிலான பொருளாதாரம்' என்பதைப் பற்றி ஒரு கருத்தரங்கு நடத்திக்கொண்டிருந்தார். தனி மனித இலாபமே பொருளாதாரத்தின் அடிப்படையாக இருக்க வேண்டும் என்பதும், வேறு எந்த நோக்கங்களுக்கும் பொருளாதாரத்தில் இடமில்லை என்பதும் அவரது கொள்கையாக இருந்தது. உற்பத்தியின் நோக்கமே, வாங்கும் சக்தியை அதிகரிப்பதுதான்; இதில் அறநெறிகளுக்கோ அல்லது சமூக நோக்கங்களுக்கோ இடமில்லை என்பது அவரது வாதம். தாயாரிடமிருந்து அவரது சமுதாயப் பொறுப்புகளையும் பெற்று ஏற்றுக்கொண்டிருந்த செல்ல துரையினால் தனது பேராசிரியரின்

வாதத்தை ஏற்றுக்கொள்ள முடியவில்லை. கருத்தரங்கில் செல்லதுரைக்கும் பேராசிரியருக்கும் நீண்ட விவாதங்கள் நடைபெற்றன. அவரது சக மாணவர்கள் இதனால் செல்லதுரையின் தேர்வு பாதிக்கப்படலாம் என்று கூட அஞ்சினார்கள். ஆனால், பேராசிரியர் செல்லதுரையின் துணிவையும், சுதந்திரமாகச் சிந்திக்கும் ஆற்றலையும் பாராட்டவே செய்தார். இறுதியில் அவரை முதல்தர மாணவர் என்றும் மதிப்பளித்தார். இந்த விவாதங்கள் செல்லதுரையின் மனத்திலே தார்மீக எண்ணங்களை வளர்த்தன. மனிதன், கேவலம் பொருள் சம்பாதிக்க மட்டும் வாழவில்லை; அவன் சமூகத்தில் ஒரு அங்கம்; அவனுக்கு சமூக, தார்மீக, ஆன்மீக, அரசியல் பொறுப்புகளும் உண்டு என்ற எண்ணம் மேலோங்கி எழுந்தது. எல்லாக் கொள்கைகளையும் சமூக மற்றும் தார்மீக அடிப்படையில் சீர்தூக்கிப் பார்க்கும் மனப்பாங்கும் வளர்ந்தது.

காந்திஜியைச் சந்தித்த பின் செல்லதுரையின் வாழ்வில் பெரும் மாற்றம் ஏற்பட்டது. தமது பழக்க வழக்கங்களை மேல் நாட்டு நாகரிகத்திலிருந்து முற்றிலுமாக இந்தியப் பாணிக்கு மாற்றிக் கொண்டார். கதர் ஆடை அணிய வேண்டுமென்றும் விரும்பி, பம்பாயில் கல்பாதேவி சாலையில் உள்ள கதர்க் கடைக்குச் சென்று, தமக்குக் கதர் வேட்டி வேண்டுமென்றும் அதற்குத் தம்மை அளவெடுக்க வேண்டுமென்றும் கேட்டுக்கொண்டார். வேட்டிக்கு அளவெடுப்பது கிடையாது என்பது கூட அவருக்கு அப்போது தெரியாது. இந்திய உடைக்கு மாற்றிய பிறகு தமது பெயரையும் இந்திய முறையில் மாற்ற வேண்டும் என்று விரும்பி தமது குடும்பத்தின் பழைய இந்துப் பேரான 'குமரப்பா' என்ற பெயரை வைத்துக்கொண்டார். இந்திய உடையில், இந்தியப் பெயரில் குமரப்பா முற்றிலும் காந்திஜியின் சீடராக மாறினார். ஒரு முறை பண்டித மதன் மோகன் மாளவியா, காந்திஜியை அவரிடம் சேர்த்தபின் குமரப்பாவிடம் காணப்பட்ட மாற்றத்திற்காகப், பாராட்டிய பொழுது காந்திஜி, "நான் அவருக்குப் பயிற்சி கொடுத்து மாற்றவில்லை, அவர் ரெடிமேடாகவே என்னிடம் வந்தார்" என்று கூறினார். காந்திஜியைச் சந்திப்பதற்கு முன்பே பேராசிரியர் டேவன் பார்ட்டுடன் ஏற்பட்ட விவாதங்களினால் குமரப்பாவிடம் மனமாற்றம் ஏற்பட்டிருந்தது. அது காந்திஜியைச் சந்தித்தவுடன் உறுதியானது.

காந்திஜியுடன் சேர்ந்தபின் குமரப்பா முழுநேரக் காங்கிரஸ் தொண்டரானார். காந்திஜி வெளிநாடு சென்றிருந்த பொழுது, 'யங்

இந்தியா’வின் ஆசிரியராகவும் பணியாற்றினார். ‘யங் இந்தியா’வில் அவர் கூறிய சில கருத்துக்களுக்காகச் சிறை செல்லவும் நேர்ந்தது. மொத்தம் மூன்று முறை அவர் சிறை சென்றிருக்கின்றார்.

முழுநேரக் காங்கிரஸ் தொண்டராகவும், விடுதலைப் போராட்ட வீரராகவும், காந்திஜியின் அன்பிற்குரிய சீடராகவும் குமரப்பா ஆற்றிய தொண்டுகள் பல. 1931இல் கராச்சியில் கூடிய காங்கிரஸ் மாநாட்டில், “ஆங்கிலேய அரசும் இந்தியாவும் தமக்கிடையே நிறைவேற்ற வேண்டிய நிதிப் பொறுப்புகள்” என்பதைப் பற்றி ஆராய ஒரு தனிக்குழு அமைப்பதென்று முடிவாயிற்று. இந்தக் குழுவின் அமைப்பாளராகக் குமரப்பா நியமிக்கப் பட்டார். காந்திஜி இதைப்பற்றிக் குறிப்பிடுகையில், “தனது துல்லிய பொருளாதார அறிவுக்காகவும், ஆராய்ச்சிப் பணியில் அவருக்கு உள்ள ஆர்வத்திற்காகவும் குமரப்பா இந்தப் பணிக்காகத் தேர்ந்தெடுக்கப்பட்டிருக்கிறார்” என்று குறிப்பிட்டார். இதன் பின்னர்க் குமரப்பாவைப் பேராசிரியர் குமரப்பா என்றே காந்திஜி அழைத்து வந்தார்.

1934ஆம் ஆண்டு சனவரி மாதம் 15-ஆம் தேதி பீகாரில் ஒரு மிகப் பெரிய நிலநடுக்கம் ஏற்பட்டது. பல்லாயிரக்கணக்கான மக்கள் வீடு வாசல் இழந்து தவித்தனர்; நூற்றுக்கணக்கானோர் உயிரிழந்தனர். காங்கிரஸ், டாக்டர் இராஜேந்திர பிரசாத் தலைமையில் ஒரு நிவாரணக் குழு அமைத்தது. இக்குழுவில் காந்திஜி, தாகூர், மாளவியா, சரோஜினி நாயுடு, கமலா நேரு, ஜி.டி. பிர்லா போன்ற பலர் இருந்தனர். இக்குழுவுக்கு நிதி ஆலோசகராகக் குமரப்பா நியமிக்கப்பட்டார். குமரப்பா நிவாரண நிதிக்காகப் பலரும் வழங்கிய நிதியைப் பராமரித்து, கணக்கெழுதி வங்கியில் இட்டு அனைத்து முறைகளையும் ஒழுங்கு செய்தார். செலவு செய்வதில் பல கட்டுப்பாடுகளையும் கொண்டு வந்தார்; யாரும் ஒரு நாளைக்கு மூன்று அணாவிற்கு மேல் சாப்பாட்டிற்காகச் செலவழிக்கக்கூடாது என்று ஒரு வரம்பு விதித்தார். நிவாரணப் பணியில் ஈடுபட காந்திஜியும் அவரது குழுவும் பீகார் வந்தார்கள். அவர்களால் குமரப்பாவின் சட்ட திட்டங்களுக்கு உட்பட்டு பணியாற்ற முடியவில்லை. குமரப்பா, சட்ட திட்டங்களுக்குஅப்பாற்பட்ட செலவுகளை நிவாரண நிதியிலிருந்து அளிக்க முடியாது என்பதில் உறுதியாய் இருந்தார். விவகாரம் காந்திஜியை எட்டியது. குமரப்பா, காந்திஜியிடம் ஒரு நாளைக்கு ஒரு நபருக்கு ஒரு அணா கூடினால் எவ்வாறு நிவாரண நிதி பாதிக்கப்படும் என்று விளக்கினார். காந்திஜியும் குமரப்பாவின்

விளக்கத்தை ஏற்றுக்கொண்டு, நிவாரண நிதியிலிருந்து ஒரு பைசா கூட அதிகம் செலவழிக்கக் கூடாதென்றும், தாமும் தமது குழுவும் குமரப்பாவின் சட்ட திட்டங்களுக்கு உட்பட்டே பணியாற்ற வேண்டும் என்பதையும் ஏற்றுக்கொண்டார். குழுத் தலைவரான டாக்டர் இராஜேந்திர பிரசாத்திற்கும் பொருளாதார விஷயங்களில் குமரப்பா பரிந்துரைத்தபடியே செய்யவும் என்று ஆலோசனை கூறினார். பின்னர் மத்திய பாராளு மன்றத்தில், பீகார் மத்திய நிவாரணக்குழு நிதி முறையாகச் செலவிடப்படவில்லை என்று ஒரு உறுப்பினர் புகார் செய்த பொழுது, அப்பொழுது அவையில் காங்கிரஸ் தலைவராக இருந்த திரு. புலாபாய் தேசாய், தணிக்கை செய்யப்பட்ட கணக்குகளைக் காட்டி, உறுப்பினரை அவரது புகாரை நிரூபிக்குமாறு சவால் விட்டார். குமரப்பா ஆற்றிய பணியை டாக்டர் பிரசாத் குறிப்பிடும்பொழுது, "உண்மையிலேயே பீகாரின் மானத்தைக் குமரப்பாக் காப்பாற்றினார்" என்று குறிப்பிட்டிருக்கிறார்.

1934இல் பம்பாயில் கூடிய காங்கிரஸ் சுதேசிய இயக்கத்தை நடைமுறைக்குக் கொண்டுவருவதற்காக ஒரு அமைப்பு தேவை என்று கருதி, 'அகில இந்திய கிராமத் தொழிற்சங்கத்தை' ஏற்படுத்தியது. காந்திஜியின் ஆலோசனைப்படி இதை அமைக்கக், குமரப்பாவிற்கு அதிகாரம் வழங்கியது. குமரப்பா இதைப் பாட்னாவில் தினசரி பத்திரிகையில்தான் தெரிந்து கொண்டார். பின்பு வார்தாவில் காந்திஜியைச் சந்தித்த பொழுது இந்த அமைப்பிற்காக எங்கிருந்து பணம் வரும்? அதற்கான தொண்டர்கள் எங்கிருக்கின்றார்கள்? என்று கேட்க, காந்திஜி சிரித்துக்கொண்டே, "நிதியைப் பற்றிக் கவலைப்படாதே, எவ்வளவு தேவையோ அது நிச்சயம் கிடைக்கும். தொண்டர்களைப் பொறுத்தவரை முதல் தொண்டனாக உன்னிடத்திலிருந்து தொடங்கு" என்று கூறினார். இதைக் காந்திஜியின் சிறப்புக்கட்டளையாக ஏற்றுத் தனது வாழ்நாள் முழுவதும் கிராமத் தொழில்களின் வளர்ச்சிக்காக முதல் தொண்டனாகப் பணியாற்றினார் குமரப்பா.

இந்தியக் கிராமத் தொழிற் சங்கம், சேட் ஜம்னாலால் பஜாஜ்,நன்கொடையாக அளித்த வார்தாவில் உள்ள தோட்டத்தில் அமைக்கப்பட்டது. காந்திஜியுடன் தென்னாப்பிரிக்காவில் பணியாற்றிய மகன்லால் காந்தி நினைவாக 'மகன்வாடி' என்று பெயரிடப்பட்டது. இச்சங்கத்தின் நிர்வாகக் குழுவிற்குக் குமரப்பா அமைப்பாளராகவும் செயலாளராகவும் நியமிக்கப்பட்டார். நிர்வாகக்குழுவிற்கு ஆலோசகர்களாகத் தாகூர், ஜகதீஷ்சந்திரபோஸ்,

சி.வி. இராமன், பி.சி.ரே போன்ற பதினெட்டுச் சிறந்த பிரமுகர்கள் நியமிக்கப்பட்டார்கள். சங்கத்தின் நோக்கத்தைப்பற்றிக் குறிப்பிடுகையில் காந்திஜி, "இப்படிப்பட்ட சங்கம் அமைக்க வேண்டுமென்ற எண்ணம் நான் மலபார் மாவட்டத்தில் அரிசன முன்னேற்றத்திற்காகப் பயணம் மேற்கொண்ட பொழுது எனக்கு ஏற்பட்டது. கிராம மக்களிடமிருந்து நகர மக்கள் மிகக் கொடூரமான முறையில் எடுத்துக் கொண்டதைத் திருப்பி அவர்களுக்கு வழங்க ஒரு அமைப்பு எவ்வளவு முக்கியம் என்பதை ஒரு தொண்டர் எனக்குச் சாதாரண முறையில் பேசிக்கொண்டு இருக்கும் பொழுது சுட்டிக் காட்டினார். கிராம மக்களிலே மிகவும் பாதிக்கப்பட்டவர்கள் அரிசனங்கள். அவர்களுக்கு இருப்பதெல்லாம் ஒரு சில கைத்தொழில்கள்தான். அவைகளும் அவர்கள் கையைவிட்டுப் போகும்பொழுது அவர்கள் மிருகங்கள் போல் வாழ வேண்டிய நிலை ஏற்படுகிறது" என்று கூறியுள்ளார்.

கிராமத் தொழில்களைப் பற்றி எடுத்துக்கூற, 'கிராம உத்யோகப் பத்திரிகா' என்ற ஒரு மாதப் பத்திரிகையை குமரப்பா துவக்கினார். குமரப்பா தனது பத்திரிகையில் எழுதிய கட்டுரைகளும், பல இடங்களில் பேசிய பேச்சுக்களும் தொகுக்கப்பட்டுக் 'கிராம இயக்கத்தின் தத்துவம்' என்ற தலைப்பில் வெளியிடப்பட்டது. இதைத் தவிர, 'ஏன் கிராம இயக்கம்?' என்ற தலைப்பில் ஒரு நூலையும் விரிவாக ஆராய்ச்சி செய்து, குமரப்பா வெளியிட்டார். இந்த நூலைப்பற்றிக் காந்திஜி, "இந்த இயக்கத்தின் அவசியம் பற்றியும், அது நடைமுறையில் இயலுமா என்பது பற்றியும் கூறப்பட்ட அனைத்துச் சந்தேகங்களுக்கும் குமரப்பா விடை தருகிறார். கிராமங்களை நேசிக்கின்ற எவரும் இந்தப் புத்தகம் இல்லாமல் இருக்க முடியாது. சந்தேகப்படுகிறவர்கள் எவரும் இந்தப் புத்தகத்தைப் படித்தால் சந்தேகம் தீராமல் இருக்க மாட்டார்கள்" என்று கூறுகிறார்.

1937இல் நேதாஜி சுபாஷ் சந்திரபோஸ் காங்கிரஸ் தலைவராக இருக்கும் பொழுது ஜவஹர்லால் நேரு தலைமையில் தேசியத் திட்டக்குழு ஒன்றை அமைத்தார். நேரு, குமரப்பாவும் இதில் ஒரு உறுப்பினராக இருக்க வேண்டுமென்று விரும்பினார். குமரப்பாவிற்கு அதில் சேர விருப்பம் இல்லை. இருந்தாலும், காந்திஜி விருப்பப்படி சேர்ந்தார். குமரப்பாவின் கருத்தில் திட்டக்குழு தேவையற்ற பிரச்சினைகளில் ஈடுபடுவதாகத் தோன்றியது. எனவே, காந்திஜியின் அனுமதி பெற்றுக் குழுவிலிருந்து விலகிவிட்டார்.

தமது விலகலுக்கான காரணங்களைப் பற்றிக் குறிப்பிட்டுத் தனது பத்திரிகையில் விளக்கம் கொடுத்தார். அதில், "நமது நாட்டில் மனித சக்தி அதிகமாகவும் மூலதனமும், கருவிகளும், இயந்திரச் சாதனங்களும் குறைவாக இருப்பதைக் காண்கிறோம். எனவே, நமது திட்டம் நமக்குப் பயன்பட வேண்டுமானால் அது மூலதனத்தை அடிப்படையாகக் கொள்ளாமல் மனித சக்தியை அடிப்படையாகக் கொண்டதாக இருக்க வேண்டும். என்னுடைய ஏழுமாதக் கால அனுபவத்தில் இந்த முக்கியமான கருத்தை யாரும் திட்டக் குழுவில் சீர்தூக்கிப் பார்ப்பதாகத் தெரியவில்லை" என்று குறிப்பிட்டார். காந்திஜி குமரப்பாவின் விளக்கங்களால் கவரப்பட்டு, அதைத் தமது 'ஹரிஜன்' பத்திரிகையிலும் வெளியிட்டார்.

நாடு விடுதலை அடைந்த பின்னர், காந்திஜி, பல்வேறு நிர்மானப் பணிகளுக்காக அமைக்கப்பட்டிருந்த சங்கங்களை ஒருங்கிணைக்க விரும்பினார். இச்சங்கங்கள் ஒருங்கிணைந்து இயங்காமல் தத்தம் வழியில் சென்ற ஒன்றுக்கொன்று இடையூறாகவும் இருந்துவந்தன. 1947 டிசம்பர்மாத இறுதியில் டில்லியில் இருக்கும் பொழுது சங்கங்களின் தலைவர்களுடன் வெவ்வேறு நாட்களில் காந்திஜி கலந்தாலோசித்தார். அப்படி ஒரு நாள் குமரப்பாவுடன் பேசும்பொழுது, இச்சங்கங்களை ஒன்று சேர்த்து 'மக்கள் பணிச் சங்கம்' என்று ஒன்றை ஏற்படுத்தலாம் என்ற கருத்து தோன்றியது. அதைக் காந்திஜி மற்றவர்களுக்கு அறிவித்தார். காந்திஜி, தம் வாழ்நாளில் கடைசியாகக் கையொப்பமிட்டுச் சென்ற அறிவிப்பு இதுதான். 1948 ஜனவரி 29ஆம் தேதி அவரால் வெளியிடப்பட்ட இந்த அறிவிப்பு காந்திஜியின் உயிலாகவும் கடைசிச் சாசனமாகவும் கருதப்படுகிறது. இதில்தான், அவர் அப்பொழுதிருந்த காங்கிரஸ் அமைப்பைக் கலைத்துவிட்டு, மக்கள் பணிச் சங்கமாக மாற்ற வேண்டுமென்று கோரினார். இதன் அடிப்படையில் 1948 பிப்ரவரி 3ஆம் தேதி சேவாகிராமில் அனைத்து சங்கங்களையும் கூட்டுமாறு குமரப்பாவை 1948 ஜனவரி 29ஆம் தேதியன்றே காந்திஜி பணித்தார். ஆனால், அடுத்த நாளே காந்திஜி கொலையுண்டார். இக்கூட்டம் பின்பு மார்ச் 13, 14, 15 தேதிகளில் சேவாகிராமத்தில் கூட்டப்பட்டது. ஆனால், காந்திஜி விரும்பிய வகையில் 'மக்கள் நலச் சங்கம்' உருவாகவில்லை. இதிலிருந்து நாடு காந்திஜியின் உயரிய குறிக்கோள்களிலிருந்து விலகிச் செல்லத் தொடங்கியது.

காந்திஜியின் மறைவுக்குப் பின், காந்தி நினைவு நிதி என்று ஒன்றை அமைக்கக் காங்கிரஸ் விரும்பியது. இந்தப் பொறுப்பை

ஏற்கக் குமரப்பாவிற்கு அழைப்பு அனுப்பப்பட்டது. காந்திஜியின் நினைவாக நிதி திரட்டி நினைவகம் அமைப்பதில் குமரப்பாவிற்கு விருப்பம் இல்லை. நிதி திரட்டுவதற்குப் பதில் காந்திஜியின் முக்கியக் கொள்கைகளான உண்மை, வன்முறையின்மை ஆகியவற்றை ஏற்றுக்கொண்டு, அதை உலகில் பரப்ப நடைமுறையில் வாழ்ந்து காட்டக்கூடிய மக்களைத் தயார் செய்வதே காந்திஜியின் நினைவைப் போற்றப் பொருத்தமாக இருக்கும் என்று கருதினார். இவ்வாறு, முன்வரும்படி ஒரு இலட்சம் பேர்களைச் சேர்ப்பதே ஒரு பொருத்தமான நிதியாகும் என்பது குமரப்பாவின் கருத்து. எவ்வாறு இத்தகைய நிதியைத் திரட்டி, நிர்வகிக்க முடியும் என்று கேட்கப்பட்ட பொழுது குமரப்பா, “எனக்கு முதலில் மூன்று கொடையாளிகள் வேண்டும். இம்மூவரும் முறையே பிரதமர் ஜவஹர்லால் நேரு, துணைப் பிரதமர் சர்தார் பட்டேல், இருக்கின்ற ஒரே பெண் அமைச்சர் திருமதி. ராஜ்குமாரி அமிர்தகவுல் ஆவர்” என்று பதில் அளித்தார். குமரப்பாவின் இந்த கருத்து ஒருவராலும் ஏற்கப்படவில்லை. ஏமாற்றத்துடன் அவர் திரும்பினார்.

இரண்டாம் உலகப் போருக்குப் பிறகு உலகில் தோன்றிய அமைதி இயக்கத்தில் தீவிரமாக ஈடுபட்டார். வியன்னா, ஸ்டாக்கோம் ஆகிய நகரங்களில் நடந்த உலக அமைதி குழுக் கூட்டங்களில் அவர்கலந்து கொண்டார்.

விடுதலைக்குப் பின் குமரப்பா ஆற்றிய பணி காங்கிரசினால் அமைக்கப்பட்ட விவசாய சீர்திருத்த குழுவில் தலைவராக ஆற்றிய தாகும். இந்தக் குழுவின் பரிந்துரைகள் மிகப் புரட்சிகரமாக இருந்ததால், இதனை மைய, மாநில அரசுகள் ஏற்கவில்லை. விவசாய சீர்திருத்தக் குழுவின் தலைவராகப் பணியாற்றிய பொழுது குமரப்பாவிற்கு நிலமற்ற விவசாய தொழிலாளர்களின் நிலை பற்றிக் கண்டறிய வாய்ப்பு கிடைத்தது. இதைப்பற்றி மேலும் ஆராய்ச்சி செய்வதற்காக ஒரு ஆராய்ச்சி மையத்தைப் ‘பண்ணை ஆசிரமம்’ என்ற பெயரில் 1951-ஆம் ஆண்டில் வார்தா மாவட்டத்தில், செல்தோ என்ற கிராமத்தில் துவக்கினார். ஆனால் அவரால் இந்த ஆராய்ச்சியை நிறைவு செய்ய முடியவில்லை. அவர் உடல் நலம் குன்றியது; எனவே இந்தப் பணியை சர்வ சேவா சங்கத்திற்கு விட்டுவிட்டு அவர் ஓய்வு பெற்றார். 1953-ஆம் ஆண்டில் அவர் தீவிரப் பணிகளிலிருந்த ஓய்வெடுக்க விரும்பினார். அவரது உற்றாரும் நண்பர்களும் தம்முடன் வந்து இருக்குமாறு அழைப்பு விடுத்தனர். இறுதியில் அவர் மதுரை மாவட்டம் திருமங்கலம்

தாலுகாவிலுள்ள கல்லுப்பட்டி காந்தி நிகேதன்ஆசிரமத்தில் தங்க முடிவு செய்தார். கல்லுப்பட்டியில் அவர் இருக்கும்பொழுது மத்திய மாநில அமைச்சர்கள் அவரது கருத்துக்களை அறிய விரும்பி ஆசிரமத்திற்கு வந்து போயினர். சில ஆண்டுகளில் குமரப்பாவின் உடல் நிலை குன்றியது. அவர் சென்னை பொது மருத்துவமனையில் சேர்க்கப்பட்டார். 1960-ஆம் ஆண்டு, காந்தியடிகளார் உயிர்நீத்த அதே ஜனவரி 30-ஆம் தேதியன்று இரவு குமரப்பா இயற்கை எய்தினார்.

குமரப்பாவின் முக்கியப் பண்பு, தனக்குச் சரி என்று தோன்றியதை எந்த நேரத்திலும், எவரிடத்திலும் சொல்லவும் செய்து காட்டவும் வல்ல துணிவாகும். இத்துடன், ஏழை எளிய மக்கள்பால் உண்மையான அக்கறையும் அன்பும் அவரிடமுள்ள மற்றொரு சிறப்பு அம்சம் ஆகும். இவ்விரண்டுடன் தன்னலமற்ற தியாகம், கொண்ட கொள்கையில் உறுதி இவையும் சேர்ந்ததுதான் அவரது மொத்த உருவம். இவற்றிற்கு எடுத்துக்காட்டாக ஓரிரு சம்பவங்களைக் குறிப்பிடலாம்.

இந்தியா விடுதலை பெற்றபின் திட்டக் குழுவின் ஆலோசனைக் குழுவில் கலந்துகொள்ள சர்வே சேவா சங்கத்தின் பிரதிநிதியாக அவர் சென்றார். இந்தக் குழு குடியரசுத் தலைவர் மாளிகையின் தென் பகுதியில் இருந்தது. ரயில்வே ஸ்டேஷனிலிருந்து குமரப்பா ஒரு டோங்கா வண்டியில் சென்றார். மாளிகையின் வெளிவாயிலில் ஒரு போலீஸ் அதிகாரி வண்டி ஓட்டியிடம் சாலையை விட்டு விலகிப் போகுமாறு சொன்னார். குமரப்பா, “இது பொதுச் சாலை. அதனால், அதைப் பயன்படுத்த வண்டியோட்டிக்கு உரிமை உள்ளது” என்று வாதாடினார். அதிகாரி, பிரதமர் பண்டித நேரு அந்த வழியாகச் செல்ல இருப்பதாகவும் அதற்காகவே சாலையைவிட்டு மற்ற வாகனங்களை வெளியேற்றுவதாகவும் சொன்னார். குமரப்பா உடனே, தான் பண்டித நேரு பேச இருக்கின்ற அதே கூட்டத்திற்கு வந்திருப்பதாகவும், எனவே அவருக்கு முன்னால் தான் கூட்டத்திற்குச் செல்ல வேண்டுமென்று கூறினார். இதேபோல் இரண்டாவது மூன்றாவது வாசலிலும் நடந்தது. குமரப்பா இதற்கு மறுப்பு தெரிவித்துச் சம்பந்தப்பட்ட செயலருக்கும், குடியரசுத் தலைவர், இராணுவச் செயலருக்கும் கடிதம் எழுதினார். மறுநாளும் இதே நிகழ்ச்சி தொடர்ந்தது. குமரப்பா இனி மாட்டு வண்டியில்தான் வருவேன் என்று எச்சரித்தார். அன்று பிற்பகல் கூட்டத்தில் சாலை பற்றிய கேள்வி எழுந்தது. குமரப்பா உறுப்பினர்கள் தாராளமாக வந்துபோக முடியாத ஒரு இடத்தில் கூட்டம் கூட்டுவது சரியில்லை

என்றும், மக்களாட்சியில் மாட்டு வண்டி ஓட்டுபவரும், தலைமை அமைச்சரைப் போன்றே ஒரு நல்ல குடிமகன் என்றும் அவருக்குச் சாலையைப் பயன்படுத்த மறுப்பது முறையல்ல என்று வாதிட்டார். நேருஜி உடனே குறுக்கிட்டுதாம் குமரப்பா சொன்ன கருத்தை ஏற்றுக்கொள்வதாகவும், மாட்டுவண்டி இந்தச் சாலையில் வராமல் தடுப்பது வண்டிக்காரரின் பாதுகாப்புக்குத்தான் என்றும், இந்தச் சாலைகளில் இராணுவ லாரிகள் அடிக்கடி செல்வதால் விபத்து ஏற்பட்டால் மாட்டு வண்டிதான் பாதிக்கப்படும் என்றும் விளக்கினார். குமரப்பா உடன் எழுந்திருந்து, "ஐயா நீங்கள் ஒரு வழக்குரைஞர், உங்கள் கட்சிக்காரர்களுக்காகத் தனியாக வாதிடும் பழக்கமாக இருக்கலாம். ஆனால், என்னைப் போன்ற ஒரு சாதாரண மனிதனுக்கு உங்கள் வாதம் தலைகீழாக இருப்பதுபோல் தெரிகிறது. ஒரு பொது இடத்தில் இரண்டு பேர் இருந்து, அதில் ஒருவர் மற்றவருக்கு அபாயத்தை விளைவிப்பதாக இருந்தால் சாதாரணமாக யாருமே, யார் அபாயத்தை விளைவிக்கிறார்களோ அவர்களைத்தான் கட்டுப்பாட்டிற்குள் வைப்பார்கள். அபாயத்திற்கு உள்ளாகிறவர்களைக் கட்டுப்படுத்தமாட்டார்கள். அதன் படி நான் இந்தப் பாதையில். "மோட்டார் வண்டிகள், லாரிகள் உள்ளே வர அனுமதியில்லை என்று அறிவிப்புப் பலகையைத்தான் போடுவேன்" என்று சொன்னார். அவையில் நெடுநேரம் சிரிப்பொலி எழுந்தது. இந்தச் சிறு சம்பவம் எவ்வாறு அன்றாட வாழ்வில் வாய்ப்பும் வசதியும் இல்லாத ஏழை எளிய மக்களுக்கு அடிப்படை உரிமை கூட மறுக்கப்படுகிறது" என்பதை எடுத்துக்காட்டுவதாக அமைந்தது.

1956ஆம் ஆண்டில் குமரப்பா கல்லுப்பட்டி ஆசிரமத்தில் இருந்த பொழுது, அப்பொழுது மைய அரசு சமுதாய வளர்ச்சித்துறையைக் கவனித்து வந்த அமைச்சர் திரு. எஸ்.கே. டே வருகை தந்தார். அவருடைய பேச்சினிடையே திரு.டே, "குமரப்பா அவர்களே! நான்கு ஆண்டுகளுக்கு முன்பு உங்களை நான் மகன்வாடியில் சந்தித்து சமுதாய வளர்ச்சித் திட்டத்தை நிறைவேற்றுவதில் உங்களது ஆசியைக் கோரியபோது, நீங்கள் இந்தத் திட்டத்தில் காந்தி நெறிப்படி ஒன்றும் இல்லாததால் இதில் பங்கு பெறமாட்டேன் என்றும் இத்திட்டம் வெற்றி பெறாது என்றும் கூறினீர்கள். இந்தத் திட்டம் சாதாரண வெற்றியில்லை, மிகப் பெரிய வெற்றியை அடைந்துள்ளது என்று உங்களுக்குத் தெரிவிக்க வந்துள்ளேன்" என்று கூறினார். குமரப்பா அவரிடம், "வெற்றி என்று எதை நீங்கள் கருதுகிறீர்கள்?" என்று கேட்டார். திரு. டே உடனே, "எவ்வளவு ஆயிரம் மைல் சாலைகள் போடப்பட்டன. எவ்வளவு

குடிநீர்க் கிணறுகள் தோண்டப்பட்டுள்ளன. எவ்வளவு உயர்ரக விதைகள் விநியோகிக்கப்பட்டுள்ளன. பள்ளிக் கூடங்கள், சுகாதார நிலையங்கள் ஏற்படுத்தப்பட்டுள்ளன" என்பன போன்ற பல்வேறு வகைப் புள்ளி விவரங்களை அள்ளி வீசினார். குமரப்பா உடனே, "திரு.டே அவர்களே இந்தச் சாதனைகளெல்லாம் திட்டத்தின் வெற்றி என்று சொல்லமுடியுமா?" என்று கேட்டார். திரு. டே உடனே, "பின் எப்படித்தான் திட்டத்தின் வெற்றியைத் தீர்மானிப்பது?" என்று வினவினார். குமரப்பா திட்டத்தைத் துவக்கும் முன் "நான் அந்தப் பகுதியிலுள்ள மக்களின் விலா எலும்புகளை எண்ணுவேன். மூன்று ஆண்டுகளுக்குப் பிறகு அந்த எலும்புகள் தெரியாதவண்ணம் சதையினால் மூடப்பட்டிருந்தால் உங்கள் திட்டம் வெற்றி அடைந்தது" என்று சொல்வேன் என்றார். அமைச்சர் டே ஆச்சரியப்பட்டுச் சொல்லிழந்தார். குமரப்பா மீண்டும், "திரு. டே அவர்களே! நீங்கள் பசியோடு இருப்பவன் மீது பட்டுச் சட்டை போட்டு, மூடப்பார்க்கிறீர்கள். நீங்கள் வெற்றி பெறமுடியாது" என்று கூறினார்.

குமரப்பா கூறியது ஓரிரண்டு ஆண்டுகளில் உண்மையாயிற்று. சமுதாய வளர்ச்சித் திட்டங்கள் மக்களைக் கலந்தாலோசிக்காமல் நடைபெற்று வருகிறது என்ற புகார் எழுப்பப்பட்டது. இந்திய அரசு இதனைப் பற்றி ஆராய திரு. பல்வந்த்ராய் மேத்தாதலைமையில் ஒரு குழுவும் அமைத்தது.

தமது பொருளாதாரக் கொள்கைகளை குமரப்பா, "நிலைத்த பொருளாதாரம்" என்ற தலைப்பில் ஒரு நூலாக 1943இல் சிறையிலிருக்கும் பொழுது எழுதி வெளியிட்டார். காந்திஜி இதற்குத் தாமாகவே முன் வந்து, ஒரு முன்னுரையை எழுதி அதை டாக்டர் குமரப்பா D.V.I. என்று விலாசமிட்டு அனுப்பினார். அவர் குமரப்பாவிற்குக் கிராமத் தொழில் என்பதில் டாக்டர் பட்டம் இவ்வாறு வழங்கினார். கிராமத் தொழிலில் ஆழ்ந்த ஈடுபாடு குமரப்பா கொண்டிருந்ததால் தனது அனைத்துப் புத்தகங்களும் கையால் செய்யப்பட்ட காகிதத்தாலேயே வெளிவர வேண்டுமென்று விரும்பினார். கிராமத் தொழிலில் குமரப்பாவிற்கு இருந்த ஈடுபாடு ஆங்கில அரசிற்கும் நன்கு தெரிந்திருந்தது. 1942இல் பல்வேறு தலைவர்களைக் கைது செய்யும் பொழுது, ஒவ்வொரு தலைவருக்கும் போலீஸ் ஒரு சங்கேதப் பெயர் கொடுத்திருக்கிறார்கள். குமரப்பாவிற்குக் கொடுக்கப்பட்ட பெயர் 'கைமுறைக் காகிதம்'.

குமரப்பாவின் வாழ்வு தன்னலமற்ற தியாக வாழ்வாகும். அவர் விரும்பியிருந்தால், சற்று விட்டுக் கொடுத்திருந்தால், விடுதலை பெற்ற பின் மைய அரசின் எந்தப் பதவி வேண்டுமானாலும் கிடைத்திருக்கும். ஆனால் அவர் ஒன்றையும் எதிர்பார்க்கவில்லை. காந்திஜியின்பால் ஈர்க்கப்பட்ட பின் அவர் ஆசிரம வாழ்க்கையை மேற்கொண்டார். கடைசி வரையில் அவர் திருமணம் செய்து கொள்ளவில்லை. தனது ஆசிரம வாழ்க்கையை 14 அடிக்கு 12 அடி பரப்புள்ள ஒரு சிறுகுடிசையில் கழித்தார். மிக எளிய வாழ்வு வாழ்ந்த குமரப்பா ஆடம்பர வாழ்வுக்கு ஆசைப்பட்டதேயில்லை. ஆடம்பரத்தை அவர் அறவே வெறுத்தார். அத்தகைய வாழ்வைப் பற்றி அவருக்கு ஒரு வகையான ஏளனமே இருந்தது. ஒருமுறை புதுடெல்லியில் வைஸ்ராய் மாளிகையில் ஒரு கூட்டத்திற்காக அவர் செல்ல வேண்டியிருந்தது. அவர், மாளிகையின்கட்டட அமைப்பை இரசித்துக்கொண்டிருந்த போது, பின்னால் வந்து கொண்டிருந்த சர்தார் பட்டேல் அவரை நோக்கி, “குமரப்பா இந்தக் குடிசை எப்படி இருக்கிறது?” என்று கேட்டார். குமரப்பா மேலும் கீழும் பார்த்துவிட்டு, “இந்த வீடு என்னுடையதைவிட சில அங்குலங்கள் அகலமாகவும், உயரமாகவும் இருக்கிறது” என்றார். வைஸ்ராய் மாளிகையில் பட்டப்பகலிலும் வராந்தாவில் மின்சார விளக்குகள் போடப்பட வேண்டும். அதைப் பார்த்துவிட்டுக் குமரப்பா, “சர்தார்ஜி என்னுடைய வீட்டிற்கும் இந்த இடத்திற்கும் மேலும் ஒரு வித்தியாசம் இருக்கிறது. என் வீட்டில் எல்லாப் பொருட்களையும் பகல் வெளிச்சத்தில் பார்க்கமுடியும். ஆனால், இங்கோ எல்லாவற்றையும் செயற்கை வெளிச்சத்தில்தான் பார்க்க வேண்டும்” என்று சிலேடையாக கூறினார்.

குமரப்பாவின் பொருளாதாரத் தத்துவத்தின் அடிப்படை, பொருள் உற்பத்தி, வாங்குதல், விற்றல் போன்ற செய்கைகளைப் பொருளாதார நோக்கத்தை மட்டும் அடிப்படையாகவும், அளவுகோலாகவும் கொண்டு தீர்மானிக்க முடியாது; எந்த ஒரு செய்கையையும் தார்மீக, ஆன்மீகப் பொறுப்புகளுக்கு விலக்காக ஏற்றுக்கொள்ளமுடியாது. தார்மீக, ஆன்மீக அடிப்படையில் எந்த ஒரு செய்கையும் மற்றவர்கள் மேல் வன்முறையைச் செலுத்தும் வகையாலோ அல்லது அவர்களைத் தனது சுயநலத்துக்குப் பயன்படுத்தும் சுரண்டல் தன்மையுடையதாகவோ இருக்க முடியாது. எல்லாச் சச்சரவுகளுக்கும், போர்களுக்கும் ஆதாரமாய் அமைவது இத்தகைய சுரண்டும் போக்குதான். எனவே, மனிதகுலம் அன்புடனும், பாசத்துடனும் வாழ்ந்து தழைக்க வேண்டுமானால், பொருளாதாரம் அமைதியின்

அடிப்படையில் நிலைத்த தன்மை கொண்டதாக இருக்க வேண்டும். பொருளாதாரச்சுரண்டலுக்கு ஒரு காரணம் பொருட்களைப் பற்றிய நுகர்வோரின் அறியாமையும் ஆகும். நுகர்வோர் பொருட்களைத் தயாரிப்பதில் உள்ள சுரண்டலைப் பற்றியோ சுயநலத்தைப் பற்றியோ அறியமாட்டார்கள். நுகர்வோராக இருந்து அவர்கள் அத்தகைய பொருட்களை வாங்கி ஆதரவளிப்பதனால், இத்தகைய கொடுமைகள் தொடர்ந்து இருந்து கொண்டேயிருக்கும். உற்பத்தியாளருக்கும் நுகர்வோருக்கும் இடையே உள்ள வெளி குறைந்தால் இத்தகைய சூழ்நிலை தோன்றாது. இந்தியா போன்ற மக்கட்தொகை அதிகம் கொண்டுள்ள ஒரு நாட்டில் பெரும்பாலான மக்களுக்கு அவர்கள் உழைப்புதான் அவர்களிடம் உள்ள சொத்தாக உள்ளது. இந்தச் சொத்து முழுமையாகப் பயன்படுத்தப்பட்டால்தான் அவர்களது வாழ்க்கைத் தரமும் உயர்ந்து அவர்களும் சமூகத்தில் பயனுள்ள உறுப்பினர்களாக ஆக முடியும். இத்தகைய கருத்துக்களை மையமாக வைத்துக் குமரப்பா தனது நிலைத்த பொருளாதாரம் என்ற நூலை இயற்றியுள்ளார்.

மேற்கண்ட கொள்கைகள் தற்கால நவீன நாகரிகத்திற்கு உகந்ததா? என்ற கேள்வி அடிக்கடி எழுப்பப்பட்டுள்ளது. பொருட்களை உற்பத்தி செய்து குவிக்க வேண்டும். வாங்குவோரும் தொடர்ந்து வாங்கிக் கொண்டே இருக்க வேண்டும் என்ற அடிப்படையிலேயே நவீனப் பொருளாதாரம் இயங்கி வருகின்றது. சுற்றுப்புறச் சூழ்நிலையில் ஏற்பட்டுள்ள பாதிப்புகள், சமூதாயச் சச்சரவுகள், நாடுகளிடையே ஏற்பட்டுள்ள பிணக்குகள் ஆகியவற்றினால் உலகம் இப்பொழுது அத்தகைய பொருளாதாரம் உகந்ததுதானா? அது தொடர்ந்து இயங்க முடியுமா? என்று ஆராயத் தொடங்கியுள்ளது. மேல் நாடுகளிலேயே இதற்கான முயற்சிகள் "புதுப் பொருளாதாரம்", "உயிருள்ள பொருளாதாரம்", "தொடர்ந்து இயங்கக்கூடிய வளர்ச்சி", "சுற்றுப்புறச் சூழ்நிலையைப் பாதுகாக்கும் பச்சை இயக்கம்" என்று பல வகைகளில் வெளிப்பட்டு வருகின்றன. எல்லாவற்றிற்கும் அடிப்படை மனித வாழ்க்கையின் குறிக்கோள் எப்படி இருக்க வேண்டும் என்பதே. அந்தக் குறிக்கோள் காந்திஜி குமரப்பாவின் நிலைத்த பொருளாதாரம் என்ற புத்தகத்திற்கு வழங்கிய முன்னுரையில் சுட்டிக்காட்டிய "எளிய வாழ்க்கை, உயர்ந்த எண்ணங்கள்" என்பதே யாகும். இந்தக் குறிக்கோளை நோக்கி மனித குலம் சென்றுகொண்டே இருக்கும்; அப்படிச் செல்லும் வரை காந்தியப் பொருளாதாரக் கருத்துக்களும் உலகில் நிலைத்து நிற்கும்.

~

காந்தியச் சிந்தனைகள்

நான் செய்ததும், செய்யத் தவறியதுமான எத்தனையோ தவறுகளுக்காகப் பின்னால் வரும் சந்ததியரின் சாபங்களுக்கு நான் ஆளாகலாம். ஆனால், இராட்டை திரும்பவும் புத்துயிர் பெற வேண்டும் என்று நான் சொன்னதற்காகப் பிற்பல சந்ததியினர் என்னை வாழ்த்துவார்கள் என்ற திட நம்பிக்கை எனக்கு இருக்கிறது. என்னிடமுள்ளயாவற்றையும் அதற்கே பணயமாக வைத்திருக்கிறேன். ஏனெனில், இராட்டை சுற்றும் போது அதன் ஒவ்வொரு சுழற்சியிலும் சாந்தத்தையும், நல்லெண்ணத்தையும் அன்பையுமே அது நூற்கிறது.

யங் இந்தியா 8-12-1921

கிராமக் கைத்தொழில் என்னும் சூரிய மண்டலத்தில், சூரியனைப் போல் விளங்குவது கதர். மற்ற கோளங்கள் சூரியனிடமிருந்து உஷ்ணம் பெற்று, சூரியனுக்கு அனுசரணையாய் இருப்பது போலவே, மற்ற கைத் தொழில்களும் கதரைச் சுற்றியே நடக்கின்றன. கதர் இல்லாவிடில், அவை வளர்ச்சி அடைய முடியாது. ஆனால், மற்ற கைத்தொழில்கள் புத்துயிர் பெறாவிடில், கதர் மேலும் முன்னேற முடியாது என்ற உண்மையும் நான் சென்ற சுற்றுப் பயணத்தின் போது கண்டேன். கிராம வாசிகள் இப்பொழுது வீணாக்கும் நேரத்தைப் பயன்படுத்தி நன்மை அடைய வேண்டுமானால், கிராம வாழ்க்கை, எல்லா அம்சங்களிலும் வளர்ச்சி அடைய வழி தேட வேண்டும்.

ஹரிஜன் 16-1-1934

உழைப்பை இழிவாகக் கருதி உதாசீனம் செய்யத் தொடங்கிய நாளன்றே நாட்டுக்கு நாசம் பிறந்துவிட்டது. நாட்டுக்கு உயிர் நாடியாக இருந்த உண்மையான உழைப்பின் மூலம் நாட்டை உயிர்ப்பித்து வந்த இலட்சக்கணக்கான ஏழைத் தொழிலாளர் இழிகுலத்தினராக மதிக்கப்பட்டனர். உழைக்காமல், உடல் வாடாமல் சகித்து வந்த ஒரு சிலர் உயர்ந்தோராகிவிட்டனர். இதனால், நாட்டுக்கு ஆன்மீகச் சீர்கேடு, பொருளாதார நஷ்டம் ஏற்பட்டது. ஆன்மீகச் சீர்கேடு, பொருளாதார நஷ்டம் ஆகிய இரண்டில் எது பெரிய நஷ்டம் என்று மதிப்பிடுவது அரிது. உழவரையும், தொழிலாளிகளையும் நாம் உதாசீனம் செய்துவிட்டோம். மிகப் பக்குவமான தட்ப வெப்பநிலையும், வானை முட்டும் மலைகளும், பெரிய ஆறுகளும், பரந்த கடற்கரைப் பரப்பும் கொண்ட நம் நாட்டின் இயற்கை வளமோ அளவிடற்கரியது. கிராமங்களில் இவ்வளத்தை நாம் சரியாகப் பயன்படுத்தியிருந்தால், வறுமையும் பிணியும் நம்மை வாட்டியிருக்கமாட்டாது. ஆனால், உடல் உழைப்புக்கும், அறிவு வேலைக்கும் சம்பந்தமில்லாமல் நாம் செய்துவிட்டதால்தான், உலகிலேயே மோசமான நிலையை அடைந்துவிட்டோம். கொடிய சுரண்டலுக்கு ஆளானோம். நம் நாட்டு மக்கள் அற்ப ஆயுள் கொண்டவ ராகிவிட்டனர்.

உண்மை இந்தியாவைக் காண வேண்டுமானால் ஒரு சில நகரங்களில் காண முடியாதென்றும், ஏழு லட்சம் கிராமங்களில்தான் காண முடியுமென்றும் நான் உறுதியாக நம்புகிறேன். அதைப் பலமுறை வலியுறுத்தியுள்ளேன். இன்று, இங்குக் கூடியுள்ள நாம் கிராம வாசிகளல்லர்; நகரவாசிகள். உண்மை இந்தியாவை நகரங்களில்தான் காண முடியுமென்றும், நம் தேவைகளைப் பூர்த்தி செய்யவும், கிராமவாசிகளுக்கு உண்ண உணவு, உடுத்த உடை, குடியிருக்கக் குடிசை முதலியன உள்ளனவா? என்று ஒரு கணம்கூட எண்ணிப் பார்க்காதவர்கள். நகரவாசி, கிராமவாசியின்உழைப்பைச் சுரண்டி, உறிஞ்சி வாழ்ந்து வந்துள்ளார் என்பதை நான் கண்டேன்.

ஹரிஜன் 4-4-1936

நான் இயந்திரங்களை எதிர்க்கவில்லை. இயந்திரங்கள் மேலுள்ள மோகத்தைத்தான் எதிர்க்கிறேன். 'உழைப்பை மிச்சப்படுத்தும் இயந்திரம்' என்று கூறி, அதன் மேல் மோகம் கொள்ளுகின்றனர். ஆயிரக்கணக் கானோர் வேலையை இழந்து பட்டினியால் வாடும் நிலை வரை இந்த உழைப்பை மிச்சப்படுத்தும் முறை கையாளப்படுகிறது. மனித சமுதாயத்தின்

ஒரு சிறு பகுதியினரின் உழைப்பையும், நேரத்தையும் மட்டும் மிச்சப்படுத்தும் முறையை நான் ஆதரிக்கவில்லை. மனித சமுதாயம் முழுவதற்கும் அவற்றை மிச்சப்படுத்தும் முறையை ஆதரிக்கிறேன். செல்வம் குவிய வேண்டும்; ஆனால், ஒரு சிலரிடம் மட்டுமல்ல; அனைவரிடமும். இன்று கோடிக்கணக்கானவர் முதுகின்மேல் ஒரு சிலர் ஏறிச் சவாரி செய்யவே இயந்திர முறை உதவுகிறது. உழைப்பை மிச்சப்படுத்த வேண்டும் என்ற உபகாரச் சிந்தனை அவர்களை உந்தவில்லை. பேராசையே பிடரியைப் பிடித்துத் தள்ளுகிறது. இத்தகைய அமைப்பை எதிர்த்துத்தான் நான் என் முழு வலிமையுடன் போராடுகிறேன்.

ஹரிஜன் 13-11-1924

எல்லோருடைய நன்மைக்காகவும் விஞ்ஞானத்தில் புதிதாகக் கண்டுபிடிக்கப்படுபவைகளை எல்லாம் உயர்வானவையாக நான் மதிப்பேன்.இப்படிக் கண்டுபிடிக்கப்படுபவைகளில் ஒன்றுக்கும் மற்றொன்றுக்கும் வித்தியாசமிருக்கிறது. ஒரே சமயத்தில் எராளமான மக்களைக் கொன்று குவித்துவிடக் கூடியதான விஷ வாயுக்களை நான் விரும்பமுடியாது. மனித உழைப்பினால் மேற்கொண்டு விடமுடியாத பொது ஜன சௌகரியத்திற்கானகாரியங்களுக்கு உபயோகிக்கப்படும் பெரிய இயந்திரங்களுக்குத் தவிர்க்க முடியாத இடமுண்டு. அவைகளெல்லாம் அரசாங்கத்திற்கே சொந்தமானதாக இருப்பதோடு, அவை முற்றிலும் மக்களின் நன்மைக்காகவே உபயோகிக்கப்பட வேண்டும். அநேகருக்கு இன்னல் விளைவித்து, ஒரு சிலரை மாத்திரம் பணக்காரர்களாக்குவதற்காகவும், காரணமில்லாமல் அநேகருடைய பயனுள்ள உழைப்பைப் பறித்துக் கொண்டு விடுவதற்காகவும் உள்ள இயந்திரங்களை நான் பொறுத்துக் கொள்ளுவதற்கில்லை.

ஹரிஜன் 22-6-1935